CÁC SÁCH KHÁC CỦA LOREN CUNNINGHAM
ĐÃ ĐƯỢC CHUYỂN NGỮ SANG TIẾNG VIỆT

Phải chăng đó là Ngài, thưa Chúa?

Tôn Jêsus là Chúa

Dám sống trên bờ vực

Chấm dứt nạn đói Kinh Thánh ngày hôm nay

Quyển sách biến đổi các dân tộc

I0529641

DÁM SỐNG TRÊN BỜ VỰC
CUỘC PHIÊU LƯU CỦA ĐỨC TIN VÀ TÀI CHÍNH

LOREN CUNNINGHAM

với **JANICE ROGERS**

BIÊN SOẠN **MỤC VỤ TIÊN PHONG**

DỊCH GIẢ **MỤC VỤ TIÊN PHONG**

MỤC LỤC

LỜI CẢM ƠN

Mỗi quyển sách là một nỗ lực của cả đội. Chúng tôi rất biết ơn các bạn đã giúp hình thành quyển sách *Dám sống trên bờ vực* là: David Aikman, Marty Akin, David Barrett, Andy Beach, Geoff và Janet Benge, Harry Conn, Warren B. Eaton, Lucy Flach, Dawn Gauslin, Rod Gerhart, Phyllis Griswold, Chuck Hartle, Rene Hartzner, David Hazard, Paul Long, Winkie Pratney, Felicia Putnam, Jim Rogers, Jim Shaw, Scott và Sandi Tompkins, William Turner, Pam Warren, cùng hết thảy những ai đã chia sẻ câu chuyện tin cậy sự tiếp trợ của Đức Chúa Trời.

LỜI NÓI ĐẦU

Quyển sách này dành cho hai hạng người . . . hai thành phần độc giả khác hẳn nhau có nhiều nhu cầu và nhiều lý do rất khác nhau.

Một thành phần độc giả là những người đang hầu việc Chúa, nhân sự trọn thì giờ, hoặc nhân sự có tiềm lực. Họ cần biết cách để bước đi, tin cậy và vâng lời Chúa về mặt tài chính.

Thành phần độc giả còn lại là những người đang ngồi trong hàng ghế nhà thờ – những người đang làm việc "thế tục". Họ cũng cần được bồi dưỡng, không những về cách vâng lời Chúa mà còn phải biết tin cậy Chúa làm những phép lạ nữa.

Tôi không định viết một quyển sách cho hai hạng người khác nhau như vậy đâu. Nhưng Đức Chúa Trời đã sắp đặt như thế hầu cho công việc của Ngài không thể thực hiện nếu không có sự hợp tác của cả hai.

Nhiều điều trong sách này dành cho từng hạng người đang có vai trò chủ chốt trong công tác truyền giáo thế giới: một là những người đang hầu việc trung tín tại Hội thánh địa phương, cầu nguyện và dâng hiến cho công việc Chúa, và hai là những người ra đi với tư cách là giáo sĩ.

Bởi vì ai cũng có vai trò quan trọng ở trong chương trình của Đức Chúa Trời, nên tôi có một yêu cầu đặc biệc dành cho độc giả.

Bạn có thể đọc hết quyển sách này không? Mặc dù chương 9 chủ yếu dành cho người nào đang đi làm, nhưng các nguyên tắc tương tự sẽ rất quan trọng cho người nào đang hầu việc Chúa trọn thời gian hoặc đang làm công tác truyền giáo.

Cũng vậy, người nào hiện đang thuộc tầng lớp đi làm từ 9 đến 5 sẽ tìm thấy nhiều điều hữu ích từ chương từ 11 đến 14 khi bắt đầu đồng công với người nào làm công tác truyền giáo. Bạn sẽ thấy hầu hết các thí dụ đều đến từ 31 năm tin cậy Đức Chúa Trời tiếp trợ cho công tác truyền giáo tại hơn 200 quốc gia. Tuy nhiên, tôi đã chia sẻ các nguyên tắc tài chính dựa trên những kinh nghiệm trong hội nghị lãnh đạo doanh nghiệp, các CEO và các lãnh đạo nhà nước tại một số quốc gia, tôi biết rằng chúng ta đều đối diện với những thách thức giống nhau – để bước ra khỏi chỗ an toàn, dám sống trên bờ vực vì Đức Chúa Trời. Bên cạnh đó, hết thảy chúng ta cần phải học hỏi lẫn nhau nhiều hơn để có thể cộng tác tốt trong việc hoàn thành công việc Chúa trên đất.

Hầu việc Chúa trong tình hình căng thẳng không bao giờ là dễ dàng. Cho dù đây là lần đầu tiên bạn lắng nghe và làm theo Lời Chúa hay là lần thứ một ngàn đi nữa, thì chúng ta luôn thấy rất vui. Nhưng một khi bạn đã kinh nghiệm được cảm giác rộn ràng của việc quyết tâm làm theo Lời Chúa, thì bạn sẽ không bao giờ giống như trước nữa. Tôi hy vọng khi bạn đọc quyển sách này, bạn sẽ sẵn sàng thực hiện bước đầu tiên hoặc tiếp tục đi theo Đức Giê-hô-va vạn quân của chúng ta.

Loren Cunningham

Kona, Hawaii

1
PHÁ HỎNG ĐIỀU BÌNH THƯỜNG

Những đám bụi tung mù mịt khi chiếc xe của chúng tôi bò lổm chổm trên những đoạn đường có nhiều đất lún nằm về phía Đông Nigeria vào đất Ibo. Tôi liếc nhìn người tiếp đón mình, ông Walter Kornelson, màu da hồng hào trên gương mặt của ông giờ đã phủ đầy bụi bặm và mồ hôi. Tôi sẽ làm việc với vợ chồng giáo sĩ đã lớn tuổi này trong năm ngày. Đó là những ngày mà tôi đã rất trông đợi. Ông là một nhà truyền giáo to khỏe, dám mạo hiểm. Vì vậy, mặc dù còn trẻ và mới bắt đầu hầu việc Chúa với các hội truyền giáo, tôi cảm thấy dễ chịu với ý tưởng tổ chức các buổi truyền giảng với ông. Viễn cảnh thú vị nhất là năm đêm truyền giảng cho người Ibo chưa tin Chúa.

"Loren, chúng tôi rất vui vì anh đến đây!", ông quay sang nói mà không hề chạy chậm lại. Những chú gà con chạy tung kêu quang quác phản đối đằng trước mũi xe ô tô của chúng tôi.

"Tôi đã phải giảng mỗi đêm tại một trong các làng này suốt bốn tháng không hề nghỉ", ông vừa cười vừa nói tiếp: "Thật là mừng khi có người khác để thay đổi!".

Tôi gật đầu, định trả lời thì Bùm! Một tiếng nổ kinh hoàng và tiếng thịch nện trên đường lộ cứng. Chiếc xe nghiêng sang một bên nhưng ông Walt đã giữ chặt tay lái và dừng xe lại ngay. Không cần giải thích gì cả, tôi nhảy xuống khỏi xe cùng với ông để kiểm tra sự thiệt hại. Tiếng động do lớp xe nổ thì ở đâu trên thế giới này cũng giống nhau.

"Ôi, Chúa ơi! Con phải làm sao đây!". Ông Walt kêu lên đi về phía sau xe chỗ để đồ dự phòng, thở dài với vẻ mệt mỏi.

Tôi hỏi: "Thưa ông, có gì trục trặc sao? Chúng ta không thể mua được một lốp xe ở Enugu chăng?"

"Được, có chứ. Nhưng . . .", giọng ông hơi buồn trong khi vật lộn với chiếc cờ lê và những tai bù-loong.

Ông không nói gì nhiều sau khi chúng tôi ngồi vào xe, còn chiếc xe thì chạy rề rề trên đường lộ. Cuối cùng, ông nói rằng: "Loren ơi, tôi rất tiếc đã làm cho anh buồn và cũng rất tiếc đã không đến gặp những người đó, nhưng thật sự là còn một thời gian ngắn nữa trước khi chúng tôi có thể lấy tiền để thay chiếc lốp này. Cộng tiền thuế và mọi thứ sẽ tốn hết 45 đồng ở tại đây.. Tôi không biết chúng ta phải làm thế nào đây".

Một tiếng nhỏ nhẹ trong tôi khẽ bảo con có 45 đồng đấy – Phải, song đó là tất cả số tiền tôi có! Tôi phản đối, và trong vòng năm ngày nữa tôi sẽ rời nơi này cùng với sự an ổn có liên quan đến những người mà tôi quen biết và bay đến Khartoum, Sudan để nghỉ ngơi hai ngày. Hai ngày ở tại một thành phố xa lạ. Tôi phải có một chỗ để ở, có cái gì đó để ăn, vé xe buýt . . . 45 đồng thậm chí cũng không đủ.

Thế rồi tôi nghĩ Bố và Mẹ mình hẳn sẽ cho ông ấy tiền, thậm chí đó là số tiền cuối cùng của bố mẹ. Tôi đã theo dõi bố mẹ tôi tin cậy Đức Chúa Trời và ban phát cho những người khác trong suốt 25 năm, và Ngài chưa bao giờ thất tín đối với họ.

"Ông Walt này", tôi nói "Hãy để tôi trả tiền lốp xe cho ông. Chúng ta hãy tìm chỗ thay ngay đi". Ông ta hơi phản đối "có chắc không, con trai? Anh còn một chuyến đi dài phía trước đấy!". Nhưng tôi cứ nhất định, và chúng tôi đã tìm được một cửa hiệu trên một con phố đầy bụi.

Việc thay một chiếc lốp mới mất tất cả là 42 đồng và tôi còn lại 3 đồng trong túi, song ông bà Mục sư Kornelson không hề biết điều đó. Chúng tôi lao vào năm ngày đêm gian khổ và tuyệt diệu. Ở mỗi ngôi làng, ngay khi đến nơi và bắt đầu dựng đồ trang bị để chiếu cuộn phim Tin lành của chúng tôi, các đám đông xuất hiện từ những bụi cây như thể bởi một phép mầu. Nhiều khi có đến 2000 người ngồi chen chật với nhau ở phía trước màn hình cho đến khi trời tối. Sau buổi chiếu, tôi truyền giảng với sự giúp đỡ của một thông dịch viên và một chiếc loa phóng thanh cầm tay chạy bằng pin. Thật là tuyệt vời.

Nhưng rồi thời điểm cuối cùng của ngày thứ bảy bí mật của tôi cũng đã đến. Tôi vẫn chỉ còn vỏn vẹn 3 đồng . . . tôi sẽ làm gì ở Khartoum đây?

Cứ mỗi ngày, khi ông bà Walt theo thói quen dừng lại nơi hòm thư bưu điện của họ, thì tôi lại thầm tự hỏi: Nhỡ như trong đó có một lá thư cho tôi . . . với cái gì đó ở bên trong. Nhưng có ai biết tôi ở đây đâu? Liệu bưu điện có tìm được tôi ở mãi tận xứ Ibo này không? Đến ngày cuối cùng, ông bà Walt đi ngang qua thùng thư một lần nữa trên đường chúng tôi ra khỏi bãi đất có nhiều lùm cây. Ông thong thả quay trở lại xe ô tô. Dáng người to lớn của ông hơi khom xuống khi ông lật lật chồng thư.

"Xem này, Loren", ông nói "Ở mãi tận đây mà người ta cũng tìm được anh đấy!". Và ông đưa tôi một lá thư duy nhất – của một số các bạn ở lại Los Angeles. Tôi mở thư và nuốt một cách khó khăn – 150 đồng. Của những người trước đây chưa hề gởi bất cứ thứ gì cho tôi cả.

Lẽ ra tôi không phải ngạc nhiên trước sự thành tín của Đức Chúa Trời. Song dẫu sao, khi bạn đang sống trên bờ vực – tức là tin cậy nơi Đức Chúa Trời và không biết đồng tiền kế tiếp đang đến từ đâu – thì điều đó không bao giờ trở thành lệ thường được.

Tôi biết bạn đang nghĩ gì. Bạn sẽ bảo "Phải rồi, Đức Chúa Trời đã hành động thời điểm đó, nhưng bạn thật sự chưa ở trong một sự nguy hiểm nào cả. Bạn chưa ở Khartoum mà không có tiền. Bạn vẫn có thể cứ ở lại với ông bà Kornelsons cho đến khi có trợ cấp đến". Tôi sẽ kể cho bạn nghe câu chuyện của Evey và Reona .

Evey Muggleton và Reona Peterson tin rằng Đức Chúa Trời muốn dẫn dắt họ đến Albania, một trong những quốc gia thù địch nhất đối với Tin lành vào đầu những năm 70. Vào năm 1967, Albania đã tự họ tuyên bố là quốc gia vô thần đầu tiên trên thế giới. Họ đóng cửa tất cả nhà thờ, nhà hội Do Thái giáo, đền thờ Hồi giáo và đối xử tàn bạo đối với những ai không chịu công nhận rằng không có Đức Chúa Trời. Họ bỏ những người đó vào những thùng tròn niêm kín và ném xuống biển Adriatic.

Evey và Reona đã cầu nguyện và hoạch định chương trình suốt trong ba năm. Vào một trong những lần cầu nguyện của họ, Reona thấy rõ rệt trong tâm trí cô hình ảnh của chính mình ở tại Albania, một chiếc xe buýt du lịch cùng khuôn mặt của một người phụ nữ.

Cuối cùng, họ đã đã được cho thị thực nhập cảnh Albania cùng đi với một nhóm du lịch đa số là các thanh niên Mácxít từ Tây Âu. Họ đi bằng xe buýt y như khải tượng Reona đã thấy.

Reona và Evey mang lén các sách Phúc âm bằng tiếng Albania qua biên giới bằng cách buộc chặt trong người họ. Khi đã vào được bên trong, mặc dù bị giám sát gắt gao, họ vẫn có thể kín đáo đặt các quyển sách nhỏ đây đó để người ta có thể tìm đọc.

Một ngày nọ, một nữ hầu phòng người Albania bước vào căn phòng của Reona trong khách sạn, và thật lạ lùng đó chính là người phụ nữ mà cô đã được thấy trong buổi cầu nguyện cách đó ba năm! Cô biết mình phải tìm cách nói chuyện với người phụ nữ này và tặng cho cô ấy các quyển sách nhỏ nói về Tin lành. Reona đã phá vỡ hàng rào ngôn ngữ bằng những chữ đơn giản nhất mà cô có thể sử dụng "Mác, Lênin . . . không! Chúa Jêsus . . . được!". Người phụ nữ mừng rỡ nhận quyển sách Phúc âm và áp chặt nó vào ngực mình. Nước mắt ràn rụa, cô nói: "Tôi cũng là một Cơ Đốc nhân" và nhét gọn quyển sách vào túi mình.

Vài giờ sau, Reona nghe những tiếng gõ lớn ở ngay cửa phòng mình và sau đó cô bị dẫn đến một căn phòng sáng mờ mờ, phủ một lớp khói xanh dương, có năm người đàn ông đang đợi ở đó. Reona trông thấy cuốn sách Phúc âm cô đã tặng cho người phụ nữ. Tim cô chùng xuống. Hẳn họ đã bắt được người bạn mới của cô cùng với quyển sách.

Họ bắt đầu chất vấn cô, tố cáo cô là một gián điệp và kết tội cô là chống lại nhân dân Albania. Trong khi Reona vẫn bình tĩnh, nhất định bảo mình vô tội, những người đàn ông càng lúc càng nóng nảy, bồn chồn. Sau đó người cầm đầu nhóm thẩm vấn hét lên "Cô không chịu hợp tác! Chúng tôi sẽ giữ cô ở đây cho đến khi nào công việc của cô bị vạch trần!".

Trong một phòng khác, Evey cũng đang chịu đựng một cuộc thẩm vấn dã man như vậy. Sự việc cứ tiếp tục như vậy trong hai ngày đêm với cả hai thiếu nữ. Họ không được cho ăn gì ngoài một chút nước uống và vài giờ để ngủ. Những người thẩm vấn tách riêng họ ra, thét lớn vào mặt họ những lời tố cáo tìm cách gây cho họ sợ hãi. Song hai thiếu nữ vẫn dịu dàng xác nhận mình vô tội.

Cuối cùng, một trong những người buộc tội họ lạnh lùng cho Reona hay: "Cô là một kẻ phản bội nhân dân của nước Cộng hòa Albania vinh quang, và những kẻ phản bội phải bị xử bắn. Chúng tôi sẽ đến gặp cô vào 9 giờ sáng ngày mai".

Sáng hôm sau họ đến và đưa hai cô ra khỏi phòng một cách khiếm nhã. Tuy nhiên thay vì bị xử tử, Evey và Reona bị trục xuất ra biên giới mà không có một lời giải thích. Vé xe trở về của họ đã bị tịch thu.

Dường như đó không phải là một vấn đề lớn lắm sau khi bạn đã đối diện với khả năng có thể xảy ra với một đội xử bắn – song họ vẫn còn phải đương đầu với một thách thức lớn lao đối với đức tin của mình. Hai thiếu nữ trẻ với các túi hành lý nặng nề phải băng bộ mười cây số trong vùng đất lầy lội không có người ở giữa các ranh giới thù địch, Albania và Yugoslavia. Sau đó, họ còn phải đi 1000 cây số (khoảng 700 dặm) dọc theo bờ biển Yugoslavia, băng qua miền Bắc nước Ý, vượt dãy Alps vào Thụy sĩ và bằng cách nào đó để đến nhà họ ở Lausanne. Liệu họ có thể tin cậy Chúa đưa họ về đến nhà với số tiền quá ít ỏi, không vé xe và cũng không biết gì về các vùng đất cũng như các thứ ngôn ngữ ấy không?

Họ đã phản ứng bằng đức tin. Rốt lại, Đức Chúa Trời, Đấng đã giải cứu họ khỏi đội xử tử chắc chắn là Đấng được tin cậy để giúp họ tìm cách về nhà.

Một loạt các phép lạ nhỏ đã xảy ra . . . một chiếc tắc xi không thể xuất hiện ở vùng đất không có người ở thậm chí người tài xế còn bằng lòng đưa họ đến biên giới mà không lấy tiền. Từ đó, họ đón một loạt các chuyến xe bằng cách sử dụng tập quán đi quá giang đã đi vào truyền thống. Nhưng điều đã xảy ra ngay trước biên giới Yugoslavia và biên giới nước Ý thì thật sự là một điều mầu nhiệm.

Đã bảy giờ tối mà hai cô vẫn còn cách biên giới Ý vài cây số, đang khi tìm xem phải quyết định làm gì. Họ không có tiền Ý. Liệu quá giang xe vào đất Ý ban đêm có an toàn không?

Ngay lúc ấy, một chiếc ô tô bóng loáng dừng lại bên cạnh. Evey ra dấu cho người lái xe, trở về hướng họ muốn đi – qua bên kia biên giới. Người đàn ông gật đầu không nói gì cả, cho hai cô gái và hành lý của họ vào sau xe rồi hướng thẳng đến biên giới. Đến nơi, họ thấy một dãy dài các xe hơi đang đợi kiểm tra và xét thẻ thông hành, người lái xe tăng tốc, tự động rẽ vào một đường riêng biệt và chạy thẳng qua bên kia biên giới Yugoslavia với một cái vẫy tay nhẹ nhàng.

"Người này là ai vậy?" Reona tự hỏi "Hẳn ông ta phải là một viên chức cao cấp của Yugoslavia mới rời khỏi một xứ Cộng sản dễ dàng như vậy!" Nhưng họ lại còn sửng sốt hơn khi đến tại Ý. Một lần nữa một đoàn xe dài đang kiên nhẫn đợi chờ để được thông qua và được cho vào. Lần này người lái xe thậm chí còn không chạy chậm lại hoặc vẫy tay nữa. Ông ta quẹo sang một làn đường ở phía ngoài và chạy thẳng vào bên trong nước Ý, đỗ lại ở một trạm xe buýt. Ông đặt một đống tiền vào tay Reona, ngước nhìn cô và cuối cùng nói những lời đầu tiên "Đón xe buýt đến Trieste, từ Trieste đi xe lửa".

Chỉ thế thôi. Ông phóng xe đi mất. Nhưng theo chỉ dẫn đó, họ đã đón xe buýt đến Trieste và từ Trieste họ đi tàu lửa đến Lausanne, Thụy sĩ. Nhờ số tiền ít ỏi họ có, cộng với số tiền mà người khách lạ yên lặng cho, họ vừa đủ chi phí để về đến nhà.

Câu chuyện này có vẻ xa lạ hoặc vượt khỏi tầm mức kinh nghiệm của bạn chăng? Có phải Đức Chúa Trời là Đấng thực hữu và thực tế, thậm chí có cả những chỉ dẫn chính xác để đưa họ về đến nhà cùng với sự cung ứng của Ngài chăng? Tôi tin khi đọc quyển sách này bạn cũng sẽ học được cách để tin cậy Ngài, bất cứ ở đâu và bất kỳ những thách thức nào mà bạn phải đối diện.

Trong lĩnh vực tài chính, có nhiều cách tin cậy Đức Chúa Trời. Chúng tôi có thể học tập để sống bằng đức tin trong sự cung ứng đa dạng của Ngài. Và chúng ta có thể bước ra và chứng kiến Ngài hành động vì lợi ích của chúng ta. Tốt nhất, chúng ta có thể học được những phương pháp của Ngài. Một khi bạn kinh nghiệm đời sống đức tin, điều đó sẽ phá hỏng việc tìm kiếm theo cách bình thường.

Khi người ta quan sát sự tăng trưởng nhanh chóng của một số người và chức vụ công tác trong tổ chức Thanh Niên Với Sứ Mạng (YWAM), họ thắc mắc làm thế nào mà nó có thể làm được quá nhiều việc và quá nhanh chóng như vậy. Tôi nói với họ rằng tôi không thành lập tổ chức YWAM (Thanh Niên Với Sứ Mạng) mà chính Chúa Jêsus đã thành lập. Tôi hầu như chỉ là người quan sát những gì Ngài làm đối với chúng ta với tư cách một hội truyền giáo, phương cách Đức Chúa Trời dẫn dắt chúng ta trong lãnh vực đức tin và tài chính, và một bí quyết quan trọng để tăng trưởng nhanh chóng. Nếu bạn không hiểu rõ Đức Chúa Trời cùng quyền phép mầu nhiệm của Ngài, thì bạn không thể hiểu làm sao điều đó xảy ra được.

Tôi muốn chia sẻ với bạn những nguyên tắc chúng tôi đã học được, để giúp các Cơ Đốc nhân nhìn thấy những đường lối của Đức Chúa Trời và học tập để tin cậy Ngài hơn. Trong thế giới hiện đại, mỗi người đều cần tiền bạc, bởi vì hầu hết những thứ bạn làm đều liên quan đến tiền bạc. Nếu bạn sẵn lòng, Đức Chúa Trời sẽ dẫn dắt bạn vào một lối sống nơi mọi sự đều được thực hiện bằng đức tin trong Ngài, kể cả việc làm thế nào để bạn có được tiền và cách bạn sử dụng tiền bạc của mình.

Sứ điệp này áp dụng được cho hết thảy chúng ta. Dành cho . . .

Những gia đình trẻ, cố gắng dâng phần mười khi thu nhập của họ không đủ dùng.

- Mục sư quản nhiệm Hội thánh đang vật lộn để làm thế nào trả lương cho nhân sự và sửa chữa nóc nhà thờ mặc dù lượng tiền dâng giảm sút.
- Những người đã tốt nghiệp trung học hoặc Đại học băn khoăn không biết phải chọn hoặc sự đảm bảo về mặt tài chính hoặc một điều nào đó tốt hơn.
- Những cặp vợ chồng đã về hưu, cố gắng thu vén cho đủ sống với số thu nhập nhất định.
- Người truyền giáo ở chốn tiền đồn cô độc băn khoăn về việc không biết làm thế nào về số tiền mình có cần.
- Những người lớn tuổi, hoặc trẻ tuổi, đang ra đi lần đầu tiên để bước vào chức vụ hầu việc Chúa trọn thì giờ, băn khoăn không biết liệu mình có thể tự túc được không.
- Những người thấy mình có được một số tiền để dành nhưng không biết phải sử dụng cách nào để sáng danh Chúa. Cuốn sách này cũng dành cho những người ao ước một điều lớn lao hơn, một sự tham gia hào hứng vào những gì Đức Chúa Trời đang thực hiện trên khắp thế giới.

Dù bạn đang ở trong hoàn cảnh nào, tôi khát khao được thấy bạn thực hiện bất cứ điều gì Chúa kêu gọi bạn làm; dù phải can đảm thế nào. Nhưng sự lựa chọn thuộc về bạn. Bạn có thể ổn định trong một nếp sống bình thường hoặc được cảm động để có một bước mới mẻ với Đức Chúa Trời – bạn có sẵn sàng sống trên bờ vực không?

2

BẠN ĐÃ TỪNG THẤY MỘT CHÚ CHIM LO LẮNG BAO GIỜ CHƯA?

Bạn đã từng thấy một con chim lo lắng bao giờ chưa? Con chim mà có những vết nhăn hằn trên trán nó? Có lẽ cặp mắt nó mệt mỏi và đỏ ngầu với những quầng thâm do nhiều đêm mất ngủ. Bằng cách nào đó, bạn biết được rằng nó đang cố gắng gánh chịu sự lo lắng vì không biết làm sao để trả số tiền thế chấp chiếc tổ của nó!

Chúa Jêsus đã dùng loài chim để làm ví dụ về cách chúng ta nên đối diện với vấn đề tài chính. Trong Ma-thi-ơ 6:26, Chúa phán rằng:

Các ngươi hãy xem loài chim trời, chẳng có gieo gặt, cũng chẳng có thâu trữ vào kho tàng, mà Cha các ngươi trên trời nuôi nó. Các ngươi há chẳng quý trọng hơn loài chim sao?

Không, bạn chưa hề thấy một con chim lo lắng bao giờ đâu! Chúng ta có thể học hỏi bí quyết sống giống như loài chim vậy. Chúa Jêsus bảo chúng ta không được lo lắng về những gì mình ăn, uống hoặc về những đồ mặc mà chúng ta cần. Thật vậy, Ngài phán, đời sống chúng ta phải khác biệt với những kẻ không tin là người phải chạy theo những thứ ấy. Chúng ta cũng phải vô tư lự như loài chim vậy.

Điều này có đúng với hầu hết những Cơ Đốc nhân mà bạn biết không? Điều này có đúng với bạn không? Điều gì sẽ xảy ra nếu như ngày mai bạn bị mất việc? hoặc nếu công việc làm ăn của bạn bị phá sản, hoặc những đầu tư của bạn trở nên không thuận lợi? Điều gì xảy ra nếu Đức Chúa Trời kêu gọi bạn bán hết mọi sự bạn có và đi hầu việc Chúa ở các hội truyền giáo? Liệu bạn có thể tin cậy Ngài trong những nhu cầu của mình không?

Đó là điều mà nhiều Cơ Đốc nhân gọi là sống bởi đức tin – ý họ muốn nói rằng những nhà truyền giáo hoặc những mục sư trong các hội thánh nhỏ là người hầu việc Chúa không lương và có thể không thường xuyên có những người chu cấp hoặc không hề có một thu nhập nào cả. Tuy nhiên, tôi muốn mở rộng cụm từ này. Chúa Jêsus muốn hết thảy chúng ta phải sống bằng đức tin như chúng ta sẽ thấy trong các chương tiếp theo của quyển sách này – Mọi người – được trả lương hoặc không được trả lương đều có đặc quyền chứng kiến Đức Chúa Trời cung ứng các nhu cầu của họ.

Nhưng trước hết, đức tin là gì? Và bạn làm thế nào để có được đức tin? Có phải đức tin bắt cặp mắt bạn phải nhắm lại và hoàn toàn tin cậy rằng ông già Noel là có thật không? Dù bạn có dễ tin đến đâu thì ông già Noel cũng không bao giờ có thật. Một ý tưởng như vậy hoàn toàn là do tưởng tượng. Ngược lại Đức Chúa Trời là Đấng có thật dù bạn có tin Ngài hay không. Sự hiện diện và quyền năng của Ngài không liên quan đến lượng đức tin bạn có nhiều hay ít.

Đức tin có đòi hỏi bạn phải loại bỏ lý trí và lao mình vào vách đá nguy hiểm của một tình huống bất khả thi không? Không đâu! Spren Kierkegaard đã phổ biến rộng rãi cụm từ "Một sự liều lĩnh của đức tin đui mù". Song đức tin theo Kinh Thánh thì không liều lĩnh và cũng không mù lòa nhưng là đức tin đang bước đi trong ánh sáng.

Kinh Thánh chép rằng: *"Vả, đức tin là sự biết chắc vững vàng của những điều mình đương trông mong, là bằng cớ của những điều mình chẳng xem thấy"* (Hê-bơ-rơ 11:1). Nói khác đi đức tin là tin rằng điều đó sẽ xảy ra trước khi nó xảy ra. Đức tin tin rằng bạn sẽ có được điều mình cần ngay cả khi bạn không có gì cả. Đức tin là sự bảo đảm vững vàng nơi bản tánh của Đức Chúa Trời, biết rõ rằng dẫu bạn không nhìn thấy được giải pháp cho nan đề của mình thì Đức Chúa Trời vẫn làm được.

Đức tin theo Kinh Thánh không phải chỉ là sự ao ước của suy nghĩ – nó không dựa trên việc vì mong muốn cho những tham muốn vị kỷ của bạn quá sức, nên bằng cách nào đó làm cho bạn có được "đức tin" và được những điều đó. Cũng không phải đó là một sự tập trung nào đó của "các sức mạnh" tâm trí hoặc tâm linh của bạn để được điều bạn muốn.

Đức tin dựa trên Kinh Thánh đến từ việc . . .

. Biết rõ điều Chúa muốn bạn làm

. Vâng phục bất cứ điều gì Ngài bày tỏ cho bạn thực hiện, sau đó . . .

. Tin cậy Ngài để làm điều bạn không thể làm theo phương cách của Ngài và trong thời điểm của Ngài.

Có một bài thánh ca mà chúng ta thường hát, đó là "Tin cậy vâng lời, nào nhờ cách gì . . ." Tôi xin đề nghị, chúng ta hãy đảo thứ tự của các từ: "Vâng lời, tin cậy . . ." và để cho Chúa hành động.

Trong Rô-ma 10:17 chép rằng: ". . . đức tin đến bởi sự người ta nghe, mà người ta nghe, là khi lời của Đấng Christ được rao giảng". Đức tin đặt cơ sở trên việc nghe những gì Đức Chúa Trời phán với bạn qua lời đã được viết ra của Ngài – lời Logos – và trong lời lễ cụ thể, mạnh mẽ của Ngài dành cho riêng bạn – lời Rhema. Đức tin dựa trên Kinh Thánh không tuyên bố một điều gì đó lố bịch, rồi chờ đợi điều đó phải xảy ra. Dẫu cho Ngài có yêu cầu bạn phải làm một điều gì đó dường như bất khả thi, thì đó cũng sẽ không bao giờ là lố bịch cả. Đức tin dựa trên Kinh Thánh bắt đầu với việc nghe tiếng Chúa. Sự dẫn dắt thật của Đức Thánh Linh lời Rhema, không bao giờ mâu thuẫn với, hoặc lời Logos hoặc bản tánh của chính Đấng đã viết lời Logos.

Biết rõ điều Chúa muốn bạn phải làm là phần thứ nhất của đức tin dựa trên Kinh Thánh. Thứ hai là bước những bước vâng lời mà

Ngài tỏ cho bạn. Đức tin dựa trên Kinh Thánh đòi sự hành động về phía của bạn. Đó không phải là phần thụ động, tiêu cực.

Một điển hình đáng lưu ý của vấn đề này đã xảy ra vài năm trước, khi đang sống tại Trường Truyền Giáo của chúng tôi ở tại Thụy sĩ. Tôi thuộc trong một nhóm cầu thay cùng với các nhân sự trẻ tuổi, thì Chúa tỏ cho tôi một điều rõ ràng, sứ mạng của chúng tôi là chuẩn bị để bắt đầu một nông trại. Thật là một sự ngạc nhiên hoàn toàn. Chúng tôi nào có cầu nguyện cho chuyện nông trại, nhưng lời ấy đến với tâm trí tôi thật rõ ràng. Vào thời ấy, trong tổ chức YWAM, chúng tôi có một số đất đai được sử dụng cho việc huấn luyện và truyền giảng của các hội truyền giáo. Tôi thuật cho nhóm chúng tôi sự tỏ bày này, và chúng tôi hiệp nhau cầu hỏi Chúa hãy cho chúng tôi biết rõ có phải điều đó đến từ Ngài hay không. Tâm trí tôi mau chóng bắt đầu làm việc với ý tưởng ấy. Tôi có thể hình dung được nông trại là một nơi thích hợp để huấn luyện các nhà truyền giáo, cũng như cung cấp lương thực cho họ và những người khác.

Chẳng bao lâu, lời của Chúa đã được khẳng quyết với từng người hoặc từng cặp các anh em khác trong nhóm cầu nguyện; thế là chúng tôi kết thúc thì giờ của mình bằng sự tạ ơn Chúa. Chúng tôi tin cậy Ngài đã tỏ bày điều đó.

Ngày hôm sau là thứ bảy, trong lúc ra khỏi trường để tập chạy vào một buổi sáng mùa xuân mù sương, tôi băng ngang một trại gần trường. Một cuộc bán đấu giá đang diễn ra ở đó và tất cả các nông cụ đều được bán "xôn". Ngay lập tức, tôi biết mình phải làm một điều – một hành động của đức tin để tiếp tục đi tới cùng điều Chúa đã hứa ngày hôm trước. Tôi nhanh chóng quay về rủ Joe Portale và Heinr Siuter, hai nhân sự nói tiếng Pháp của chúng tôi. Chúng tôi quay trở lại bãi đấu giá kịp thời để mua được một chiếc xe ngựa, một cuộn dây thép gai và một thùng sữa.

Chúng tôi tôi chiếc xe ngựa về nhà bằng cách kéo nó như một toa móc đằng sau chiếc xe hơi. Rồi để nó ở bãi cỏ phía trước trường và dẹp hết các thứ khác cho đến khi Đức Chúa Trời ban cho chúng tôi một nông trại của chính mình. Tôi đoán điều đó trông hơi lố bịch đối với một số người, song chúng tôi đơn sơ đủ để tin rằng Đức Chúa Trời đã hứa và Ngài sẽ làm thành.

Cuối tuần, một trong các thành viên hội YWAM của chúng tôi, là một người châu Âu trở về nhà để thăm bố mẹ. Cô nói với cha mình, là một Mục sư người Thụy sĩ rằng "Đức Chúa Trời vừa cho chúng con biết chúng con sẽ có một nông trại!"

Một số các bậc phụ huynh hẳn sẽ tức cười hoặc thậm chí phê phán một câu nói như vậy. Nhưng bố của cô gái trẻ này tình cờ lại thuộc ban chấp hành của một giáo đoàn nằm trong một nông trại xinh đẹp (trị giá hơn một triệu đô-la vào thời điểm đó). Các vị lãnh đạo giáo đoàn nhận thấy rằng công việc của họ đã hoàn tất. Đã nhiều năm, họ vẫn đang muốn tìm một tổ chức Cơ Đốc để tặng lại nông trại đó.

Vì thế là chúng tôi được tặng không một nông trại trị giá một triệu đô-la! Khoảng chi tiêu lớn nhất của chúng tôi cho nông trại là 1000 Franc Thụy sĩ mà tôi đã trả cho chiếc xe ngựa, cuộn dây thép gai và thùng sữa! Suốt hai mươi năm qua, hiện nay nông trại này đang nằm ở Burtigny, Thụy sĩ là một địa điểm để môn đệ hóa những người trẻ và chu cấp lương thực cho nhiều nhân sự của các hội truyền giáo. Chiếc xe ngựa còn lại như vật trang hoàng cho bãi cỏ phía trước trường cho đến khi nó được chuyển đến nông trại. Tại đó cuối cùng nó đã rã ra từng mảnh do tác động của thời tiết. Dầu vậy, Heinz Suter (người hiện lãnh đạo công việc ở nông trại) đã giữ lại một mảnh của chiếc xe ngựa và dùng nó làm một bảng đồng kỷ niệm, khắc lời Kinh Thánh và anh ta tặng cho tôi. Vật kỷ niệm ấy luôn nhắc nhở tôi rằng Đức Chúa Trời sẽ chu cấp khi tôi bằng lòng bước những bước vâng phục bất cứ khi nào Ngài phán.

Bạn hãy nghĩ đến những phép lạ lớn lao trong Kinh Thánh. Chúng thường đòi hỏi những bước vâng lời trước nhất. Các bức tường của thành Giêricô đã đổ xuống, nhưng chỉ sau khi họ đã diễu hành suốt bảy ngày. Tướng quân Nahaman đã được chữa khỏi bệnh phung, nhưng chỉ sau khi ông đã thực hiện chuyến đi dài ngày, rồi sau đó phải nhúng mình bảy lần dưới sông Giôđanh, như lời truyền dạy của tiên tri Đức Chúa Trời. Chúa Jêsus bảo người mù phải đi rửa mắt ở tại ao Silôê trước khi ông được chữa lành, Phierơ được bảo hãy đi câu cá để lấy đồng tiền và ông đã tìm thấy nó trong miệng của một con cá. Những bước vâng lời cụ thể sẽ dẫn đến phép lạ.

Phần thứ ba của đức tin là tin cậy Đức Chúa Trời thực hiện phần của Ngài.

Bất cứ khi nào chúng ta nói về sự tin cậy, chúng ta cũng phải biết rõ rằng Đấng mà chúng ta được kêu gọi để tin cậy nơi Ngài. Hãy thử tưởng tượng một người làm ăn buôn bán đến gặp bạn, yêu cầu bạn ký vào một hợp đồng, mà ông ta bảo "Anh không cần đọc hết văn kiện làm gì, cũng không cần biết gì về công ty cũng như các dịch vụ chúng tôi đang quảng cáo, chỉ cần tin tôi!". Liệu bạn có tin được ông ta không?

Đó là lý do vì sao lòng tin cậy và đức tin đặt nơi Lời Chúa phải được đâm rễ vững nền trong sự hiểu biết bản tánh của Đức Chúa Trời và những công việc mà Ngài đã làm. Nghiên cứu những thuộc tánh của Đức Chúa Trời trong Kinh Thánh – tức là đã xem xét những lời hứa của Ngài được ghi trong bản hợp đồng (thường ghi bằng chữ nhỏ, dù rất quan trọng song dễ bị bỏ qua). Hãy đọc những câu chuyện về sự thành tín của Ngài, cả trong Kinh Thánh lẫn trong các thời hiện nay. Bạn hãy viết xuống tất cả những lần trong quá khứ khi bạn biết rõ ràng Đức Chúa Trời đã bày tỏ ra cho bạn. Và rồi khi bạn đã xác quyết cách sâu nhiệm về sự đáng tin cậy hoàn toàn của Ngài, bạn sẽ có được đức tin.

Đôi khi sống bởi đức tin có nghĩa là chờ đợi, là cho Ngài cơ hội hành động. Một nông gia mô tả điều đó cho tôi như vầy: Đức Chúa Trời bảo bạn hãy đi ra leo lên một cành cây lớn. Khi đã leo lên và nghe tiếng động! Bạn quay lại và thấy ma quỷ với một chiếc cưa máy, đang cưa cành cây bạn ngồi. Đức tin dựa trên Kinh Thánh bảo hãy cứ ở trên đầu ngọn cây ấy và theo dõi Sa-tan tiếp tục cưa cho đến khi toàn bộ cả cây đổ nhào với cả hắn trong đó . . . và bạn vẫn ở trên đầu ngọn cây của mình! Đó là đức tin. Không phải đức tin đặt nơi thân cây, cũng không phải đức tin đặt nơi cành cây. Mà là đức tin đặt nơi Lời Đức Chúa Trời và đức tin đặt nơi Đấng đứng đằng sau Lời Ngài.

Nhiều Cơ Đốc nhân không bao giờ chứng tỏ được sự đáng tin cậy của Đức Chúa Trời trong phạm trù này của đời sống họ – họ tự lo liệu cho mình về mặt tài chính, không bao giờ dám bước ra trong một hoàn cảnh bấp bênh! không hề dám làm một điều gì vượt khỏi bình thường. Thay vào đó, dường như họ đang hỏi các tài khoản có trong ngân hàng của họ như vầy "Ôi, tài khoản ngân hàng, cậu có cho phép tớ làm công việc này cho Đức Chúa Trời không?"

Những người lắng nghe tiếng Chúa phán sẽ tự họ khám phá ra rằng họ không thể nào hoàn thành công việc nếu không có sự giúp đỡ của Ngài. Họ sẽ bước những bước vâng lời, rồi sau đó để cho Đức Chúa Trời thực hiện phần của Ngài. Nói cách khác, đức tin dựa trên Kinh Thánh đòi hỏi bạn phải làm phần có thể làm được và giao cho Chúa phần không thể làm được. Đức tin chỉ hoạt động khi chúng ta không còn nguồn trợ giúp nào ngoài Đức Chúa Trời.

Tôi sẽ kể cho bạn câu chuyện về một thanh niên đã bước ra trong một tình huống bấp bênh đó. David Snider lúc ấy đang ở tại quần đảo British Virgin, giúp chúng tôi lo liệu những thứ còn thiếu sót cho các đội thanh niên chí nguyện trên các quần đảo khác nhau trong Kỳ Nhóm Mùa Hè của chúng tôi. Khi David đi đến St.John để mua đồ tiếp tế cho một đội, anh đã khám phá ra rằng đồ cung cấp tốn nhiều hơn khoản đã dự phòng. Anh phải trở về St.Thomas vào ngày Chúa nhật để dự các buổi nhóm, nhưng anh đã sử dụng tất cả các khoản tiền và không còn khoản riêng nào cho mình nữa. Anh cầu nguyện với đội thanh niên ở tại St.John và hết thảy đều thấy rằng anh phải lên đường ngay và trở về St. Thomas để kịp dự các buổi nhóm vào ngày Chúa nhật. Vấn đề duy nhất là làm thế nào để trả tiền tàu đây?

Đến ngày phải lên đường mà David vẫn không có tiền. Anh nhớ chuyến đi trước, tiền vé được thu vào giữa cuộc hành trình. Anh bắt đầu lên tàu, hơi ngần ngừ trước khi bước lên chiếc cầu thuyền. Anh đã thật sự lắng nghe đúng tiếng phán của Chúa chưa? Một lần nữa, một tiếng nói êm dịu bên trong anh rằng: Phải, hãy đi đi!

Anh tìm được một chỗ ngồi trên bong tàu giữa bảy mươi hành khách khác và không bao lâu sau đã bắt chuyện với những người ngồi kế bên anh – một Bác sĩ người Carib cùng với vợ ông ta. Họ lịch sự hỏi thăm anh về mục đích chuyến đi của anh giữa các quần đảo của họ, David đã giải thích một cách đơn sơ rằng anh đã ở đây với một nhóm thanh niên trẻ tuổi khác để nói về Chúa cho người dân vùng này.

Thời gian trôi đi thật nhanh chóng – quá nhanh đối với David, là người vẫn giữ được bầu không khí thoải mái tự nhiên trong lúc trò chuyện với các vị khách mới của mình. Họ sẽ nghĩ gì khi anh ta bị bắt gặp như một kẻ đi lậu vé sau khi đã chia sẻ về Chúa cho họ? Không lâu sau đó anh đã nhận ra người nhân viên trong đội hàng hải đang đến thu tiền vé. David tiếp tục cuộc trò chuyện vui vẻ, khẽ liếc xuống boong tàu để lưu ý bước tiến của anh ta đang tiến về phía mình.

Rồi người nhân viên đã đến, đứng ngay trước mặt David. Trong khi David cho tay vào chiếc túi trống không của mình thì vị Bác sĩ bảo "Ồ không, đây, hãy để chúng tôi trả tiền tàu cho anh!"

Có lẽ bạn chưa bao giờ ở trong hoàn cảnh của David. Và một lần nữa, có lẽ bạn khám phá ra chính mình trong những tình cảnh buộc phải có sự can thiệp triệt để từ nơi Đức Chúa Trời. Làm thế nào mà bạn biết chắc được rằng Đức Chúa Trời sẽ giữ chặt bạn khi ma quỷ cưa đi cành cây của bạn? Bí quyết chính là vâng lời Chúa và có được sự hiểu biết riêng tư với Đấng mà bạn đang tin cậy.

Chúa có thể kêu gọi bạn giữ một công việc với một khoản tiền lương; nếu bạn vâng lời Ngài, điều đó có thể dẫn đến đời sống đức tin. Nếu bạn tiếp tục lắng nghe Ngài, cầu hỏi Ngài để biết cách sử dụng tiền lương của mình như thế nào và vâng lời Ngài trong mọi lãnh vực, bạn sẽ được sống bởi đức tin.

Ngài có thể dẫn dắt bạn để thực hiện các cuộc đầu tư. Nếu những đầu tư đó được thực hiện trong ý muốn của Đức Chúa Trời, vậy là bạn đang sống bởi đức tin dù bạn kết thúc với một khoản lợi nhuận hay bị thua thiệt. Tôi được biết một nhà doanh nghiệp hiện nay vẫn thường được dẫn dắt để thực hiện các cuộc đầu tư vào Nước Cộng Hòa Nhân Dân Trung Hoa trong thời gian vài năm. Ông đã phải thua lỗ tiền bạc trong mỗi một chuyến đầu tư mạo hiểm đó, nhưng Chúa đã giúp ông kiếm được tiền ở các cuộc kinh doanh khác hầu cho các cuộc đầu tư dũng cảm của ông vào bên trong Trung Hoa có thể dọn đường cho các Cơ Đốc nhân đi vào đất nước này để truyền giáo. Ông cũng đã kết bạn với một số các nhà lãnh đạo chính phủ, và đã làm chứng cho họ. Tôi muốn nói rằng bạn tôi là một nhà truyền giáo đầy đức tin theo đúng ý nghĩa của từ ngữ ấy.

Đức Chúa Trời có thể kêu gọi bạn đi đến một quốc gia với tư cách một nhà truyền giáo mang ý thức truyền thống nhiều hơn. Có thể Ngài dẫn dắt bạn để chia sớt gánh nặng của bạn với những người khác ngõ hầu họ được đặc ân giùm giúp cho công việc của bạn. Hoặc, Ngài có thể bảo bạn ra đi mà không có đồng xu nào trong túi, không có mối liên hệ nào trong xứ sở đó, không có nơi chốn để ở hoặc làm việc khi bạn đến đó. Hoặc cách nào đi nữa, thì bí quyết để sống bằng đức tin không phải là nằm trong một phương pháp. Mà bí quyết là phải lắng nghe, vâng lời, và tin cậy Đức Chúa Trời. Khi chúng ta vâng lời Ngài, Ngài tham gia giải quyết những điều rắc rối trong đời sống chúng ta và bởi vì tiền bạc ảnh hưởng đến hầu hết mọi khía cạnh của đời sống, Đức Chúa Trời sẽ bước vào lãnh vực tiền bạc của chúng ta bằng nhiều cách thú vị nếu chúng ta để Ngài bước vào. Trước nay bạn vẫn thường nghe câu nói "Đó là thứ bạn có thể cất vào nhà băng!" Đức tin đặt nơi Đức Chúa Trời và lời Ngài phán với bạn là điều chắc chắn đó – bạn có thể mang nó đến nơi cất giữ của cải theo nghĩa đen.

3
TẠI SAO PHẢI SỐNG BẰNG
ĐỨC TIN

Vì sao Chúa muốn chúng ta phải sống bằng đức tin? Thứ nhất, việc sống bằng đức tin chứng tỏ cho chúng ta và cho thế gian biết Đức Chúa Trời thực hữu.

Khi còn là một sinh viên ở tại trường Đại học thuộc miền Nam tiểu bang California, tôi có biết một giáo sư dạy môn triết. Ông ta dường như luôn tìm cách để phá đổ đức tin đặt nơi Chúa của các sinh viên. Ông là một con người khôn ngoan, song rất cay đắng, là con trai của một vị Mục sư, ông đã mất đức tin và trong suốt học kỳ sáu tháng ông tìm cách thách đố bất cứ kẻ nào có đức tin. Có những câu hỏi ông đã đặt ra khiến tôi không trả lời được lúc ấy. Nhưng có một điều tôi không thể phủ nhận được đó là sự kinh nghiệm cá nhân. Tôi đã từng chứng kiến quá nhiều điều xảy ra mà chỉ Chúa là Đấng thực hiện được.

Tôi tin đó là lý do chủ yếu khiến Đức Chúa Trời đã dẫn dắt chúng tôi vào hội "Thanh Niên Với Sứ Mạng" để yêu cầu mỗi một nhân sự phải tin cậy Ngài trong các nhu cầu về tài chính của chính mình" đó là thức ăn, thức uống, đồ mặc (là những nhu cầu mà Chúa Jêsus đã đề cập một cách cụ thể trong Ma-thi-ơ 6:31-33) cũng như chi phí của chuyến đi. Hàng ngàn cộng tác viên từ hơn 100 quốc gia hiện đã và đang ra đi khắp nơi trên thế giới, nhận lấy lời thách thức, tin rằng nơi nào Đức Chúa Trời chỉ dẫn thì Ngài lo liệu. Và nơi nào Ngài dẫn dắt thì Ngài nuôi họ!

Thoạt đầu, tôi đã băn khoăn. Sự chỉ dẫn của Ngài thì đã quá rõ ràng, tuy nhiên có ba hoặc bốn nhóm truyền giáo khác mà tôi đã phải trả lương, ít nhất là cho các thư ký của họ và những người lo công việc nội bộ. Nhưng Chúa phán với chúng tôi rằng sẽ không có những công việc được trả lương trong hội Thanh Niên Sứ Mạng. Mọi người – từ chính mình tôi cho đến người tình nguyện trẻ tuổi nhất, từ thành viên trong đội truyền giáo cho đến người thợ máy sửa xe của tập thể – đều phải tin cậy Đức Chúa Trời trong việc bảo dưỡng cũng như các chuyến công tác của người ấy.

Tôi không hề nghĩ rằng đây là cách duy nhất để điều khiển một tổ chức truyền giáo. Đó chỉ là cách Chúa dẫn dắt chúng tôi.

Lâu về sau, tôi mới biết rằng hầu như tất cả các ban chấp hành các hội truyền giáo với hơn một nhóm các giáo sĩ đã ra đi hoạt động truyền giáo trên một nền tảng cũng giống như vậy, tức là mỗi cá nhân tin cậy Chúa và đích thân chịu trách nhiệm về việc tự cấp dưỡng cũng như các chi phí trong chức vụ.

Từ lâu trước khi chúng tôi nhận ra vì sao Đức Chúa Trời lại dẫn dắt chúng tôi theo cách này, chúng tôi đã có được sự xác quyết rõ rằng Đức Chúa Trời thực hữu. Hoặc phải đối đầu với những sinh viên Mácxít hung hãn ở tại một trường đại học Mỹ Latinh hoặc của những sinh viên Âu Châu thông minh đầy vẻ tự mãn bàng quan, thì chúng tôi vẫn biết rõ Đức Chúa Trời thực hữu. Hoặc Ngài phải hành động, hoặc chúng tôi không thể nào có được ngân quỹ dành cho chuyến truyền giáo để đến được đó, hoặc không có gì để ăn sau khi chúng tôi đã đến nơi.

Số lượng không quan trọng khi bạn đang tin cậy Ngài. Nếu bạn không có số tiền bạn cần vào thời điểm bạn cần đến nó, thì thâm hụt mười đô-la cũng như thiếu một triệu đô-la. Một lần nọ khi Darlence và tôi vẫn còn là những người mới lập gia đình, chúng tôi đang trên đường băng qua Chicago để đến buổi họp kế tiếp của chúng tôi ở Wisconsin. Tiền của chúng tôi cạn đi mau chóng, phần lớn vì quá nhiều lệ phí cầu đường. Tuy nhiên, nếu chúng tôi tính toán bảng chi tiêu sít sao của mình thì chúng tôi phải tính khoản mãi lộ ấy vào. Dường như cứ ít dặm là chúng tôi phải chạy chậm lại để lấy hơn một đồng 25 xu từ khoản dự trữ cứ teo dần lại để bỏ vào một chiếc phễu chữ V lớn bên đường.

"Nhìn này, Darl", tôi nói khi lục lạo những gì còn lại trong túi mình, và lôi ra được khoản lệ phí cuối cùng "Ba mươi lăm xu". Đó là 25 xu cho tiền lệ phí và 10 xu để gọi điện cho Mục sư Wilkerson khi chúng tôi đến nơi, ở tại Kenosha. Nàng bật cười khi tôi bỏ đồng 25 xu vào phễu và nhấn ga tiếp tục chạy vào đường cao tốc có lệ phí. "Cám ơn Chúa! Chúng ta vừa xong!", nàng nói. Tôi đồng ý nhưng niềm vui của tôi không được bao lâu.

Chúng tôi chưa đi được bao xa trước khi có một biển hiệu khác . . . cho chúng tôi biết phải giảm tốc độ và chuẩn bị nộp một khoản mãi lộ khác. Lạy Chúa, chúng con phải làm gì đây? Tôi nhìn sang Darl, nhưng nàng đã dốc cạn sạch ví rồi, xem xét thử còn đồng bạc nào vì lý do gì đó còn lẩn trốn nàng chăng. Chúng tôi cần phải có 25 xu và cần có ngay bây giờ.

Ngay khi đó, một ý tưởng chợt đến với tôi. Hãy tấp sang một bên và mở cửa sau. Tôi làm theo và kìa, giữa cánh cửa và khung sườn của chiếc xe, một đồng 25 xu nằm ở góc cuối. Một đồng xu lớn làm sao! Tôi chưa bao giờ trông thấy một đồng 25 xu lớn như thế trong đời.

Một sự trùng hợp chăng? Tôi không cho là như vậy.

Vào những lần khác, nhu cầu thường lớn hơn nhiều. Buổi đầu trong chức vụ hầu việc Chúa của chúng tôi, Darlene và tôi ở tại Edmonton, thuộc Alberta – Canada. Chúng tôi nhận được một cú điện thoại do người thư ký của mình từ Pasadena gọi về.

"Loren, tôi không biết chúng ta phải làm gì bây giờ?" Lorraine Theetge nói. Chúng tôi có thể nhận thấy giọng nói rõ ràng là căng thẳng của cô ấy dù qua đường dây dài "Chúng ta không còn khoản thu nhập nào trong lúc này hết, và tổng số tiền phải trả hiện nay đã lên đến . . . 5.200 đô-la!

Tôi bảo cô ta chúng tôi sẽ cố gắng để làm một điều gì đó. Nhưng khi gác máy, tôi cảm thấy hoàn toàn bị chìm ngập. Chúng tôi đã từng ở trong tình huống bấp bênh về mặt tài chính hàng tháng, nhưng hoàn toàn bất ngờ khi phải đối diện với một khoản nợ lớn như vậy.

Tôi buông mình xuống chiếc giường trong căn nhà nơi chúng tôi đang ở "Lạy Chúa", tôi kêu lên "Nhu cầu này là của ngài, con không thể giải quyết nổi!" Vài giây sau, chuông điện thoại lại vang lên chói tai. Lorrain gọi trở lại.

"Loren, thử đoán xem điều gì đã xảy ra?", giọng nói của Lorraine thật xúc động qua đường dây "Chúng tôi vừa nhận được một ngân phiếu hai ngàn đô-la từ một ngân hàng Anh". Cô ta tiếp tục cho biết đó là số tiền của một ân nhân ẩn danh thuộc một quốc gia trong thế giới thứ ba, và rằng ngân hàng Anh quốc chỉ mới báo tin đó cho văn phòng chúng tôi. "Và ông có biết còn gì nữa không ông Loren? Tôi đã gọi cho nhà băng chúng ta để hỏi tỷ lệ chuyển đổi đồng Anh sang đô-la ngày hôm nay là bao nhiêu và tính ra chính xác là 5.200 đô-la!"

Một sự trùng hợp ư? Không thể có được!

Việc Chứng Minh Đức Chúa Trời Thực Hữu

Một người bạn của tôi, Brother Andrew được nhiều người biết đến với danh hiệu "Nhà Buôn của Đức Chúa Trời" đã nói như vầy: Giả sử bạn phải băng qua một khu rừng rậm và có một con sư tử lặng lẽ tiến về phía bạn mà bạn không hề hay biết. Ngay lúc ấy ở đâu như từ trời rơi xuống, một quả dừa từ trên cây cao dội ngay vào đầu con sư tử và nó ngã lăn kềnh ra bất tỉnh. Bạn quay lại, kinh ngạc và hú vía. Đó có thể là một sự trùng hợp, chỉ là may mắn. Nhưng nếu như qua ngày hôm sau điều đó lại xảy ra một lần nữa thì sao? Một con sư tử khác lại phóng tới và có thêm một quả dừa nữa rơi trúng đầu nó, và rồi ngày tiếp theo cũng có một con sư tử khác và một quả dừa may mắn khác. Phải xảy ra bao nhiêu lần như vậy trước khi bạn có thể biết rằng đó không phải là sự tình cờ?

Trong hội truyền giáo của chúng tôi, mỗi năm có đến hơn 20.000 người tình nguyện tham gia hầu việc Chúa ngắn hạn cộng với hơn

7.000 nhân sự trọn thời gian, cùng cộng tác để làm chứng Tin lành qua các chức vụ hầu việc thường xuyên đặt cơ sở tại hơn 100 quốc gia trên thế giới. Các đội ngũ lưu động ra đi với tình yêu của Đức Chúa Trời đến với mọi miền dân cư trên đất. Những con người này được chứng kiến những vận may hoặc "trùng hợp" tương tự cứ lặp đi lặp lại. Một số anh em trong chúng tôi đã từng trải những điều đó ngay trong thập kỷ này. Tôi xin thuật lại cho bạn câu chuyện của một người lãnh đạo nhóm, tên anh ta là Neville Wilson, một người dân thuộc đảo Fiji, được sinh ra và nuôi dưỡng ở tại Tân Tây Lan, hiện nay là vị lãnh đạo hội YWAM ở tại Tonga và Nam Thái Bình Dương.

"Chúng tôi đang ở vào hoàn cảnh của một đội tiên phong ở tại Nadi, Fiji. Bảy thành viên trong tổ chúng tôi đều là dân đảo Fiji. Chúng tôi không thể đưa bất cứ người ngoại quốc nào vào với tư cách là một nhân sự bởi vì tình trạng giấy phép thị thực ở đây. Khi chúng tôi nghe rằng có các vị khách sắp sửa đến, chúng tôi thường phải đi bộ năm cây số đến phi trường. Không có tiền để đón taxi, nhưng cứ mỗi lần như vậy, Đức Chúa Trời đã dự bị để chúng tôi có thể đưa các vị khách của mình về nhà bằng Taxi.

"Một lần nọ, khi đón tiếp một người tại sân bay, chúng tôi đã gặp một người bạn địa phương, anh ta biếu cho chúng tôi một số tiền mà chẳng hề hay biết nhu cầu của chúng tôi. Đức Chúa Trời cũng đã dự bị cho chúng tôi có thêm lương thực cho các vị khách nữa. Thậm chí còn đủ tiền để đưa họ trở lại phi trường bằng taxi, rồi sau đó khi họ đã đi khỏi, chúng tôi đi bộ trở về, vui cười vì cách Đức Chúa Trời đã lại thực hiện điều đó một lần nữa.

"Trung tâm YWAM của chúng tôi là một ngôi nhà cũng giống như nhà của những người hàng xóm nằm ngoài các cánh đồng trồng mía, phần lớn là trải chiếu trên sàn nhà. Một buổi chiều nọ, khi chúng tôi đang ngồi vòng tròn, thì một phụ nữ địa phương bước vào với năm ổ bánh mì. Chừng đó đủ nuôi bảy người chúng tôi trong vài ngày. Nhưng 15 phút sau lại có người gõ cửa với nhã ý muốn biếu chúng tôi một số bánh mì. Sau đó có thêm một người hàng xóm đem cho thêm một số bánh mì nữa. Trong vòng một tiếng đồng hồ, chúng tôi đã được tất cả mười bốn ổ bánh.

"Sao chúng ta lại được cho nhiều bánh như thế này?" Vợ tôi thắc mắc "Hẳn là có ai đó sắp đến thăm?". Chưa đầy một giờ sau chúng tôi được biết rằng sắp có một nhóm gồm 15 người từ Tân Tây lan sẽ đến thăm vào tối hôm đó".

Những lần khác, Đức Chúa Trời đã ban cho Neville và Sue một điều có ý nghĩa hơn bánh mì, nhiều hơn các thứ cần thiết thật sự. Đó là vào ngày lễ Giáng sinh năm 1979, khi họ đang ở tại Maui thuộc Hawaii, trong một đội truyền giáo cùng với một số những người khác. Neville ngồi dưới vòng cổng trước ngôi nhà nơi họ đang ở, cảm thấy cô đơn. Cha anh đã qua đời trước đó vài tuần. Neville còn nhớ cha anh luôn luôn chuẩn bị một cái đùi lợn muối sấy khô cho bữa tối Giáng Sinh của họ.

Bất chợt, Neville ao ước "Ôi, mình muốn có một cái đùi giăm bông ngay bây giờ". Vài phút sau, một chiếc xe tải nhỏ, không mui, màu đen gầm rú, chở theo những người địa phương Hawaii trông thô bạo. Trước sự ngạc nhiên của Neville, họ rẽ ngay vào miếng đất phía trước nhà và một anh chàng to con đứng lên, ném một chiếc giăm bông vào anh và hét lên "Chúc Mừng Giáng Sinh!"

Lời Chúa phán trong 2 Sử ký 16:9 rằng: *Vì con mắt của Đức Giê-hô-va soi xét khắp thế gian, đặng giúp sức cho kẻ nào có lòng trọn thành đối với Ngài".*

Vị giáo sư Triết của tôi ở trường Đại học Nam Califonia đã dạy rằng không thể nào chứng minh được một khía cạnh tiêu cực của triết học. Nhưng bạn có thể chứng minh được khía cạnh tích cực của triết học. Lời Chúa chép rằng Đức Chúa Trời là thành tín, *người công bình bị bỏ, hay là dòng dõi người đi ăn mày* (Thi thiên 37:25). Đó là một khía cạnh tích cực của triết học có thể chứng minh được bằng cách đã được chứng minh qua những đồng tiền.

Hơn nữa, đức tin sẽ không là điều thật sự có nếu như nó không được minh chứng một cách thực tế trong thế giới thực hữu hằng ngày.

Một thử nghiệm đáng lưu ý để chứng tỏ sự thực hữu của đức tin được một thanh niên người Tô cách lan tên là George Patterson chứng minh vào những ngày sau thế chiến thứ II.

Tất cả bắt đầu với ba người thanh niên trẻ tuổi và một cuộc tranh luận ở tại một nhà hàng. George khẳng định rằng Kinh Thánh là Lời của Đức Chúa Trời – mỗi một lời đều là thật. Người bạn thứ hai của anh ta là một người theo thuyết bất khả tri, là người cho rằng không thể biết được bất cứ điều gì về sự tồn tại của Đức Chúa Trời hoặc các thứ phi vật chất, từ chối không chấp nhận bất cứ điều gì quá mang tính phi khoa học như thẩm quyền của Đức Chúa Trời, người bạn thứ ba của anh ta chỉ là một Cơ Đốc nhân trên danh nghĩa, không biết chắc Kinh Thánh là Lời Đức Chúa Trời, thậm chí cũng không chắc phần nào Lời Đức Chúa Trời trong đó nữa.

Cuộc bàn cãi sống động ấy tiếp tục kéo dài trong một lúc, lôi kéo sự chú ý của những người khách đang ăn bữa tối. Thế rồi George có một ý nghĩ táo bạo. Anh tuyên bố với hai người bạn mình rằng anh sẽ chứng minh Kinh Thánh một cách khoa học. Anh rút ví tiền ra khỏi túi.

"Tôi nói rằng có một Đức Chúa Trời, và Đấng ấy vẫn bày tỏ chính mình Ngài cũng như mục đích của Ngài cho con người biết, trong Lời Ngài và qua Lời Ngài . . ." Anh dốc sạch các thứ trong ví lên bàn ăn và đếm. Có tất cả hai bảng Anh và bảy đồng siling.

George nhìn thẳng vào mắt các bạn mình và tuyên bố "Tôi sẽ cho ai tất cả số tiền có trong nhà băng, không những thế tôi sẽ không bao giờ nghĩ đến các khoản tiền tiết kiệm của mình". Anh nói với họ rằng anh phải lên đường sớm để học Y khoa vào tháng 9 chuẩn bị cho việc truyền giáo.

"Tôi chỉ mang theo hai bảng Anh và bảy đồng siling này cộng với phiếu lương chốt. Trong khi ở tại Luân đôn suốt những tháng sắp tới, tôi sẽ không có một nguồn cung cấp hoặc sự cấp dưỡng nào về tài chính. Tôi sẽ chỉ có một mình Chúa.

"Tôi lập với các bạn một lời hứa", anh nghiêm trang nói "Tôi sẽ không nói với một người nào, ngoài hai bạn điều tôi dự định thực hiện, hầu cho đó sẽ là điều chỉ ba chúng ta và Chúa mà thôi. Tôi sẽ không nói cho bố mẹ tôi hoặc để cho một hội thánh nào hay một tập thể truyền giáo nào biết điều đó. Tôi sẽ không ăn mặc khác đi hoặc thay đổi kiểu sống để hàm ý cho mọi người biết rằng tôi đang thiếu tiền. . . bất cứ điều gì tôi cần, sẽ phải được Đức Chúa Trời chu cấp. Nếu như tôi phải cầu hỏi một con người để được cứu giúp thì tôi hứa với các bạn, tôi sẽ trở về nhà và không bao giờ còn nhắc đến việc chu cấp của Đức Chúa Trời hoặc niềm tin của tôi đặt nơi Chúa nữa".

George Patterson vì vậy đã bước vào cái mà anh gọi là "Trò Mạo Hiểm" với "sự tin cậy hoàn toàn nơi Đấng Toàn Năng". Trong trận đánh cuộc này, như mọi người đều biết, anh ta chỉ là một sinh viên xuất thân từ một gia đình giàu có đi học bằng tiền của mình mà không thấy thiếu thốn gì cả.

Tuy nhiên, ngay lập tức, Đức Chúa Trời đã bắt đầu sai phái những người đến với anh ta với những lượng tiền nhỏ. Họ nói "Chúa bảo tôi gởi khoản này cho anh.." Hoặc "cái này là Chúa cho, anh cứ nhận". Luôn luôn khác nhau, nhưng luôn luôn có mặt dù đôi khi chỉ trong vòng vài phút trước khi anh cần.

Ngoại trừ một điều: Số tiền không đến với anh đủ trọn một chuyến đi cần thiết để trở về nhà. Bởi vì không có toàn bộ tiền vé để đi từ Luân đôn, nên anh đi tàu thật xa chừng nào được chừng nấy, rồi sau đó đi bộ hai ngày nữa để đến được Tô cách lan. Sau này Patterson nói anh nghĩ rằng đó là một sự thử thách đức tin. Anh tin rằng Chúa muốn thấy trong hoàn cảnh ngặt nghèo như vậy anh có thể cứ tiếp tục tin cậy Ngài như thế nào.

Điều đó không những chỉ là sự đánh cuộc của một sinh viên muốn tự mình chứng minh lẽ phải cho các bạn. Kinh nghiệm tin cậy Chúa của George Patterson khi còn là sinh viên chứng tỏ đó là điều rất cần thiết cho việc anh đi đến Tibet. Vào những ngày đó Tibet không có mối liên kết với hiệp hội bưu điện Quốc tế – Phương tiện hỗ trợ thông thường của các hội truyền giáo cũng vô hiệu. Anh còn phải đối diện với các tư tế người Tibet với các sức mạnh huyền bí gây ấn tượng mạnh, rồi đến sự giam cầm và bắt bớ từ nơi tay của những người Cộng sản Trung quốc khi họ nắm quyền kiểm soát đất nước. Toàn bộ câu chuyện của anh ta được thuật lại trong tác phẩm của anh "God's fool" (Sự rồ dại của Đức Chúa Trời). Nhưng trước khi đặt chân tới Tibet hoặc Trung quốc, anh đã chứng minh được Kinh Thánh là thật. Anh đã liều mình và đã thắng cuộc.

Nhìn Thấy Đức Tin Của Bạn Gia Tăng

Nếu lý do thứ nhất của việc sống bằng đức tin là để chứng minh sự thực hữu của Đức Chúa Trời, thì lý do thứ hai là để nhìn thấy đức tin của chúng ta gia tăng. Hết thảy chúng ta đều được ban cho một lượng đức tin. Theo Rôma 12. Đức tin là một sự ban cho. Nhưng qua sử dụng, đức tin phải được lớn lên. Đức tin gia tăng khi chúng ta thực hành nó. Điều đó cũng giống như việc tập thể dục – sự khác nhau giữa những người thuộc hội Arnold Sehwarzeneggers với những người còn lại trong chúng ta là sự cam kết của họ để gia tăng sức mạnh và làm rắn chắc các bắp thịt bằng việc tập luyện "Không chịu gian khổ thì sẽ không thâu đạt được kết quả". Họ đã nhắc nhở chúng ta khi nêu một gương về tính chịu khó để chúng ta học hỏi.

Trong đời mình, đã có giai đoạn tôi cực kỳ yếu ớt. Trong nhiều ngày, tôi không thể nhấc đầu lên khỏi gối. Rồi một ngày nọ, tôi đã có thể nhấc đầu lên được một tí. Tôi vẫn cứ tiếp tục làm thế, bởi vì đó là tất cả những gì tôi có thể làm được. Sau một thời gian tôi lớn lên và đủ mạnh để xoay trở trên giường mình. Sau vài tháng, tôi có thể di động, nhưng chỉ bò được thôi. Tôi không đứng hoặc nói được. Thế rồi một ngày kia, khi đã tròn một tuổi, cuối cùng tôi đứng lên được và đi chập chững.

Thậm chí lúc ấy, vẫn còn một vấn đề gây khó khăn cho tôi, được gọi là lực hút. Tôi có thể bước vài bước và ngã nhào, cứ như vậy mãi, song khi tôi vận động mỗi ngày, chống lại sức hút thì dần dần tôi trở nên vững mạnh hơn, và ít ngã hơn. Cuối cùng, tôi thậm chí còn chạy và nhảy được.

Tôi nhận thấy kinh nghiệm của mình không có gì là khác biệt so với mọi người. Nhưng bạn có bao giờ suy nghĩ đến quá trình Đức

Chúa Trời đã dự định khi cho chúng ta phải kinh qua giai đoạn thơ ấu chăng? Nếu như không có lực hút thì có phải là mọi sự sẽ dễ dàng hơn không? Những đứa bé chập chững có thể nhảy hoặc lướt hỏng trên mặt đất thay vì phải vật lộn để đứng được. Nhưng cuộc vật lộn ấy là điều cần thiết để giúp cho các bắp thịt của chúng ta phát triển.

Tương tự, nếu chúng ta chẳng bao giờ có các nhu cầu trong đời sống, nếu chúng ta có thể làm mọi việc mà không cần đến sự giúp đỡ của Đức Chúa Trời, thì làm thế nào chúng ta có thể học tập để tin cậy Ngài. Các môn đồ đã kêu lên rằng: *"Xin thêm đức tin cho chúng tôi!"* (Lu-ca 17:5). Họ đã từng thấy Chúa Jêsus làm rất nhiều phép lạ. Chắc chắn Ngài có thể lập tức truyền lại đức tin cho họ. Nhưng họ đã phải đi qua một quá trình như chúng ta vậy. Cũng như sự sống được hà hơi vào chúng ta, đức tin là một sự ban cho của Đức Chúa Trời. Nhưng để cho đức tin gia tăng, nó phải được sử dụng và thử nghiệm.

Sheila Walsh được hàng triệu người biết đến bởi chức vụ hầu việc của cô trong lãnh vực âm nhạc và công tác với tư cách phụ tá người dẫn chương trình truyền hình Cơ Đốc "Câu Lạc Bộ 700". Nhưng trước khi tên cô ta trở nên quen thuộc với rất nhiều người như vậy, cô cũng là một thiếu nữ trẻ đã bước ra để đức tin non trẻ của mình được thử nghiệm, Sheila đã được nghe về một cuộc truyền giảng của hội Thanh Niên Sứ Mạng đang được hoạch định trong các Cuộc Đại Hội Olimpic Mùa Hè ở tại Montreal vào năm 1976. Là một sinh viên ở tại trường Cao Đẳng Kinh Thánh Luân Đôn, cô khao khát được ra đi và làm chứng niềm tin của cô với những người khách của Đại Hội Ôlimpic từ khắp nơi trên thế giới.

Khó khăn duy nhất đó là cô không có tiền, cô nói "Vào lúc ấy, cô không đủ tiền để sắm một cái quần jean mới nữa, chứ đừng nói đến chuyện mua một vé máy bay đi Canada". Thế nhưng cô đã cầu nguyện và cảm thấy một sự đảm bảo mạnh mẽ rằng cô phải đi Montreal. Sheila cũng tin rằng cô không phải nói với ai về nhu cầu của mình, mà chỉ cầu nguyện với Chúa thôi.

Thế rồi, trong giữa những tuần lễ ấy, số tiền cũng đã đến, từng ít một. Người ta bắt đầu gởi cho cô những khoản tiền nhỏ, gần đến số cô cần. Sheila đã có đủ tiền vé máy bay khứ hồi từ Luân đôn đến Newyork, với một ít đủ để đón xe đến Montreal. Nhưng cô vẫn còn cần đến 70 đô-la để từ Montreal về NewYork.

Sheila không băn khoăn lắm. Há không phải Đức Chúa Trời đã lo liệu hàng trăm đô-la cho cô lên đường rồi sao? Cô đến Montreal và hưởng hai tuần lễ truyền giảng với 1.600 anh em tình nguyện khác của chúng tôi từ nhiều quốc gia đến. Mỗi ngày, cô đi ra các đường phố và công viên thuộc Montreal để làm chứng. Và mỗi ngày cô chờ đợi để xem Đức Chúa Trời đưa cô về quê nhà như thế nào.

Gần cuối kỳ họp mặt, tôi tập họp tất cả 1.600 anh em tình nguyện để dự một buổi nhóm ngoài trời ở bãi cỏ phía trước tòa nhà cũ mà chúng tôi đã mua làm trung tâm huấn luyện. Mặc dù lúc ấy tôi chưa biết Sheila, song tôi biết rằng có nhiều thanh niên đã tin cậy Chúa để đến đây dự nhóm dù không mua nổi vé khứ hồi. Tôi hỏi những ai có nhu cầu về tài chính hãy đứng lên và bước tới phía trước đám đông. Hàng trăm người đã tiến lên phía trước. Sau đó tôi bảo mọi người hãy cúi đầu và cầu hỏi Chúa để tỏ cho họ biết ai là người họ cần đi đến và cần cho họ bao nhiêu.

"Và đừng bỏ việc dâng hiến chỉ vì chính mình đang có nhu cầu". Tôi nhắc nhở số người đang đứng ở phía trước.

Sheila nhớ rằng cô nghĩ như vầy "Tuyệt quá! Đây chính là chỗ mình sẽ kiếm được 63 đồng nữa, vì mình đã có được 7 đồng rồi. Nhưng thật là ngạc nhiên Sheila nhận được một cảm giác mạnh mẽ bảo cô hãy dâng hết 7 đồng cô đang có. "Chúa không thể bảo mình làm như vậy", cô nghĩ "Cho đi số tiền duy nhất mình có thì chắc chắn là một hành động vô trách nhiệm".

Tuy nhiên, Đức Thánh Linh vẫn tiếp tục thúc giục cô cho đến khi cô không thể nào từ chối được sự chỉ dẫn của Ngài. Cô khẽ bước đi quanh nhóm người ấy, ai nấy đều đang cúi đầu khẩn thiết cầu nguyện hoặc đang ôm chặt một người nào đó và trao tiền vào tay người ấy. Thật là một cảnh tượng lạ lùng và kỳ diệu.

"Lạy Chúa, Ngài muốn con trao cho ai số tiền 7 đồng này?" Sheila cầu nguyện. Và rồi cô trông thấy một cô gái tóc vàng, và cô biết mình phải trao số tiền cho cô bé này. Khi Sheila dúi 7 đồng vào tay cô bé tóc vàng, cô ta siết chặt Sheila và cười thật rạng rỡ "Đây đúng là số tiền em cần!"

Lòng đầy khích lệ, Sheila tìm về lại chỗ của mình. Nhưng đến lúc ấy, buổi nhóm đã kết thúc và mọi người ra về. "Chúa ôi, còn số 70 đồng của con thì sao? Con đã vâng lời, và bây giờ con sắp sửa phải sống ở Canada đến hết đời!"

Cô tìm thấy một chỗ yên tĩnh bên bờ một con sông nhỏ nằm sau trung tâm YWAM. Cô ngồi xuống đó và tuôn đổ mọi lời than trách với Chúa. Sau một lúc, cô nghe tiếng Ngài phán bên trong lòng mình "Sheila, con tin cậy Ta, hay con chỉ tin những gì con hiểu được mà thôi?". Cô gục đầu xuống và để mặc cho nước mắt tuôn tràn, xin Chúa tha thứ cho mình vì sự vô tín.

Sáng hôm sau, mọi người thu xếp ra về. Những chiếc xe tải, xe buýt đang rời khỏi khuôn viên để đến phi trường, bến xe hoặc ga xe lửa, hoặc đến các trung tâm YWAM trên các vùng đất khác thuộc Bắc Mỹ hoặc Nam Mỹ. Sheila bước ra giữa ánh nắng rực rỡ với ba lô trên lưng, một chiếc bao ngủ và túi trống rỗng. Cô cảm tạ Chúa vì một ngày mới và về điều mà cô đang học tập để an tâm tin cậy Ngài.

Trong lúc đợi ở bên ngoài cùng với những người khác tiến đến chỗ xe buýt đậu, cô nghe có ai gọi tên mình.

"Sheila Walsh? Ai là Sheila Walsh?". Cô quay lại, và thấy một trong những phụ nữ trẻ làm việc trong ban điều hành "Có một sự nhầm lẫn trong số tiền cô trả cho thời gian ở lại đây", cô ta giải thích "Cô đã trả dư". Sheila bóc chiếc phong bì vừa được ấn vào tay mình. Cô lôi ra bảy tờ mười đồng. Thế rồi xe buýt đến đưa cô ra bến xe.

Những phép lạ cũng như những sự cung ứng đầy kịch tính như vậy không xảy ra mỗi ngày, nhưng đó chính là những dấu ấn để nhắc nhở chúng ta về sự thành tín của Đức Chúa Trời vẫn có từ năm này qua năm khác. Những sự cung ứng đặc biệt như vậy không chứng tỏ sự thuộc linh của chúng ta, mà thật sự chứng tỏ cho chúng ta biết rằng Đức Chúa Trời thật lớn lao đủ cho bất cứ một tình huống hoặc thử thách nào.

Đức Chúa Trời đã dẫn dắt dân Y-sơ-ra-ên trong đồng vắng suốt bốn mươi năm, cung ứng lương thực từ trời, nước từ vầng đá, và áo xống chẳng hề hư mòn. Ngài phán với họ vì lý do nào Ngài làm điều đó *"Hãy nhớ trọn con đường nơi đồng vắng mà Giê-hô-va Đức Chúa Trời ngươi đã dẫn ngươi đi trong bốn mươi năm này . . . để khiến ngươi biết rằng loài người sống chẳng phải nhờ bánh mà thôi, nhưng loài người sống nhờ mọi lời bởi miệng Đức Giê-hô-va mà ra"* (Phục truyền 8:2-3).

Đức Chúa Trời hiện vẫn đang cần một dân tộc bằng lòng sống theo cách ấy, không nhờ cậy vào những phương tiện của chính mình để xem đó như là một cách kiếm sống, cũng không nhờ cậy vào một tổ chức nào thuộc về đời này, nhưng trông cậy nơi chính Ngài.

Nhiều dân tộc ngày nay đang ở ngưỡng cửa của sự phá sản. Nền kinh tế của thế giới thật dễ đổ vỡ, gắn bó với nhau bằng một chính quyền đặt niềm tin trên một chính quyền khác, bởi một cá nhân đặt niềm tin trên một cá nhân khác và bởi những người đặt niềm tin vào một hệ thống tiền tệ bởi vì chính quyền dựa trên hệ thống tiền tệ đó.

Sau một trong các kỳ kiểm tra sức khỏe hàng năm của bố tôi, bác sĩ tuyên bố ông "vô cùng nhu nhược!". Bố tôi trả lời với ánh mắt tinh nghịch "Thế thì tôi thật sự lo sợ đấy bác sĩ ạ".

Chúng ta không thể đặt đức tin mình trên bất cứ tổ chức nào của loài người, chúng đều sẽ sụp đổ. Bạn có thể bỏ tiền vào những chương trình bảo hiểm hoặc các cổ phần và trái phiếu, hoặc tiền trợ cấp hàng năm. Những thứ ấy chẳng có gì là sai. Nhưng đừng đặt đức tin vào đấy. Hãy đặt lòng tin cậy của bạn vào điều cao hơn con người. Tôi đã khám phá được rằng, con người ta vì xu hướng ích kỷ, đôi khi ngay cả trong một nổ lực nhằm giúp đỡ người khác đã không giúp được mà lại làm hỏng việc. Tôi không tin cậy loài người.

Nhưng tôi tin những người nam người nữ thuộc về Đức Chúa Trời và tôi tin cậy Đức Chúa Trời. Tôi cũng tin Ngài cai trị và thậm chí kiểm soát những kẻ gian ác dưới quyền của Ngài.

Chúng ta cần phải nhìm xem Đức Chúa Trời như là nguồn cung ứng thật sự của mình. Khuynh hướng tự nhiên của lòng người ta là luôn hướng đến sự độc lập tách rời sự lệ thuộc vào Đức Chúa Trời và người khác. Có phải đó là lý do khiến Chúa Jêsus dạy chúng ta hãy cầu nguyện "xin cho chúng tôi đồ ăn đủ ngày" không? Hãy lưu ý, Ngài không dạy chúng ta phải cầu xin đồ ăn cho tuần lễ kế tiếp, mà chỉ xin trong hoàn cảnh có cần lúc ấy. Sự lệ thuộc mỗi ngày nơi Chúa cho chúng ta biết chúng ta đang ở trong ý muốn của Ngài đang vâng phục Ngài. Mỗi ngày chúng ta có thể ngửa trông nơi Chúa hơn là nơi con người.

Những người tin cậy rằng Chúa sẽ lo liệu các nhu cầu cho họ đang lúc ở trong chức vụ hầu việc, đặc biệt cần phải ghi nhớ điều đó. Rất dễ để chúng ta để mắt vào những con người mà Chúa đã dùng trong quá khứ để đáp ứng các nhu cầu của chúng ta. Khi có một quyết định về mặt tài chính, nếu không cẩn thận thậm chí chúng ta cũng bực bội những người không dâng hiến. Chúng ta phải chống lại những khuynh hướng nhờ cậy vào thế giới hiện hữu thay vì thế giới mà mắt trần không thấy được. Điều không thấy được thật sự bảo đảm và đáng tin cậy hơn. Đức Chúa Trời phán rằng trời đất sẽ qua đi, nhưng Lời Ngài sẽ chẳng hề qua đi. Ngài yêu thương chúng ta và quan tâm đến mọi lãnh vực của đời sống chúng ta cũng như từng nhu cầu của chúng ta. Và Ngài sẽ minh chứng Chính Mình Ngài cho chúng ta cũng như cho thế gian bằng cách chăm lo cho chúng ta.

Lắng Nghe Tiếng Chúa Và Học Biết Các Đường Lối Ngài

Một lý do khác nữa của việc sống bằng đức tin là học tập cách biết lắng nghe tiếng Chúa và vâng lời Ngài. Chúa phán rằng Cha chúng ta trên trời biết rõ điều chúng ta cần trước khi chúng ta xin Ngài. Vậy sao Ngài lại muốn chúng ta cầu xin? Đức Chúa Trời muốn giữ cho mối thông công với chúng ta được mở rộng. Nếu chúng ta tin cậy Ngài trong lãnh vực tài chính, Ngài phải dẫn dắt từng bước đi của chúng ta. Ngài cần sự tập trung trọn vẹn của chúng ta để dạy dỗ chúng ta về bản tánh của Ngài, đường lối và quyền năng của Ngài.

Bạn hãy nhớ rằng dân Y-sơ-ra-ên biết các công việc Ngài, nhưng Môise thì biết các đường lối Ngài (Thi thiên 103:70). Ngài muốn chúng ta hiểu biết Ngài cách thật sâu nhiệm để có thể tin cậy Ngài nhiều hơn, và Ngài sẽ đặt để những tình huống đặng chúng ta có thể học biết đường lối Ngài trong khi tiếp nhận sự cung ứng cho các nhu cầu của mình.

Vào năm 1972, chúng tôi dự định tổ chức tại Munich thuộc Đức Quốc một cuộc truyền giáo lớn rộng nhất vào thời đó nhân khi có Thế vận hội Olimpic Mùa Hè.

Tuy nhiên trở ngại lớn nhất mà chúng tôi phải vượt qua là vấn đề nhà ở. Chúng tôi dự tính có một ngàn công tác viên từ khắp nơi trên thế giới đến. Nhưng sẽ cho họ ở đâu? Tất cả các khách sạn, các quán trọ thanh niên, các phòng trọ, thậm chí đến các dinh thự của tư nhân với các phòng phụ đều đã được đặt chỗ trước hàng tháng rồi.

Đã nhiều tháng rồi cho đến khi chúng tôi cần nơi ăn ở cho các công tác viên. Một nhu cầu cấp bách hơn nữa là chỗ để đặt máy in của chúng tôi. Chúng tôi đã nhận được tiền dâng cho các văn phẩm truyền giáo, nhưng cần phải tiết kiệm hơn nữa để mua một chiếc máy in Heidelberg và cùng với các nhân sự tình nguyện tự in lấy các văn phẩm. Chiếc máy in lớn sẽ được giao trong vài ngày tới, mà chúng tôi vẫn chưa có chỗ để nhận nó. Chúng tôi cử hai thanh niên là Gary Stephens và Doug Sparks để tìm chỗ.

Từ Đức, Gary gọi về cho tôi "Loren này, chúng tôi đã tìm được một chỗ cho máy in rồi"

"Cái gì cơ, Gary? Một nhà kho ư?"

"Phải, đúng, nhưng nó được gắn liền với một lâu đài của thế kỷ thứ mười sáu trong một thị trấn có tên là Hurlach. Tòa lâu đài đó đang được kêu bán!"

Bằng cách nào đó, ngay khi nghe anh báo như vậy, tôi đã biết tòa lâu đài ấy thuộc về chúng tôi mặc dù chúng tôi không có thêm tiền để mua bất cứ thứ gì.

Tôi đi cùng với hai người bạn, Don Stephens và Brother Andrew để gặp gỡ các chủ nhân. Trên đường đến đó, Đức Chúa Trời đã ghi sâu vào đầu óc tôi số lượng tiền phải đề nghị và thời điểm mà chúng tôi cần phải giữ quyền sở hữu. Khi đã gặp, chúng tôi nói cho họ biết những điều kiện của mình: Trong mười ngày chúng tôi sẽ giao khoản thanh toán thứ nhất là 100.000 đồng Mác (tức là khoảng 31.000 đô-la), nhưng chúng tôi cần được dọn vào tòa lâu đài ấy ngay ngày hôm sau (chúng tôi không còn cách lựa chọn nào khác. Chiếc máy in phải được giao vào ngày hôm sau . . . đến chỗ nào đấy!)

Những người chủ hơi sửng sốt, nhưng họ đi riêng ra để trao đổi. Vài phút sau họ trở lại, đồng ý với giá chúng tôi đề nghị và giao chìa khóa tòa lâu đài. Một trong những người chủ bất động sản bảo "Các anh thật có một cách thương lượng để mua bất động sản khác thường. Các anh đi mua mà cứ như là đang mua cây cà rem ấy!"

Công việc mua bán thật dễ dàng. Chúng tôi nhận quyền sở hữu tòa lâu đài ngay đêm đó. Trong vòng một tuần lễ, 100.000 đồng mác từ nhiều nguồn cung cấp khác nhau ở tại Châu Âu đã được gởi tới. Mọi người đều cảm thấy được dẫn dắt để gởi chúng đến cho chúng tôi. Và chúng tôi dọn đến . . . ngay lập tức, chỉ vài giờ trước khi chiếc máy in Heidelberg đến nơi. Thật quá dễ dàng.

Tôi suy nghĩ "Điều này thật tuyệt diệu! Đức Chúa Trời phán với chúng ta và cho chúng ta các điều kiện, người ta đồng ý với điều kiện đó, thế rồi Đức Chúa Trời dẫn dắt con cái Ngài dâng hiến tiền bạc. Chúng tôi dọn vào một cơ ngơi và sử dụng nó cho sự hầu việc Chúa". Tôi mong là công việc lúc nào cũng được dễ dàng như vậy.

Tuy nhiên, Đức Chúa Trời muốn dạy dỗ chúng tôi các đường lối Ngài, để chúng tôi phải đặt lòng tin cậy nơi Ngài, chứ không phải nơi các phương pháp. Điều đó có nghĩa là phương pháp sẽ luôn khác nhau ở hầu hết mỗi thời điểm. Chỉ có là dẫu khác nhau thế nào thì chúng tôi cũng phải sớm học biết.

Lynn và Marti Green đã rời trung tâm của chúng tôi ở tại Thụy sĩ để đi tiên phong trong một công tác khác tại Vương quốc Anh. Một ngày nọ, Lynn gọi về, phấn khởi về một bất động sản mà anh cảm thấy Đức Chúa Trời muốn ban cho họ.

"Thật không thể tin được, Loren à", Anh ta nói với tôi qua điện thoại "Một tòa nhà cổ rất lớn của người Anh, rộng đủ để chứa 100 nhân sự và học viên. Gọi là Trang viên Holmsted. Tôi chưa bao giờ chọn một cơ ngơi quá lớn như vậy, nhưng Marti và tôi cùng các thành viên trong ban chấp hành đã cầu nguyện, và chúng tôi cảm biết điều đó đến từ Đức Chúa Trời".

Thật tuyệt vời, tôi nghĩ, lại thêm một tòa lâu đài nữa. Đức Chúa Trời thật quá tốt lành và việc tin cậy Ngài như vậy để mua các bất động sản lớn thật quá dễ dàng.

Tôi bay đến phi trường Heathrow, nơi Lynn và Marti cùng với bảy thành viên ban chấp hành của tổ chức Thanh Niên Sứ Mạng của Vương quốc Anh đón tôi. Giữa lúc đó, tôi cũng vẫn đang cầu nguyện. Tôi cũng đã đồng ý với họ rằng, phải, điều đó đến từ Đức Chúa Trời, không phải chỉ là điều phấn khởi và khao khát của con người mà thôi.

Chúng tôi lái xe đến Crawley rồi sau đó đến Trang viên Holmsted cách trung tâm Luân Đôn 37 dặm. Tôi thật không nghĩ đến sự thanh lịch tao nhã thuở xưa của tòa nhà ba tầng với các công trình xây dựng khác nhau ở xung quanh nằm trên mảnh đất 13 mẫu Anh (khoảng 52.000 mét vuông). Giá đặt bán là 60.000 bảng Anh (khoảng 144.000 đô-la vào lúc đó) kể cả 5000 bảng cho các đồ đạc trong nhà chính. Người chủ đã chia khu đất nguyên thủy ra như vầy: ba mẫu gồm một bể bơi, một sân bóng đá nằm bên một đường ô tô trong trang viên, cộng với ba mẫu ở bên kia đường được bán riêng rẻ. Phần còn lại là miếng đất có hình dạng của chiếc đàn ghita, mà cần đàn là một con đường xe ô tô chạy dài, không có cây cối dẫn đến trang viên oai nghiêm và các khu nhà chính.

Chúng tôi để chiếc xe tải của mình ngoài xa lộ và đi bộ trên đường ô tô vào trang viên và khu biệt thự cổ xưa đồ sộ này, chiêm ngưỡng lớp ván lót tường bằng gỗ sồi được chạm trổ bằng tay và những cửa sổ kính màu trong hành lang của sảnh đường. Trong lòng tôi có tiếng nói rằng: Đây là điều ta muốn ban cho con để làm trung tâm huấn luyện truyền giáo cho nước Anh.

Sau khi xem xét kỹ lưỡng các tòa nhà chính, nhiều người trong chúng tôi quyết định diễu hành vòng quanh chu vi bất động sản này, cầu nguyện xin Đức Chúa Trời ban nó cho chúng tôi. Chúng tôi khó khăn lội qua lớp đất bùn sình, lầy lội trong niềm phấn khởi tuyệt vời ngợi khen Đức Chúa Trời vì Ngài hẳn sẽ ban cho số tiền có cần (Lúc ấy hội YWAM ở Vương quốc Liên hiệp Anh mới chỉ có 200 bảng trong ngân hàng – đủ để trả cho việc tham quan khảo sát ngôi biệt thự)

Khi kết thúc cuộc "diễu hành bằng đức tin" của mình, thay vì quay trở lại lối đi không có cây cối dành cho xe ô tô dẫn ra xa lộ, chúng tôi quyết định cùng "kéo quân" đến chung quanh các lô đất kế cận "chiếc cần đàn ghita" – là vùng đất không được kể vào dự án: ba mẫu đất có bể bơi và sân bóng đá, cộng với ba mẫu đất nằm ở phía bên kia lối đi.

Sau cuộc diễu hành cầu nguyện ngày hôm đó, Lynn và Marti bắt đầu nói với các Cơ Đốc nhân tại Anh quốc về kế hoạch dự định mua lãnh địa Holmsted làm trung tâm huấn luyện truyền giáo. Trong vòng bốn tháng, 6000 bảng Anh đã được gởi đến, vậy là đủ để đặt cọc. Dường như đây cũng sẽ là một cuộc chinh phục dễ dàng nữa . . . giống như tòa lâu đài ở tại Đức.

Điều đó rồi cũng sẽ xảy đến vào đúng thời điểm.. Lynn và Marti cùng 22 nhân sự của họ đều ở tạm với những người bạn khác nhau, và trong vòng ít ngày nữa, rất đông người tình nguyện vào dịp hè sẽ đến và làm chứng trên các đường phố thuộc Crawley. Lynn và Marti không biết sẽ phải cho tất cả những công tác viên ấy ở đâu.

Tuy nhiên, chúng tôi đang ở trong một khóa huấn luyện đặc biệt hoàn toàn dành riêng cho chúng tôi, do Chính Mình Cha thiên thượng sắp đặt. Ngài quan tâm đến việc chúng tôi cần học tập các đường lối Ngài hơn là việc mua được các bất động sản dễ dàng cho công việc Ngài. Thật bất ngờ, trước sự bối rối và buồn bã của chúng tôi, trang viên Holsted đã nhanh chóng được bàn giao cho một người khác!

Chúng tôi đến với Chúa và cầu hỏi "Vì sao điều này lại xảy ra? Chúng con đã nghĩ rằng Ngài bảo nó thuộc về chúng con để làm trung tâm huấn luyện các hội truyền giáo cơ mà?". Không có câu trả lời . . . chỉ có sự bảo đảm yên lặng rằng Ngài đã có phán Trang viên Holmsted đã thuộc về chúng tôi.

Ngài đã xác quyết điều này bằng cách cảm động các bạn hữu Cơ Đốc dâng hiến cho việc mua Trang viên Holmsted, mặc dù họ biết khu đất này đã bán rồi, số còn lại của khoản tiền 60.000 bảng Anh đã đến đủ, và chúng tôi cẩn thận cất nó vào một trương mục ngân hàng riêng biệt.

Trong lúc ấy, Lynn đã thuê được một ngôi nhà lớn để cung cấp chỗ ở cho các công tác viên mùa hè. Sau mùa hè đó, chúng tôi tiếp tục đeo đuổi Trang viên Holmsted, song chúng tôi hoàn toàn thất vọng. Đến lúc này Lynn và Marti cùng với 40 cộng sự viên hiện đang cư ngụ trong một căn nhà nhỏ ở tại Luân Đôn, cùng dùng chung một phòng tắm theo một thời khóa biểu được quy định rất chặt chẽ!

Chức vụ hầu việc tiếp tục được phát triển. Họ đã có những đội ngũ đi vào trung tâm Luân Đôn và các vùng ngoại ô khác, họ vẫn tiếp tục tạo cơ hội cho các buổi huấn luyện đặc biệt trong căn hộ thuê chật hẹp của họ, thường rất buồn cười. Có một giáo sư Trường Kinh Thánh từ Hoa kỳ dành vài ngày giảng thuyết trong gian phòng rộng nhất của họ, đó là một buồng ngủ rộng 4m dài 5m, với những chiếc giường tầng được xếp chung quanh. Các học viên ngồi trên giường tầng và học giả Kinh Thánh nghiêm trang đường hoàng đứng bên cửa sổ rao giảng hết lòng.

Ngày tháng trôi qua, nhưng Đức Chúa Trời không để cho chúng tôi từ bỏ ý định đó. Trang viên Holmsted được chuyển từ người chủ thứ nhất sang một người chủ khác gấp ba lần giá tiền chúng tôi đã đặt giá lúc đầu!

Trong lúc đó số nhân sự của YWAM ngày càng phát triển, phải dời chuyển hết nơi này sang nơi khác. Cuối cùng, chúng tôi (hợp đồng) thuê lâu đài Ifield, một tòa nhà đặc sắc khác, nhưng đã có phần mục nát chút ít, cách Trang viên Holmsted khoảng 6 dặm (khoảng 9 km). Một lần nữa, việc sắp xếp được thực hiện ngay trước một vụ hè thu khác, các anh em tình nguyện chuẩn bị đến để làm công tác truyền giảng. Vấn đề duy nhất đó là, không có đồ đạc gì trong lâu đài Ifield cả.

Không đầy một tuần trước khi các anh em tình nguyện đến, Lynn lại tiến hành một cuộc thâm nhập vào Trang viên Holmsted, chỉ vì tò mò. Khi anh dừng xe, các công nhân ở đó đang khiêng đồ đạc ra. Anh hỏi thăm, người đốc công cho biết các chủ nhân mới đang tính mở một trường tư thục dành riêng cho nam sinh từ 7 đến 13 tuổi và họ muốn có những bàn ghế mới.

"Họ tính làm gì với số đồ đạc cũ này vậy?" Lynn hỏi, anh còn nhớ đó chính là số đồ đạc mà chúng tôi đã đặt giá 5.000 bảng Anh trong dự kiến ban đầu.

"Ôi, tôi đoán là họ sẽ mang ra đấu giá"

"Tôi mua được không?", Lynn hỏi. Chắc hẳn người đốc công cũng có một số quyền hành nào đó bởi vì ông hỏi "Ông trả giá bao nhiêu?", Lynn hít một hơi thật sâu và đáp "Một trăm bảng Anh". Người đốc công lột nón ra và nhìn quanh các công nhân, vẫn cẩn thận bốc dỡ đồ đạc từ ngôi nhà đến lối đi vòng tròn trong sân. Ông chụp vội chiếc mũ lại trên đầu, nhìn vào Lynn và đáp trả "Hai trăm bảng Anh". Rồi họ kết thúc với giá thỏa thuận là 150 bảng Anh. Thế là các thành viên của YWAM hoan hỉ thu nhặt các đồ đạc mà lúc trước họ đã phải thỏa thuận với giá 5.000 bảng Anh.

"Chúng tôi có cảm giác y như Giôsuê và Calép lúc mang những chùm nho khổng lồ từ Canaan về!" Lynn kể lại "Đối với chúng tôi, những đồ đạc ấy là một lời hứa về quyền thừa kế tương lai đối với Trang viên Holmsted".

Nhưng hãy yên tịnh, khi ngày tháng đã kéo dài thành các năm, thật khó để giải thích về sự chậm trễ cho những người đã dâng hiến tiền của là những người tin cậy chúng tôi trong việc mua Trang viên Holmsted.

Trong những năm đó, một lần Lynn gặp tôi ở tại sân bay Heathrow, Luân Đôn. Chúng tôi ngồi trong chiếc xe đang đậu của anh ấy và cầu nguyện với Chúa để xin Ngài bằng cách nào đó cho chúng tôi có thể tạ lỗi trước công chúng và hoàn trả 60.000 bảng Anh trong ngân hàng cho những người đã dâng tặng. Chúng tôi nghĩ chắc hẳn chúng tôi đã mắc sai lầm. Đức Chúa Trời đã không phán gì về Trang viên Holmsted. Ngài đã ban lâu đài Ifield cho chúng tôi thay vào đó. Thật ra đến lúc ấy lâu đài Ifield cũng đã quá đông đến tràn ngập, với 100 nhân sự cùng các gia đình.

Nhưng Đức Chúa Trời không để chúng tôi làm điều vô ích. Mặc dù Ngài đã quả quyết với chúng tôi rằng việc có lâu đài Ifield là đúng, song Ngài vẫn cho chúng tôi một sự xác quyết âm thầm rằng Lời Ngài vẫn không thay đổi từ bốn năm về trước. Chúng tôi cũng sẽ có Trang viên Holmsted. Chúng tôi có thể dễ dàng hiểu được Giô-sép đã cảm thấy thế nào khi ông ra khỏi xứ Ê-díp-tô, là nơi mà ông được rèn thử bởi Lời của Đức Giê-hô-va (Thi thiên 105:9). Nếu chỉ nói lời xin lỗi và bảo rằng chúng tôi đã bỏ lỡ cơ hội thì chắc là dễ dàng hơn nhiều.

Cuối cùng, vào mùa hè 1975, bốn năm sau lần chúng tôi thực hiện cuộc diễn hành cầu nguyện lội qua các bãi đất sình lầy xung quanh Trang viên Holmsted và các mẫu đất tiếp giáp, tín hiệu đã đến từ người chủ. Họ chấp thuận giá đặt đầu tiên của chúng tôi: 60.000 bảng Anh!

Cũng vậy, trong những năm ấy, những miếng đất nằm hai bên bất động sản có hình dạng chiếc đàn ghita đã tính thêm vào. Bây giờ với 60.000 bảng, chúng tôi có được bất động sản mà ban đầu chúng tôi đã cố gắng mua cộng với ba mẫu đất có sân bóng đá và bể bơi cùng ba mẫu đất trồng trọt ở phía bên kia nữa – là các phần đất mà chúng tôi đã kể vào trong cuộc tuần hành cầu nguyện bốn năm về trước.

Sau khi đã chuyển đến Trang viên Holmsted, chúng tôi lại có một cuộc diễu hành khác nữa, lần này là cuộc diễu hành ngợi khen Chúa với 175 thành viên Thanh Niên Sứ Mạng bước đầu trên lãnh địa ấy.

Chúng tôi đã có được quá nhiều, hơn cả một mảnh đất giá trị để sử dụng cho việc huấn luyện các nhà truyền giáo trẻ tuổi. Chúng tôi đã học tập được các đường lối của Đức Chúa Trời:

. Ngài đã tỏ cho chúng tôi thấy rằng khi Ngài phán, thì dẫu hoàn cảnh có nói khác hay các sự việc trở nên xấu đi, Ngài vẫn là Đấng làm mọi việc trôi chảy. Dẫu vậy không phải lúc nào mọi việc cũng dễ dàng như mua những cây kem đâu.

. Chúng tôi học biết rằng, khi Đức Chúa Trời đã cho thêm chúng tôi lâu đài Ifield, đôi khi Lời Ngài phán không phải là chúng tôi chỉ có cái này hoặc cái kia nhưng là có cái này và cả cái kia nữa.

Chúng tôi cũng đã học biết nhiều điều khác nữa kể cả việc Cha thiên thượng quan tâm đến chính chúng tôi hơn các bất động sản nhiều. Ngài muốn dạy chúng tôi các đường lối Ngài và nhìn thấy tâm tánh chúng tôi tăng trưởng, đức tin chúng tôi gia tăng, hơn là lập tức cung ứng các nhu cầu của chúng tôi.

Nếu Đức Chúa Trời quan tâm đến chúng ta nhiều hơn Ngài quan tâm đến tiền bạc, thì tiền bạc có chỗ nào để cai trị chúng ta? Há Ngài không làm gì được với tiền bạc ư? hay Ngài chỉ quan tâm đến lĩnh vực tâm linh thôi? Trong chương tiếp theo, chúng ta sẽ thấy hai lãnh vực này – Thuộc linh và thuộc thể có liên hệ với nhau như thế nào.

4

ĐỨC CHÚA TRỜI VÀ TIỀN BẠC

Bạn hãy thò tay vào túi và lấy ra một đô-la nếu có. Mở rộng tờ bạc ra và nhìn vào đó. Hãy nhìn vào mặt trước, có các hình vẽ và hình in khắc, lật sang bên kia và nhìn vào các dấu hiệu đặc biệt trên mặt sau. Nó là một tờ giấy ,được in khắc với sự pha trộn của mực đen và xanh lá. Một tờ giấy chứng nhận có giá trị cao với những sợi lông chỉ xanh đỏ trên nó. Đó chỉ là một tờ giấy và mực. Mỗi năm, chính phủ Hoa kỳ phát hành 1 tỷ 6 tờ một đô-la; 5,4 tỷ tờ năm đô-la, mười đô-la, hai mươi đô-la, năm mươi đô-la và một trăm đô-la. Những tấm giấy lớn màu xanh lá cây chạy qua máy in, được cắt và niêm cẩn thận, rồi chuyển chở đến các nhà băng trên toàn quốc để được cất giữ.

Đó là một loại hàng hóa đặc biệt, những chiếc máy in tương tự chỉ có thể sản xuất dễ dàng các thứ nhãn hiệu đủ loại. Nhưng những máy in tiền là thứ giấy cho phép giá trị công việc hoặc sản phẩm của một người được chuyển đổi thành một hình thức mà người ta có thể mang trong túi và trao đổi với các thứ hàng hóa khác hoặc các dịch vụ mà người đó cần, thậm chí mang theo đến nửa vòng trái đất cũng được. Đó là tiền.

Tuy nhiên, điều gì đó trong những mảnh giấy được in khắc này có thể hủy hoại một cuộc hôn nhân hoặc làm cho người nam người nữ phải hy sinh thì giờ nhàn nhã với gia đình và bạn bè, thậm chí cả sức khỏe để kiếm được chúng. Tờ giấy vô tội mà bạn đang cầm trên tay đã xô đẩy các thanh niên sống trong thành phố dụ dỗ các bạn bè họ nếm thử các chất kích thích giết người. Nó đã làm hỏng sự công nghĩa của người muốn bắt đầu đời sống ngay thẳng theo luật pháp. Lòng tham muốn tiền bạc đã dẫn người lớn đến chỗ thi hành cho trẻ những điều xấu xa không thể tả xiết, làm cho hàng triệu trẻ em phải ở trong tình trạng bị kinh doanh mại dâm. Sự tham muốn giàu sang thậm chí đã gây ra chiến tranh. Bằng cách nào đó, tiền bạc đã có được năng lực khủng khiếp để giành quyền kiểm soát linh hồn con người.

Sức mạnh của tiền bạc có thể mang lại sự sống hoặc sự chết. Tôi xin kể cho bạn nghe hai câu chuyện

Gần 20 năm trước, có một người ở miền Nam bang California đã dâng 2.000 đô-la cho tổ chức YWAM để mua một bất động sản nằm tại một quốc gia ở Nam Thái bình dương thuộc đảo Fiji, không xa phi trường ở Nadi lắm. Trong nhiều năm, bất động sản này đợi ở đấy. Cuối cùng, vào năm 1983, một đội ngũ do Neville Willson hướng dẫn đã đến để đi tiên phong trong một công tác lâu dài ở Fiji. Chúng tôi có kể về một số người trong câu chuyện của ông Neville trong chương trước. Họ bắt đầu sử dụng căn nhà đó, một cấu trúc xây dựng đơn giản, phần lớn giống như căn nhà của những người hàng xóm trong các cánh đồng mía. Căn nhà ấy được sử dụng cho rất nhiều công tác hầu việc, kể cả việc phát động một dây chuyền cầu nguyện liên tục 24 giờ cho công việc truyền giáo của từng quốc gia trên thế giới. Họ đã cầu nguyện liên tục kể từ ngày 1 tháng 1 năm 1989 cho đến nay, hơn 24.000 giờ, cho những nơi như Mông cổ, Ả rập, Saudi và nước Nga.

Về cơ bản, họ chẳng bao giờ có nhiều tiền bạc, nhưng họ có những tham vọng lớn để ảnh hưởng đến các quốc gia. Tám nhà truyền giáo người đảo Fiji đã đến những nơi như Ấn độ và các quốc gia khác nữa. Họ cũng muốn thực hiện một cuộc thay đổi ở tại đảo Fiji. Vì vậy, họ bắt đầu giúp đỡ những đứa bé nghèo nhất trên đảo, là con em của các công nhân sống trong ruộng mía mà nhiều người trong số họ từ Ấn độ đến, bằng cách bắt đầu một trường dành cho những trẻ em trước tuổi đến trường.

Trong các trường tiểu học của người Ấn độ ở tại Fiji, những đứa trẻ học giỏi được ngồi chỗ danh dự trên các hàng ghế đầu. Những em học kém thì phải ngồi ở các hàng ghế sau. Dân địa phương nói rằng con em của công nhân ruộng mía không bao giờ được ngồi ở các hàng ghế đầu. Từ nhiều thế hệ, chúng luôn học dở và cứ phải ngồi ở các hàng ghế sau. Ngày nay, nhờ có trường của hội YWAM dành cho trẻ trước tuổi đi học, con em của các công nhân ruộng mía đã được ngồi trên những dãy ghế đầu! Và một số phụ huynh của các em đã được hoán cải từ Ấn độ giáo đến chỗ đặt đức tin vào Chúa Jêsus.

Tất cả những điều này, nào là trẻ em với một tương lai sáng lạng, các bậc cha mẹ với một đức tin mới mẻ, các nhà truyền giáo trẻ được sai phái ra đi sau một kỳ cầu nguyện kéo dài trên ba năm cho các dân tộc, đều là do một người từ California đã bằng lòng đầu tư 2.000 đô-la cho công việc Chúa ở xa xôi mãi tận các hòn đảo của người Fiji. Như thử số tiền ấy đã đem lại sự sống, như một hạt giống được trồng và Đức Chúa Trời làm cho nó lớn lên.

Không phải lúc nào người ta cũng dâng tiền một cách rộng rãi và không phải lúc nào tiền bạc cũng đem lại sự sống. Nó có thể mang lại sự chết nữa đấy. Tôi xin kể cho bạn nghe câu chuyện thứ hai.

Năm ngoái, một cột lửa đỏ rực cùng các cuộn khói đen kịt cuốn lên bầu trời đêm của khu Austin, thuộc tiểu bang Texas, khi các nhân viên cứu hỏa vừa đến một căn hộ hai tầng rực lửa. Trong lúc các còi cứu hỏa hú rầm rĩ từ từ ngừng lại, nhiều người trong bộ đồ ngủ, đồ lót, thậm chí trong các tấm trải giường chạy ra khỏi tòa nhà. Một người lính cứu hỏa trẻ tuổi kinh hoàng nhìn lên khi trông thấy rõ ràng một phụ nữ mang thai đang đứng gào thét tuyệt vọng bên trong một cửa sổ của tầng hai. Và rồi, để đáp lại những tiếng gọi khẩn cấp bằng tiếng Tây ban nha của một thiếu phụ trẻ tuổi đang đứng dưới đất, cô ta nhảy xuống và chạm đất rơi đánh uych với tiếng rên rỉ đau đớn.

Những người lính cứu hỏa vội vàng nối các vòi nước và tiến thẳng vào giữa sức nóng kinh hồn, nhưng kinh nghiệm cho họ biết rằng đã quá trễ để cứu lấy tòa nhà hoặc bất cứ ai còn kẹt trong đó. Đây là một đám cháy nổ, có lẽ đã bắt đầu bởi dầu hỏa hoặc một chất dễ cháy nào đó.

Ở tầng trệt, một người đàn ông và một phụ nữ lảo đảo xông ra như những ngọn đuốc biết đi. Các y tá chạy đến, phủ những tấm mền lên mình họ để dập lửa, cố gắng yên ủi và dìu họ vào xe cứu thương.

"Không, tôi không đi đâu!", người phụ nữ gào lên, gương mặt bà đầm đìa nước mắt "Con gái tôi còn trong đó! Tôi không đem nó ra được!"

Ngay khi ấy căn hộ của họ đã chìm trong biển lửa, người y tá trẻ tuổi lắc đầu buồn bã và cương quyết đưa bà về phía xe cứu thương.

Trời hầu như đã hừng sáng trước khi họ tìm thấy thi hài của bé gái 15 tháng trong đống đổ nát vẫn còn ngún khói. Nhưng trước khi tìm ra thi thể của em, giới chức trách đã tìm được sự thật khủng khiếp về nguyên nhân của vụ hỏa hoạn.

Một người đàn ông tức giận bởi ai đó không chịu trả cho ông 8 đô-la, đã bắn súng pháo vào căn hộ qua một cánh cửa sổ và trúng vào một chất dễ bắt lửa. Tòa nhà bị thiêu rụi, bốn mươi tám người không có chỗ ở, bảy người phải vào nhà thương và một em bé bị chết. Tất cả chỉ vì một vụ cãi vả và 8 đô-la.

Vì sao tiền bạc lại có một sức mạnh ghê gớm như vậy trên con người?

Đức Chúa Trời nghĩ gì về tiền bạc? Ngài có xem nó như là một điều ác bắt buộc phải có không? Có phải Chúa Jêsus đã đặt Đức Chúa Trời và tiền bạc vào hai vị thế chống nghịch nhau khi Ngài phán "Các ngươi không thể làm tôi Đức Chúa Trời lại làm tôi ma môn nữa" không? (Ma-thi-ơ 6:24).

Tiền bạc không phải là điều xấu, nhưng yêu mến tiền bạc là một điều ác. Sứ đồ Phao-lô nói rằng *sự tham tiền bạc là cội rễ mọi điều ác* (1 Ti-mô-thê 6:10). Tiền bạc không có gì là xấu cả. Nhưng chính vì tội lỗi ở trong lòng người, chính lòng tham tiền bạc đã đem người ta đến chỗ đau đớn và nô lệ, ngay cả đối với những Cơ Đốc nhân. Tiền bạc cũng giống như một con tắc kè hoa, thay đổi màu sắc tùy theo tấm lòng của chủ nó.

Có loại tiền bạc được xem như thứ tiền ô uế hoặc "đồng tiền bị vấy máu". Ngay đến các thầy tế lễ cả cũng hiểu được điều đó, họ đã từ chối cất lại tiền của Giuđa vào kho.

Tuy nhiên, tiền bạc tự nó không xấu. Nó chỉ là mảnh giấy có mang dấu mực. Tiền bạc và Đức Chúa Trời cũng không chống nghịch nhau. Thật ra, Đức Chúa Trời vẫn thường sử dụng tiền bạc như một công cụ hữu ích cho nhiều công việc. Ngài dùng tiền bạc, hoặc việc thiếu tiền bạc để thử luyện chúng ta, để xem điều có trong lòng chúng ta. Cách chúng ta sử dụng tiền bạc là đồng hồ đo lường giá trị ưu tiên của bạn.

Khi một người trúng lô xổ số của nhà nước, một trong những câu hỏi đầu tiên mà các phóng viên thường hỏi người ấy là "Anh sẽ làm gì với số tiền này?". Điều chúng ta không nhận ra đó là Đức Chúa Trời cũng hay hỏi chúng ta câu hỏi đó đối với mỗi một đồng bạc được đặt vào tay chúng ta. Điều chúng ta thực hiện với số tiền mình có sẽ bộc lộ bản tánh của chúng ta. Nếu trung tín trong lãnh vực tiền bạc, Chúa Jêsus phán rằng chúng ta cũng sẽ được giao cho những của cải thuộc linh (Lu-ca 16:11).

Đức Chúa Trời cũng dùng tiền bạc để dạy chúng ta tin cậy Ngài. Bạn còn nhớ cách Ê-li được Chúa dẫn dắt đến một khe nước nơi Ngài giấu ông một thời gian trong suốt cơn đói kém lớn không? Chắc chắn ông đã nhanh chóng ổn định cuộc sống trong một thói lệ thông thường, mỗi ngày ông biết rõ giờ nào phải trông đợi quạ mang bánh buổi sáng và buổi chiều. Ông ngồi bên con suối mát mẻ dưới bóng mát của nó. Thế rồi, chậm chạp nhưng chắc chắn, con suối của ông cũng phải khô cạn đi.

Đức Chúa Trời không để cho ông thoải mái tin cậy vào con suối đó, mặc dù nó đã từng là điều Ngài dự bị cho ông. Ngài sửa soạn dẫn Ê-li đến một nơi khác, bởi vì Ngài đã làm cho con suối của Ê-li cạn đi.

Khi nguồn tài chính của chúng ta cạn đi, chúng ta sẽ sẵn sàng lắng nghe Chúa là Đấng muốn sự độc lập có tính ngoan cố của chúng ta phải lệ thuộc vào Ngài. Mục đích duy nhất của Ngài là để dạy dỗ chúng ta và đem chúng ta đến gần Chính Mình Ngài hơn. Chúng ta rất dễ đi vào một mức độc lập lớn hơn mức mà Ngài thấy là tốt nhất cho chúng ta.

Chúng ta cần nhận biết rằng việc thiếu thốn tiền bạc dứt khoát là điều đến từ Chúa cũng như việc được cung ứng tiền bạc vậy. Mới đây, trong lúc tôi đang trên một chuyến đi đến với các quốc gia đang phát triển, "khe suối" tài chính của riêng tôi dường như đã bị cạn đi trong một lúc. Darlene về quê nhà tại Hawaii, mà không hề biết nguồn tài chính của chúng tôi đã cạn kiệt như thế nào. Rồi ngày nọ, không còn tiền trong ngân hàng. Cũng chẳng còn tiền trong bất cứ chiếc ví nào. Vậy mà nàng lại đã lên chương trình đi ăn tiệm với một số bạn hữu. Nàng lục tìm khắp các tủ trong nhà để xem có đồng nào còn lạc loài. Và cuối cùng, dẫu không nhiều nhưng cũng vừa đủ ít nhất để trả cho nhà hàng mà nàng đã chọn.

"Đức Chúa Trời muốn em phải lưu tâm". Về sau nàng kể lại cho tôi, "Vì vậy em hỏi Ngài vì sao hôm ấy chúng ta lại không có tiền". Khi Darl yên tịnh và lắng nghe thì Chúa phán rằng "Lâu nay, con đã tin cậy ta về những nhu cầu nhỏ mọn hằng ngày, chẳng hạn như việc cung cấp một ống kem đánh răng. Hàng ngàn người trẻ tuổi trong tổ chức YWAM cũng đang trải qua bài học này mỗi ngày. Ta chỉ muốn nhắc nhở con rằng những nhu cầu của con cũng như của họ đều được chính Ta thỏa đáp".

Từ trước đến nay, tôi vẫn được nghe về việc những khe suối của người khác cạn kiệt, một số trường hợp còn nghiêm trọng hơn tình huống tạm thời này của chúng tôi nhiều. Một tôi tớ Chúa đã dốc đổ lòng ông ra với chúng tôi, ông nói ông và vợ đã chia sẻ những nhu cầu của công tác chức vụ trong các hội thánh suốt một năm mà không hề nhận được lời cam kết ủng hộ nào. Không có một đồng. Tôi nghĩ mình có thể nhận định được một số lý do về việc đó, nhưng vì để đẩy ông vào chỗ nhận được sự hiểu biết từ nơi Chúa.

Tuy nhiên, tôi đã biết rõ được một điều. Những sự thiếu thốn lạ lùng như vậy cũng là một phép lạ nữa. Sự thiếu thốn đó cũng là một phép lạ giống như sự tiếp trợ dư dật bất ngờ về mặt tài chính. Bởi vì một cặp vợ chồng đáng mến và đáng kính như vậy mà phải thiếu thốn suốt trong một năm mà không cá nhân nào hay một hội thánh nào dâng hiến giúp đỡ thì đó cũng là một phép lạ.

Khi khe nước khô cạn, chúng tôi cần cầu hỏi Chúa phải dời chuyển đến đâu, cũng như Ê-li đã làm.

Bởi vì tiền bạc là quan trọng trong đời sống chúng ta. Lời Chúa dành nhiều chỗ để nói đến nó. Thật vậy có 3225 câu Kinh Thánh nhắc đến vấn đề tài chính. Chúng ta không phải thắc mắc xem Đức Chúa Trời nghĩ gì về tiền bạc và công dụng của nó khi chúng ta tra xem các câu Kinh Thánh ấy. Trong chương sau, chúng ta sẽ thấy những gì Kinh Thánh phải nói về một số trong các lãnh vực quan trọng này. Với những nền tảng đó, chúng ta có thể tiếp tục làm bất cứ điều gì Chúa dẫn dắt trong sự tự do hoàn toàn.

Có nhiều kế hoạch làm giàu hứa hẹn sự tự do về mặt tài chính. Đức Chúa Trời cũng hứa ban cho sự tự do về mặt tài chính, nhưng sự tự do của Ngài hoàn toàn khác với những hứa hẹn rỗng tuếch của những người môi giới và buôn bán. Ngài hứa rằng chúng ta sẽ biết lẽ thật và lẽ thật sẽ buông tha chúng ta. Điều đó gồm cả việc học biết lẽ thật về tiền bạc. Chúng ta có thể thật sự được buông tha.

Nhưng trước hết, cần học biết một số điều về đối thủ của chúng ta và về tiền bạc. Đức Chúa Trời không phải là Đấng duy nhất quan tâm đến vấn đề tiền bạc. Kẻ thù của chúng ta, Sa-tan cũng dính dáng rất nhiều đến tiền bạc, cả trên bình diện lớn, quốc tế, lẫn trong lĩnh vực riêng tư chống lại chúng ta với tư cách mỗi cá nhân.

5

VUA CHỨNG KHOÁN WALL STREET

"Còn như kẻ muốn nên giàu có, ắt sa vào sự cám dỗ, mắc bẫy dò, ngã trong nhiều sự tham muốn vô lý thiệt hại kia, là sự làm đắm người ta vào sự hủy diệt hư mất. Bởi chưng sự tham tiền bạc là cội rễ mọi điều ác" (1 Ti-mô-thê 6:9-10).

Đó là vào năm 1851. California chỉ vừa mới trở thành tiểu bang được hơn một năm. Nhưng đã có một thứ màu vàng sáng và lấp lánh được tìm thấy trong các con sông chưa bị đào phá ở phía Bắc. Thứ đã bắt lấy con người ta và làm thay đổi đời sống họ. Vàng!

Một người đàn ông, Đại tá Reddick Mc Kee được cử đến để đứng đầu một trong ba nhóm khảo sát do Nha Sự Vụ Anh Điêng chỉ định. Nhóm của ông ta đã lần theo con đường tiến lên phía Bắc dọc theo sông Klamath đến thung lũng Scott, quê hương của người Da đỏ Shasta. Họ được những người Mỹ bản xứ tại đó tiếp đón một cách nồng hậu, những người này cũng đã đối xử rất tử tế với một vài người khai thác mỏ đã đến đây trước đó. Không giống phần nhiều các bộ tộc hiếu chiến, người dân Shasta lịch sự và thân thiện, giản dị và có lòng tin cậy.

Đại tá McKee triệu tập một buổi mít ting với người dân Shast để thảo ra một hiệp ước, tức là một thỏa thuận nhằm cho phép họ có những quyển hạn khi có thêm nhiều người da trắng đến đây, vì việc tìm vàng, một làn sóng người chắc chắn gia tăng, McKee và chính quyền biết rõ điều đó. Có ba ngàn chiến sĩ người Shasta hưởng ứng lời kêu gọi triệu tập buổi mít ting của ông và cắm trại gần Fort Jones.

Cuối cùng, các thỏa thuận đã hoàn tất và 13 tù trưởng người Shasta ký vào hiệp ước cùng với đại tá McKee và các nhân chứng khác.

"Và bây giờ, chúng tôi muốn mời các bạn trở thành các vị khách quý của chúng tôi trong một một buổi đại tiệc!". Đại tá McKee tuyên bố qua thông dịch viên để bày tỏ với đám đông dân Da đỏ này. "Chúng ta gọi đó là một buổi liên hoan ngoài trời, ăn thức ăn nướng! Chúng tôi muốn đãi các bạn một bữa đặc biệt để đánh dấu cho tình bạn của chúng ta".

Có một số người Da đỏ không đến dự buổi liên hoan ngoài trời. Họ không tin Đại tá McKee và những người da trắng. Nhưng phần lớn dân chúng đều đến trong ngày ấy. Hàng ngàn người Da đỏ ngồi đầy những chiếc bàn dài, nhận các đĩa thức ăn đầy thịt thái mỏng mới nướng kèm với các ổ bánh mì nhỏ. Họ ngồi trong ánh nắng khô lạnh của tiết trời mùa thu theo từng nhóm nhỏ và bắt đầu ăn. Chỉ một vài người để ý rằng các vị chủ tiếp đãi họ, những người da trắng là không ăn gì cả. Một vài phụ nữ Da đỏ đã kết hôn với những thợ khai thác mỏ cũng không ăn gì cả.

Qua ngày sau, một bác sĩ trên chiếc xe ngựa đi qua thung lũng Scott nhìn thấy những hình thù kỳ dị ở bên đường. Người đánh xe dừng lại và vị bác sĩ vội vàng leo ra, ông kinh khiếp đến buồn nôn khi nhận ra những đống hình thù kỳ dị ấy chính là những xác chết. Trong đời ông chưa bao giờ chuẩn bị để thấy những gì ông đã nhìn thấy trên đường trong buổi sáng hôm ấy. Hàng trăm người Da đỏ chết nằm la liệt dọc theo con đường mòn, thi thể của họ vẫn còn biểu hiện của sự quần quại đau đớn cực độ.

Thoạt đầu vị bác sĩ e rằng họ đã chết vì một loại bịnh dịch nào đó. Song họ chết trên đường từ bữa tiệc liên hoan về nhà! Họ là nạn nhân của thịt bò bánh mì có tẩm thuốc độc Stricnin. Trước khi chiều tối, bác sĩ và những người khác đã tìm thấy hơn 300 xác chết. Một trong số ít ỏi những người Da đỏ còn sống sót, Tyee Jim đã chôn cất những xác chết đó. Bản tin này được tường thuật trên tờ Alta News, từ Alta tiểu bang California, đề ngày 5 tháng 11 năm 1851. Không có một cuộc điều tra chính thức nào về cuộc tàn sát này được xúc tiến. Những con người Da đỏ Shasta không còn nữa. Rốt cuộc thì điều đó đơn giản hơn nhiều so với việc phải bận tâm đến các hiệp ước cùng với các quyền lợi về đất đai trong thời mà người ta đổ xô đi tìm vàng ở California.[1]

Câu chuyện khủng khiếp về việc thảm sát người Da đỏ Shasta đã xảy ra chỉ tiêu biểu cho một phần rất nhỏ những tội ác ra từ Sa-tan kể từ buổi khai thiên lập địa. Tội ác thường đi đôi với lòng tham của cải. Nếu không cẩn thận, chúng ta có thể bỏ qua câu Kinh Thánh mà chúng ta được nghe rất nhiều lần. Câu Kinh Thánh ấy phán như vầy: Vì lòng yêu tiền bạc là cội rễ của mọi điều ác .

Trong Ê-xê-chi-ên 28:12-19 cho chúng ta một cái nhìn thoáng qua có sức hấp dẫn lớn về quá khứ, trước khi Luxiphe nổi loạn và trở thành Sa-tan. Hãy chú ý lòng tham mê giàu sang bằng cách này hay cách khác có liên quan đến sự chống nghịch của hắn. Cũng vậy, bạn hãy chú ý đến sự sang trọng được mô tả sau đây:

Hỡi con người, hãy làm một bài ca thương về Vua Ty-rơ và nói cùng người rằng: Chúa Giê-hô-va phán như vầy Người gồm đủ tất cả, đầy sự khôn ngoan, tốt đẹp trọn vẹn . Người vốn ở trong Ê-đen, là vườn của Đức Chúa Trời . Người đã có đầy mình mọi thứ ngọc báu, là ngọc mã não, hoàng ngọc, kim cương, lục ngọc thạch, hồng ngọc, ngọc thạch anh, ngọc lam, bích ngọc và ngọc lục bảo . Nghề làm ra trống cơm ống sáo thuộc về ngươi . Tất cả đều cân trên vàng ròng và được ban cho ngươi trong ngày ngươi được sáng tạo . Ngươi là một Chêrubin được xức dầu đương che phủ, ta đã lập ngươi lên trên hòn núi thánh của Đức Chúa Trời, ngươi đã đi dạo giữa những hòn ngọc sáng như lửa . Đường lối ngươi trọn vẹn từ ngày ngươi được dựng nên cho đến lúc thấy sự gian ác trong ngươi

Nhơn ngươi buôn bán thạnh lợi, lòng ngươi đầy sự hung dữ, và ngươi đã phạm tội . Vậy ta đã xử ngươi như là vật ô uế xuống khỏi núi Đức Chúa Trời, hỡi chêrubin che phủ kia, ta diệt ngươi giữa các hòn ngọc sáng như lửa!

Lòng ngươi đã kiêu ngạo vì sự đẹp ngươi, và sự vinh hiển của ngươi làm hư khôn ngoan mình. Ta đã xô ngươi xuống đất, đặt ngươi trước mặt các vua, cho họ xem thấy. Ngươi đã làm ô uế nơi thánh ngươi bởi tội ác ngươi nhiều quá và bởi sự buôn bán ngươi không công bình, ta đã khiến lửa ra từ giữa ngươi, nó đã thiêu nuốt ngươi và ta đã làm cho ngươi trở nên tro trên đất, trước mặt mọi kẻ xem thấy. Hết thảy những kẻ biết ngươi trong các dân sẽ sững sờ về ngươi. Kìa ngươi đã trở nên một cớ kinh khiếp, đời đời ngươi sẽ không còn nữa.

Kinh Thánh cho chúng ta biết những gì chúng ta cần biết chứ không phải luôn luôn nói hết mọi điều. Chúng ta không được cho biết Luxiphe đã bắt đầu tham gia vào việc buôn bán như thế nào, hay là đã buôn bán với ai, nhưng hắn đã giữ một loại vai trò giám sát nào đó trên sự giàu có. Đoạn Kinh Thánh này gọi hắn là "Vua Ty-rơ"

Hiển nhiên, tiên tri Êxêchiên đã được ban cho một lời tiên tri với một sự liên hệ hai chiều, đó là một phần dành cho vị vua Ty-rơ có thật, một nhân vật lãnh đạo quốc gia đứng đầu thương mại vào thời đó. Nhưng phần kia ám chỉ đến Luxiphe. Không một vị vua nào của nhân loại có thể được nhắc đến như là một người đã từng "ở Êđen" hoặc là một "Chêrubin được xức dầu" ở trên "Núi thánh của Đức Chúa Trời". Những điều trưng dẫn trên trong Êxêchiên đoạn 28 rõ ràng thuộc về một nhân vật được biết đến như Sa-tan.

Ngày nay chúng ta sẽ mô tả vai trò đó của Sa-tan như thế nào? Chúng ta không gọi hắn là Vua Ty-rơ được. Mà có thể gọi nó là Vua của thị trường tiền tệ Mỹ, tức là Vua của phố Wall. Bạn thấy đấy, Sa-tan đang tìm cách kiểm soát thị trường buôn bán của cả thế giới. Nó cai trị con người bởi lòng tham muốn tiền bạc của họ. Qua việc trao đổi bất chánh, nó cố gắng khống chế không những lãnh vực kinh doanh mà cả những lãnh vực như khoa học, kỹ thuật, việc chăm sóc sức khỏe; quan điểm chính trị và việc thống lĩnh phương tiện truyền thông, nghệ thuật, giải trí và thể thao, giáo dục, thậm chí ở các giáo hội và gia đình.

Sa-tan sử dụng các chiến thuật đó để buộc con người bị nô lệ về mặt tài chính như lòng tham, tham vọng về quyền lực, sự kiêu ngạo, và sự sợ hãi, đặc biệt là sợ hãi những bất ổn về tài chính.

Khi nhắc đến lòng tham, có lẽ chúng ta liên tưởng đến một người giàu có, keo kiệt. Một kẻ bủn xỉn như gã Scrooge bần tiện, ngồi trên đống tiền săm soi những đồng xu và tiền giấy của gã. Tuy nhiên, tham lam còn phổ biến hơn giữa vòng những người nghèo và người không giàu lắm. Những ai tiêu xài nhiều nhất với lòng tham dục vì cớ quyền lợi của chính mình là kẻ có ít nhất. Lòng tham đã đưa các bậc cha mẹ ở tại Ấn Độ tới chỗ đánh gãy chân con cái mình, dùng chúng làm những đứa trẻ ăn xin, moi thêm lòng thương hại do tình trạng què quặt. Tại Hoa Kỳ, những đứa bé sống trong thành phố đang giết các trẻ khác chỉ để chiếm lấy đôi giày thể thao đắt tiền.

Mặt khác, những người đã nắm quyền trên của cải lại bị cám dỗ nhiều hơn bởi lòng tham muốn được thống trị trên những người khác. Bởi lòng tham của những người nghèo, người giàu dùng sự giàu có của mình để điều khiển người nghèo. Mới đây tại Connecticut, một người chủ cửa hàng giày dép tuyên bố phá sản, ông nói điều đó đã xảy ra là vì một dấu hiệu mà ông đặt trong tủ kính của mình, để cho các tay buôn bán ma túy biết rằng ông không cần việc mua bán của họ trong cửa hàng của ông. Trước đó nhiều tháng, ông đã từng tiếp xúc với những người đại diện hãng sản xuất của một trong những mặt hàng hấp dẫn nhất thuộc giày thể thao. Họ cho biết họ đang khai trương nhiều cửa hàng giày trong thành phố của ông. Khi ông phản đối và bảo rằng không có nhiều nhu cầu trong khu vực này, những người đại diện đã nói với ông "Hãy kiếm thêm khách hàng. Tìm các tay buôn bán ma túy. Họ sẽ mua những đôi giày đắt tiền nhất của chúng ta".

Song ông từ chối làm điều đó. Và ông đã vỡ nợ. Khi nhà báo

phỏng vấn, hỏi rằng làm cách nào ông biết được ai là những tay buôn bán ma túy. Ông đáp: "Khi một thanh niên trạc 19 đến 22 tuổi trong một chiếc xe hơi bóng loáng kiểu thể thao đắt tiền đỗ lại, bước xuống, mang trên mình các sợi dây chuyền vàng trị giá hàng ngàn đô-la và đi vào cửa hàng của bạn, chọn ngay đôi giày đắt nhất cửa hàng, chỉ ra hàng trăm đô-la mà chẳng thèm bận tâm đến việc đợi bạn thối tiền, thì bạn phần nào hình dung được anh ta kiếm đâu ra nhiều tiền vậy.

Nhưng đằng sau lòng tham mê đó là những con người thế nào? và họ tìm kiếm những gì? Ban đầu bạn chỉ sở hữu thật nhiều giày dép, thật nhiều Tivi và đầu máy(VCRs), thật nhiều xe hơi và nhà cửa. Nhưng rồi sự sở hữu trở thành nỗi mê đắm trong chính trò chơi ấy, tức là sức mạnh trên những của cải mà tiền bạc có thể đem lại.

Lòng kiêu ngạo cũng là một phương thức nữa để Sa-tan thống trị con người và tiền bạc của họ. Bạn có khi nào nghe những lời quảng cáo hứa hẹn về "niềm kiêu hãnh của người sở hữu". Một hãng quảng cáo trên Tivi giới thiệu kiểu xe hơi sang trọng với giọng nói thật ngọt ngào của phát thanh viên rót vào tai, "Điều gì sẽ nuôi được tâm linh của bạn đây?" lời gọi mời lòng kiêu hãnh một cách sống sượng như vậy khiến chúng ta nhớ đến Sa-tan, vua Ty-rơ, kẻ đã đem lòng kiêu ngạo và bị hư nát khi hãnh diện về sự lộng lẫy của mình.

Vua Ty-rơ cũng khống chế người ta qua nỗi lo sợ của họ về những bất ổn trong lãnh vực tài chính. Người ta thường sợ không có đủ tiền, sợ mất tự chủ, quyền hành. Nếu sợ hãi ngăn trở chúng ta vâng lời Chúa trong bất cứ lãnh vực nào Ngài khuyên dạy, thì chúng ta thật yếu đuối trước sự sai khiến của Vua Ty-rơ.

Ví dụ, một ông vua chuyên buôn bán bất chánh có thể xúi giục kẻ độc tài xâm lăng một xứ sở khác và giữ lại hai mươi lăm phần trăm nguồn cung cấp dầu của thế giới. Điều đó đánh vào nỗi sợ hãi trong thâm tâm của giới thương mại từ Tokyo đến Nữu ước hay Frankfurt. Giá dầu tăng vọt, mặc dù nguồn cung cấp vẫn còn nhiều. Các nhà đầu tư bắt đầu mất lòng tin tưởng. Lãi suất trên các khoản vay mới tăng lên. Người ta thôi mua. Lượng tiền bị giảm sút hoặc thậm chí ngưng lại. Sự suy thoái hoặc trì trệ bắt đầu, tất cả sự sợ hãi đã làm tổn hại đến bầu không khí. Sự sợ hãi, chính nó có thể đẩy các nền kinh tế quốc gia vào chỗ rối rắm và hoảng sợ, dẫn đến việc hàng triệu người phải mất việc làm.

Vì vậy, Sa-tan vẫn thường thống trị con người qua lãnh vực tiền bạc, nó lợi dụng lòng tham, tham vọng về quyền lực, kiêu hãnh và sự sợ hãi của con người.

Chúng ta phải làm gì đối với vấn đề này đây? Có phải chúng ta nên tránh xa những lãnh vực tài chính của đời này và giữ tâm trí mình hướng vào những điều thuộc về trời nhiều hơn chăng? Chúng ta có nên bỏ việc mua bán của đời lại cho kẻ thù không? Dù sao đi nữa, tôi cũng không tin đó là ý muốn của Đức Chúa Trời. Ý muốn của Ngài cũng không muốn chúng ta phải rời bỏ nhà trường, chức vụ trong chính phủ, hoặc những vị trí có ảnh hưởng trong ngành nghệ thuật, truyền thông, giải trí và thể thao. Đây chính là những lãnh vực chúng ta phải bước vào. Bằng sự cầu nguyện và bằng việc nhận lấy bất cứ một hành động phải lẽ nào mà Đức Thánh Linh dẫn dắt chúng ta nắm giữ, chúng ta hầu việc vì cớ Nước của Chúa Jêsus và chính nghĩa của Ngài. Chúa Jêsus đã đến để cứu chuộc thế gian này, mỗi một cá nhân, mỗi một tổ chức. Chúng ta không cần phải sợ vua Ty-rơ, miễn là bao lâu chúng ta đừng để nó có ảnh hưởng hoặc lập mưu kế nào có thể sai khiến chúng ta. Chúa Jêsus đã phán với Sa-tan rằng "Ngươi chẳng có chi hết nơi ta " (GiGa 14:30)

Nền tài chính của thế giới hoạt động trên lãnh vực mua và bán, mức cung và mức cầu. Nhu cầu đó thường đặt trên các nhu cầu không có thật, mà đặt trên lòng tham dục, trên sự kiêu ngạo và những nỗi lo sợ của con người. Song Nước Đức Chúa Trời thì khác hẳn và có một sức mạnh lớn hơn nhiều. Nước của Ngài vận hành trên việc ban cho và nhận lãnh. Người nào lắng nghe Thánh Linh, vâng theo Chúa và ban phát rộng rãi là đang làm giảm đi sức mạnh của vua Ty-rơ.

Loại bạn cho đó làm rúng động sự kiểm soát của Sa-tan trên thế gian này. Chúng ta phá vỡ những song sắt của lòng tham bằng sự ban cho rộng lượng được Thánh Linh dẫn dắt. Chúng ta đáp lại tinh thần áp đặt và khống chế bằng cách giữ tấm lòng của người tôi tớ. Chúng ta đối đầu với kiêu ngạo bằng sự hạ mình và một nhân cách dịu dàng; đối đầu với sự sợ hãi bằng tình yêu thương trọn vẹn của Đức Chúa Trời, giống như ánh sáng xua đuổi tối tăm đi.

Khi Giăng Báptít rao giảng về sự sẽ đến của Đấng Mêsi, ông bảo các thính giả của mình hãy ăn năn, ông nói rằng cái búa đã để kề gốc cây . . . hễ cây nào không ích lợi sẽ bị chặt đi. Khi họ đáp ứng và hỏi rằng họ phải làm gì để ăn năn, Giăng đã liên hệ việc ban cho rộng rãi với việc cái búa để kề gốc cây mà ông mới rao giảng (LuLc 3:1-38). Ông nói, "Ai có hai áo, hãy lấy một cái cho người không có, và ai có đồ ăn cũng nên làm như vậy". Với những người thâu thuế ông nói "Đừng đòi chi ngoài số luật định", và với những người lính, ông nói "đừng tống tiền ai nhưng hãy bằng lòng với lương hướng của mình". Hầu hết những hành động cụ thể của sự ăn năn đều tập trung quanh vấn đề tiền bạc.

Vì vậy sự ban phát rộng rãi được nối kết với sự ăn năn và với việc chặt đốn những gốc rễ của các cây gian ác. Chúng ta vẫn thường thấy điều đó theo một đường lối thực tiễn. Lần đầu tiên khi chúng tôi bước vào các cuộc thương lượng về mảnh đất dành cho trường Kona thuộc Hawaii của chúng tôi, là trường đại học của các dân tộc, chúng tôi được Chúa dẫn dắt để đối đầu với lòng tham lam bằng sự rộng rãi. Câu chuyện đó được kể chi tiết trong cuốn sách *Tôn Jêsus là Chúa*[2] của tôi.

Hội Nữ Truyền Giáo Mary (The Evangelical Sisterhood of Mary) cũng đã từng có một kinh nghiệm tương tự. Mẹ Basilea Schlink là người sáng lập chức vụ này, là chức vụ được bắt đầu tại Đức trong những ngày đen tối sau thế chiến II. Các chị em thuộc trường Mary vẫn duy trì các cộng đồng tôn giáo chú trọng đến một đời sống thờ phượng Chúa, tin cậy Ngài lo liệu những nhu cầu hằng ngày của họ. Với một nhóm các Tu sĩ Tin lành, phần lớn còn non trẻ, họ đã mua được bất động sản đầu tiên cho mình tại Darmstadt. Những người nữ này đã học biết cách tự xây lấy khu nhà của họ. Họ tin cậy Chúa về khoản thu nhập để xây dựng dần dần: trước hết là một nhà nguyện, rồi sau đó đến các khu nhà khác để làm trung tâm dưỡng linh giúp các vị khách từ mọi giáo phái có thể đến tìm kiếm Chúa.

Tuy nhiên, có một miếng đất nhỏ có hình dạng kỳ dị nằm kế bên khu đất của họ. Các chị em nữ tu bắt đầu tin chắc rằng bằng sự cầu nguyện, người ta phải bán miếng đất ấy để làm một nơi Hội Thảo về Chúa Jêsus. Họ đã mua được tất cả những mảnh đất cần thiết khác nhưng chỉ trừ có miếng đất này.

Mảnh đất đó thuộc về một phụ nữ cao tuổi, bà ta từ chối bán hoặc đổi nó cho bất cứ miếng đất nào khác. Bà ta nhất mực cho rằng dù hoàn cảnh nào con người cũng không được bỏ những gì cha mẹ để lại.

Lần nọ, Sơ Eulalia đi đến nhà của người phụ nữ cao tuổi này, hy vọng thuyết phục được bà ta. Bà cụ không có nhà, nhưng có người cháu của bà. Anh ta đưa vị nữ tu vào gian phòng của bà dì mình. Chỉ cần nhìn qua là Sơ biết rằng bao lâu bà cụ còn sống bà sẽ không bao giờ chịu bỏ đi bất cứ một thứ gì mình sở hữu. Căn phòng đầy chật đồ đạc, nhiều hơn số đồ đạc mà bất cứ một con người nào có thể dùng, hoặc thậm chí có thể giữ được. Đồ đạc đủ để trang hoàng cho cả tòa nhà lớn đều nằm trong gian phòng đó. Hầu hết đều đã ọp ẹp. Sau đó người cháu cho vị nữ tu xem chiếc thang mà bà dì của cậu thường dùng để leo vào giường, chiếc giường của bà là một chồng nệm được thừa hưởng từ các vị tổ tiên, cái này chồng trên cái kia. Rõ ràng bà cụ này không hề bỏ đi một thứ đồ đạc nào trong số bà đã thừa kế.

Khi Sơ Eulalia thuật lại điều đã thấy, các Sơ trong trường Mary quyết định rằng bất cứ người nào quá bị ràng buộc vào những thứ thuộc về thế giới này, cách duy nhất để giải phóng người ấy là sự cầu nguyện sốt sắng, sự cảm thông sâu sắc và không ngưng nghỉ. Lý do của trận chiến này không phải là mảnh đất để xây dựng một căn nhà thờ phượng. Nhưng là một linh hồn bị cột trói. Họ quyết định kiêng ăn, nhớ lời Chúa Jêsus phán, "Những thứ quỷ này nếu không cầu nguyện và không kiêng ăn thì chẳng trừ nó được" (Ma-thi-ơ 17:21). Để thêm vào việc kiêng các thức ăn, họ còn kiêng ăn theo một cách khác, là từ bỏ một số điều có liên hệ mật thiết với tình trạng nô lệ của bà cụ.

Các chị em trong dòng tu Mary đều sẵn sàng sống rất giản dị. Họ không có nhiều tiền, và không có bất cứ những tài sản riêng nào. Nhưng mỗi chị em đều tìm kiếm Chúa, cầu xin Ngài tỏ cho mình nếu như có bất cứ một tinh thần chất chứa nào như vậy trong chính mình, tức là có sự yêu mến gắn bó nào lớn hơn là sự gắn bó với Chúa Jêsus chăng.

Sự yêu mến của người này có thể là một chiếc thập tự nhỏ bằng gỗ, với người kia là một tấm bưu thiếp có hình ảnh đẹp . . . trị giá tiền bạc của nó không phải là điều quan trọng, nhưng quan trọng là thái độ phụ thuộc của chúng ta đối với vật ấy. Sau "tuần lễ đầu phục", một phái viên trong vòng các chị em đến viếng thăm bà cụ hàng xóm một lần nữa.

Người chị em không thể tin ở tai mình khi bà cụ bảo "Tôi không tiếc miếng đất lắm, nhưng tôi tiếc mấy cây mận. Tôi thật không muốn phải mất mấy cây mận đó!". Bà cụ nói bà sẵn sàng bán miếng đất lẻ loi này cho họ, nhưng rồi bà lại nhớ tiếc mấy cây mận trên mảnh đất ấy. Đức Chúa Trời đã làm một phép lạ.

Họ bèn thảo một cam kết cho việc bán đất, quy định rằng mọi vật ở trên các cây mận đều thuộc về bà cụ. Và rồi sau đó, hàng năm họ đều gởi tất cả số mận đến cho bà cho đến khi bà qua đời.

Sa-tan đang kiểm soát của cải mà đúng ra chúng thuộc về Đức Chúa Trời. Cuộc chiến mạnh mẽ nhất của chúng ta nhằm chống lại hắn sẽ xảy đến khi chúng ta đầu phục Chúa và vâng lời, chứ không phải của lễ mà Đức Chúa Trời muốn (1 Sa-mu-tên 15:22). Sự vâng lời của chúng ta thường sẽ mang ý nghĩa như một của dâng. Của lễ không phải là sự đánh bại kẻ thù, mà chính là sự vâng lời Đức Chúa Trời. Chỉ dốc hết các túi tiền của mình thì chưa phải là khôn ngoan. Tôi đọc được câu chuyện về một bà góa nghèo, bà ta thật căm phẫn khi phát hiện được sự tiêu xài vung vãi của một người hầu việc Chúa, là người bà đã dâng cho. Bà ta nói "Thử nghĩ mà xem, tôi đã chẳng ăn gì ngoài bắp nổ suốt một tuần lễ để dâng số tiền mua thức ăn của mình cho vị mục sư đó!"

Thậm chí nếu như bạn chỉ dâng cho những người hầu việc Chúa đáng tin cậy, để biết chắc rằng họ không phí phạm của dâng của bạn, thì bạn cũng không thể dâng cho mọi người được. Đức Chúa Trời không bảo mọi người phải ban cho mọi điều mình có hoặc phải cố gắng mà đáp ứng mọi nhu cầu. Điều Ngài muốn chính là sự vâng lời đối với sự nhắc nhở, thúc đẩy của Ngài. Và nếu như có đôi khi Ngài bảo bạn cho đi tất cả mọi sự thì Ngài sẽ chu cấp các nhu cầu của bạn một cách lạ lùng.

Sự vâng lời trong việc dâng hiến là một hành động của cuộc xung trận thuộc linh. Lấy một ví dụ, nếu như một người ở Chicago hưởng ứng một cách rộng rãi, dâng hết tiền bạc của mình . . . giả sử như vậy, để giúp cho dự án truyền giáo trên nửa vòng trái đất . . . thì các sức mạnh của Sa-tan đang bị đẩy lùi ở tại Chicago. Số lượng tiền không quan trọng, song thái độ dâng hiến mới là quan trọng. Bất cứ số lượng nào, thậm chí sự đóng góp thật khiêm tốn của người đàn bà góa, được dâng hiến một cách vô kỷ trong thái độ vâng lời cũng đánh tan được các thế lực của sự tối tăm nhằm ngay vào chính Luxiphe. Việc dâng hiến cách không vị kỷ có nghĩa là của dâng đó sẽ không giúp ích gì cho kẻ dâng bằng bất cứ cách nào. Không phải dâng để cho người đó có được một chỗ ngồi dễ chịu hơn, hay là có mối quan hệ lân cận an toàn hơn. Nó được dâng đi, và chỉ Đức Chúa Trời là Đấng có thể báo trả lại ơn phước cho người đó. Loại dâng hiến đó làm rúng động Sa-tan, làm lỏng lẻo quyền kiểm soát của Sa-tan trong khu vực nhận được của dâng, và thậm chí còn làm lỏng lẻo quyền kiểm soát của nó trong khu vực của người dâng hiến nữa.

Đó là lý do vì sao các Cơ Đốc nhân tại Châu Á, Châu Phi và Châu Mỹ Latinh cần được dạy phải dâng hiến cho các hội truyền giáo và những người nghèo thiếu trong các quốc gia khác. Nếu chúng ta không dạy cho các quốc gia đang phát triển về sức mạnh của sự ban cho, thì những người nghèo sẽ cứ bị giữ trong tình trạng nghèo thiếu.

Đó là điều đã làm cho lễ Giáng sinh trở nên quá đặc biệt, thậm chí đối với những người không hiểu gì về Đức Chúa Trời lẫn Con Một của Ngài là Đấng mà chúng ta mừng kỷ niệm sinh nhật của Ngài. Giáng sinh, bất chấp tính thương mại và các hình thức bề ngoài của nó, vẫn là một mùa tặng quà và ban cho rộng rãi. Và một số điều đã xảy ra nhờ tất cả những sự ban cho rộng rãi ấy đó là hàng năm nền kinh tế được chúc phước ít nhất là năm tháng sau đó.

Sự dâng hiến có tính cách hy sinh, tức là đạt đến chỗ bạn tin cậy Chúa đáp ứng các nhu cầu của mình, cũng xua đuổi được Satan trong lãnh vực sợ hãi. Đức tin của bạn đặt nơi Đức Chúa Trời khi bạn lắng nghe tiếng phán của Ngài, làm điều Ngài bảo bạn và sau đó chờ đợi với lòng tin cậy đơn sơ để Ngài cung ứng cho bạn, thẳng thắn đối đầu với sự sai khiến của vua Ty-rơ qua về vấn đề sợ hãi. Đối diện với nỗi sợ bất ổn về mặt tài chính và đặt lòng tin cậy trực tiếp vào Chúa. Bạn sẽ học được qua kinh nghiệm Ngài là Đấng thành tín biết bao.

Tôi đã từng trải một trường hợp lạ lùng, học tập để từ bỏ khả năng chi tiêu trong một lãnh vực đặc biệt suốt trong ba năm. Đức Chúa Trời đã trực tiếp đáp ứng các nhu cầu của tôi. Trong trường hợp này, nhu cầu của tôi là y phục. Chúa Jêsus hứa rằng: Cha trên trời của chúng ta, là Đấng mặc cho hoa huệ ngoài đồng, chắc chắn sẽ ban cho chúng ta áo đẹp và phù hợp.

Trong suốt những năm đầu của chức vụ chúng tôi, có một phụ nữ đến gặp tôi sau bài giảng của tôi ở tại hội thánh của bà, và ngỏ ý muốn được mua cho tôi một bộ đồ. Tôi tưởng rằng bà sẽ viết một ngân phiếu hoặc gặp tôi và Darlene tại một quầy hàng, nơi tôi có thể chọn bộ đồ. Nhưng hóa ra bà ta là một thợ may trong bộ phận cắt may đồ nam thuộc Cửa Hàng Bách Hóa Thời Trang. Sau khi đã lấy các số đo của tôi, bà ta chờ đợt hàng hạ giá, và mua bộ đồ với giá được giảm dành cho bà, sửa lại cho vừa, rồi gởi đến nhà tôi.

Thật là một sự chu cấp tuyệt diệu, vì là một diễn giả, thỉnh thoảng tôi cũng cần có một bộ lễ phục phù hợp. Ba năm tiếp theo đó, bà ta đã gởi đến cho tôi ba hoặc bốn bộ lễ phục như vậy. Nhưng mặc dù điều đó đã đáp ứng một nhu cầu thật rõ ràng và chúng luôn luôn là những bộ đồ đường hoàng, thích hợp cho buổi thờ phượng, tôi đã khám phá được đó cũng là một thử nghiệm "may đo" từ Đức Chúa Trời đối với lòng tự cao của tôi. Tôi không bao giờ phải chọn lựa các bộ đồ. Đó là một bài học nhỏ, nhưng thật riêng tư giữa tôi và Chúa. Ngài đang tỏ cho tôi thấy hãy giao phó quyền hạn nhỏ nhặt đó, lãnh vực chọn lựa đó cho Ngài. Ngài đã chu cấp đầy đủ nhu cầu của tôi và dạy tôi hiểu rằng sự thành tín của Ngài nhằm đáp ứng các nhu cầu của tôi. Điều đó chỉ kéo dài trong một thời gian ba năm. Nhưng tôi học biết rằng khi tôi đầu phục các quyền hạn của mình thì Đức Chúa Trời sẽ lo liệu các nhu cầu cơ bản nhất.

Điều mà vua Ty-rơ sợ nhất là những con người đầu phục các quyền hạn của mình và đặt lòng tin cậy nơi Đức Chúa Trời. Sa-tan chẳng có gì để nắm quyền trên chúng ta nếu chúng ta đã ăn năn về sự tham lam của mình, nếu chúng ta liên tục đáp ứng trong sự dâng hiến rời rộng và ban cho cách nhưng không, không phải vì những sợi dây trói buộc nào. Hắn có thể làm được gì nếu chúng ta đã từ bỏ lòng kiêu ngạo, đã bằng lòng hạ mình và lao mình vào trong sự chăm sóc của Đức Chúa Trời mà không hề sợ sệt? Sa-tan có thể làm được gì? Hắn có thể chi phối trên chúng ta bởi sức mạnh gì? tài chính của chúng ta? Những quyết định nghiệp vụ của chúng ta? hay là sự nghiệp kinh doanh của chúng ta? Sẽ không còn gì dành cho quyền lực của hắn. Như được dự đoán trong Ê-xê-chi-ên 28, hắn sẽ bị trở thành tro bụi trên đất trước mắt mọi người. Bạn dường như nghe được tiếng cười hoài nghi của những người trong Ê-sai 14:16 là phần nói tiên tri một ngày trong tương lai khi mọi người nhìn thấy Sa-tan bởi điều mà hắn thật sự *có phải người này là kẻ đã làm rung rinh đất, day động các nước*. Chúng ta không cần phải chờ đến ngày đó để thấy Sa-tan thật sự là con người thế nào. Chúng ta có thể làm điều đó ngay bây giờ bằng cách nhìn xem Đức Chúa Trời để nhận biết Ngài là ai và ghi nhớ lời Ngài, bằng cách vâng theo sự dẫn dắt của Ngài, chúng ta có thể tước đoạt ảnh hưởng của vua Ty-rơ trên những cá nhân, những cộng đồng, những hiệp hội và những quốc gia.

6

LÀM SAO KHỎI THẤT BẠI

Trung tâm Cleveland, máy bay Alpha Charley 346 gọi đây. Tôi đang ở độ cao mười ngàn năm trăm bộ. Tôi đang ở giữa mây . . . Thiết bị chỉ dẫn định hướng không hoạt động. Cần rađa định hướng. Hết"

"Alpha Charley Sáu, Cleveland đây. Roger. Đã biết anh không định được hướng. Hãy đặt máy liên lạc ở mã số 4582 để nhận tín hiệu của rađa. Hướng tiến của anh hiện bao nhiêu?

"Alpha Charley Sáu đang ở hướng tiến 250 độ. Xin lập lại mã số. Tôi đang nguy . . . . Tôi đang mất định hướng . . . Tôi không thấy được mặt đất!

Alpha Charley Sáu, Cleveland đây. Hãy gọi mã số 4582. Tập trung vào mạng chỉ thị thiết bị của bạn. Giữ nguyên mức độ canh và giảm ga để bắt đầu hạ xuống từ từ. Chúng tôi đã tiếp cận được với anh trên hệ thống rađa.

"Tôi mất kiểm soát rồi, . . . mất . . . Máy bay đang đảo . . . Tôi sắp lộn nhào. Tôi đang lộn nhào! . . . hướng nào đây! Cứu! Cứu tôi với!"

"Alpha Charley sáu, thả lỏng bộ phận điều chỉnh đi! hãy nhìn vào mặt thiết bị chỉ dẫn của anh. Điều khiển bánh lái ngược lại! Bẻ ngược bánh lái lại!

"Cứu, Cứu tôi với ! Tôi không thể dừng được . . ."

"Alpha Charley Sáu, Alpha Charley Sáu, anh có nghe thấy không?"

"Liên lạc bằng rađa đã bị mất"

Mẫu đối thoại trên dựa vào một cuộc trao đổi được ghi lại giữa đài kiểm soát không lưu với một máy bay nhỏ đã bị rơi, làm chết viên phi công. Việc điều tra vụ rơi máy bay này cho thấy không có gì trục trặc với các thiết bị bay trên chiếc máy bay N346 Alpha Charley.[1] Phi công này chưa được huấn luyện để bay mà không bị ảnh hưởng bởi những cảnh vật thấy được bên ngoài, nên đã mất phương hướng và không điều khiển được máy bay của mình. Bảng thiết bị của anh ta bao gồm tất cả các thông tin cần thiết để hoàn tất chuyến bay một cách an toàn. Vậy thì còn thiếu điều gì? Sự huấn luyện và kỷ luật giúp anh bỏ qua tiếng nói của bản năng mà chỉ tập trung bay bằng sự liên hệ với một nguồn thông tin từ bên ngoài: đó chính là các thiết bị của anh ta. Điều gì đã xảy ra? Sự thực mà anh cho là đúng đã hóa ra sai. Những cảm nhận của anh đã phản bội anh, và anh phải trả giá bằng mạng sống của mình.

Để học biết cách sống bằng đức tin trong lãnh vực tài chính, chúng ta phải nhờ cậy vào một nguồn thông tin bên ngoài, chứ không chỉ dựa vào nhận định riêng của mình về các hoàn cảnh. Điều đó cũng giống như điều khiển một chiếc máy bay bằng thiết bị chỉ dẫn. Quang cảnh phía trước nhiều khi âm u và mù mịt, nhưng chúng ta cứ làm đúng chỉ dẫn và theo đúng hướng thông tin. Nguồn thông tin bên ngoài đó chính là Lời Chúa.

Lời thành văn của Chúa ban cho chúng ta rất nhiều nguyên tắc hướng dẫn các lãnh vực về tài chính của chúng ta. Tôi muốn được nhắm vào những nguyên tắc cơ bản nhất. Những lẽ thật này đều là những nền tảng, dù cho bạn đang có một công việc thuộc giới, làm việc từ 9 giờ sáng đến 5 giờ chiều hoặc bạn đang lao mình vào các chức vụ hầu việc tiên phong.

Nguyên Tắc Thứ I: Đừng Lo Lắng Về Tiền Bạc

Một trong các mạng lệnh đầu tiên của Kinh Thánh là chớ lo lắng. Mạng lệnh đó cũng dứt khoát như mạng lệnh chớ trộm cắp hoặc chớ phạm tội tà dâm. Các chữ "đừng sợ" hoặc những câu tương tự xuất hiện khoảng 100 lần trong Kinh Thánh.

Chúa Jêsus đặc biệt bảo chúng ta đừng lo lắng về tiền bạc trong Bài Giảng Trên Núi của Ngài. Những gì chúng ta được dạy bảo và những gì chúng ta không được dạy về lời nói và việc làm của Chúa Jêsus đều được truyền dạy cách thiêng liêng. Vì vậy, thật có ý nghĩa khi Bài Giảng Trên Núi dành thật nhiều chỗ về mạng lệnh này. Bạn hãy suy nghĩ đến tất cả những điều ác của thế gian mà Chúa Jêsus đã cảnh cáo chúng ta. Lẽ ra Ngài có thể kêu gọi chúng ta lưu ý đến những lỗi lầm thông thường và những thất bại phổ biến của con người, hoặc con số của những nỗi đau trên thế giới này. Nhưng Ngài lại tập trung vào nỗi bận tâm và lo lắng của chúng ta về tiền bạc.

Có lẽ bạn hiện đang đối diện với một cuộc khủng hoảng tài chính. Hãy lắng nghe những lời Chúa Jêsus phán mà trước đây bạn chưa hề nghe.

"Vậy nên ta phán cùng các ngươi rằng: Đừng vì sự sống mình mà lo đồ ăn uống, cũng đừng vì thân thể mình mà lo đồ

mặc . Sự sống há chẳng quý trọng hơn đồ ăn sao? Thân thể há chẳng quý trọng hơn quần áo sao? Hãy xem loài chim trời, chẳng có gieo gặt, cũng chẳng có thâu trữ vào kho tàng, mà Cha các ngươi trên trời nuôi nó . Các ngươi há chẳng phải là quý trọng hơn loài chim sao? Và lại có ai trong vòng các ngươi lo lắng mà làm cho đời mình dài hơn một khắc không? Còn về phần quần áo, các ngươi lại lo lắng mà làm chi? Hãy ngắm xem những loài hoa huệ ngoài đồng mọc lên thể nào, chẳng làm khó nhọc, cũng không kéo chỉ, nhưng ta phán cùng các ngươi, dẫu Vua Salômôn sang trọng đến đâu cũng không được mặc áo tốt như một loài hoa nào trong giống đó . Hỡi kẻ ít đức tin,loài cỏ ngoài đồng là giống nay còn sống, mai bỏ vào lò mà Đức Chúa Trời còn cho nó mặc đẹp thể ấy thay, hướng chi là các ngươi . Ấy vậy các ngươi chớ lo lắng mà nói rằng: Chúng ta sẽ ăn gì? uống gì? mặc gì? Vì mọi điều đó các dân ngoại vẫn thường tìm, và Cha các ngươi ở trên trời vốn biết các ngươi cần dùng những điều đó rồi. Nhưng trước hết hãy tìm kiếm nước Đức Chúa Trời và sự công bình của Ngài,thì Ngài sẽ cho thêm các ngươi mọi điều ấy nữa. Vậy, chớ lo lắng chi về ngày mai, vì ngày mai sẽ lo về việc ngày mai. Sự khó nhọc ngày nào đủ cho ngày ấy".

— MA-THI-Ơ 6:25-34

Không còn gì rõ ràng hơn nữa, có một người đã tóm gọn khúc Kinh Thánh trên như vầy "Lo lắng là niềm tin đặt nơi ma quỷ". Bạn hãy đọc Thi thiên 37:1-40 sứ điệp chủ chốt của đoạn Kinh Thánh đó là chớ lo lắng về tiền bạc. Trong đoạn này ba lần lập lại câu "Chớ phiền lòng!" Trong câu 8 cũng nói sự lo phiền đó chỉ dẫn đến điều ác.

Dù cho các mối lo của bạn về mặt tài chính là hậu quả của một điều gì đó ở ngoài tầm kiểm soát của bạn, như tình trạng kinh tế hoặc tình trạng giảm lao động, hay do hậu quả của điều bạn đã làm, như quá lạm dụng thẻ tín dụng, thì mạng lệnh Kinh Thánh vẫn không thay đổi. Chớ lo lắng chi về tiền bạc. Đức Chúa Trời sẽ chỉ cho bạn những bước nào cần phải thực hành để vượt qua mớ rối nùi của bạn về lãnh vực tài chính. Có thể bạn cũng cần tìm những lời khuyên trong lãnh vực này và thực hiện các bước ăn năn và bồi hoàn nếu như nan đề tài chính của bạn bắt nguồn từ việc lạm dụng tiền bạc hoặc do thiếu khôn ngoan. Song bạn không được lo lắng. Lo lắng chỉ dẫn đến những thái độ sai quấy và hành động sai trật.

Việc chọn lựa để không lo lắng nữa đòi hỏi nhiều đến sức mạnh của ý chí giống như viên phi công phải nhờ vào bảng thiết bị hướng dẫn thay vì dựa vào những cảm nhận của chính anh ta trong lúc bay qua đám mây mù. Có một phụ nữ quyết định không lo lắng về tiền bạc nữa. Tên cô là Lillian Trasher.

Cô Lillian Trasher đến Ai cập vào những năm đầu thập kỷ 1900, hoàn toàn chỉ vì Lời của Chúa, không có một sự chấp thuận chính thức hoặc sự hậu thuẫn về mặt tài chính của một ban chấp hành của hội truyền giáo nào cả. Tại đó, tấm lòng của thiếu nữ độc thân trẻ tuổi này bị quặn thắt bởi nhu cầu của hàng ngàn trẻ mồ côi bị bỏ rơi. Cô không có phương cách nào để cứu giúp chúng, vì chính cô cũng không có một nguồn thu nhập bảo đảm nào, lại càng không thể lo cho những đứa trẻ ăn theo được. Song cô tin chắc rằng Đức Chúa Trời đang bảo cô làm một điều gì đó.

Năm 1911, cô bắt đầu nhận nuôi các đứa trẻ và không bao lâu sau cô chịu trách nhiệm với 1500 đến 2000 trẻ em và bà góa. Trong suốt 51 năm, kể cả những năm khó khăn trong thế chiến thứ II, cô đã lệ thuộc vào Đức Chúa Trời và vào sự dâng hiến của đồng bào cô, để có thức ăn cho trẻ mồ côi hoặc thêm nhà ở cho chúng. Tin tức về việc làm của cô đã lan đi và nhiều người gởi tiền đến giúp cô. Nhưng nguyên tắc sống căn bản của cô vẫn là một lối sống lệ thuộc vào Chúa hàng ngày và quyết định không lo lắng. Cô viết trong một cuốn sách nói về một kinh nghiệm rất điển hình.[2]

"Ngày nọ tôi đến thăm một trong những người bạn Aicập bị

bệnh. Tôi dành cả ba ngày ở với cô ta, và cô ta hỏi tôi có bao nhiêu trẻ em (ở tại viện mồ côi) tôi trả lời và cô hỏi tôi có bao nhiêu tiền. Tôi nói chưa đến 5 đô-la và tôi có mượn 250 đô-la nơi một người bạn.

Cô bạn của Lillian hoảng sợ. Biết rằng viện cô nhi dự định cất một khu nhà mới, cô ta hỏi "Dĩ nhiên là bạn không khởi công cho đến khi nào có thêm tài chính trong tay chứ?" Lillian đáp: "Ồ chúng tôi không đợi có tiền, nếu chỉ có năm mươi xu thôi, chúng tôi cũng khởi sự. Khi nào tòa nhà hoàn tất, thì tiền cũng được trả đủ".

Lillian tìm cách làm cho cô bạn mình yên tâm, nói cho cô biết rằng từ trước đến nay công việc vẫn tiến hành như vậy. Cô kể cho bạn mình về một khu ký túc xá hai tầng mới vừa xây xong dành cho các em gái mà họ không phải mắc nợ một xu nào. Sau một số câu chuyện như thế, người phụ nữ ấy trả lời: "Được rồi, Lillian à, nếu như tôi không biết điều đó là thật thì tôi đã bảo đó là những chuyện hoàn toàn dối trá!"

Lillian viết rằng "Chiều hôm đó tôi ra về, chồng cô ta đã trao cho tôi 25 đô-la. Sáng hôm sau 55 đô-la đến từ Hoa kỳ. Tôi trả bớt một phần trong số 250 đô-la mà tôi đã nợ.

"Chiều ngày hôm sau tôi đi đến gian nhà dành cho trẻ nhỏ. Khi xem xét giường của các bé, tôi thấy rất cần có các tấm trải bằng nylon. Các tấm cũ của chúng đã sờn cả rồi. Tôi nói với một trong các giáo viên "Ôi, phải chi tôi có 10 đô-la ngay bây giờ". Khi đang còn trò chuyện, một bé gái chạy tới và nói "Thưa Mẹ, bà D. muốn nói chuyện với Mẹ qua điện thoại". Bà D. là một góa phụ Aicập rất giàu có.

"Bà ta cho biết muốn đến thăm cô nhi viện, và chỉ một lát sau có hai chiếc xe hơi chạy vào. Một xe chở đầy cam cho các em, và bà ta phát cho mỗi em một trái khi chúng xếp hàng đi qua. Khi các em đã đi hết, bà ta trao cho tôi 150 đô-la.

Cô Lillian đi ngay đến cửa hàng và mua các tấm trải bằng nylon mới cho giường ngủ của các bé, sau đó cô dùng số tiền còn lại để trả cho khoản nợ 250 đô-la. Qua ngày hôm sau, 500 đô-la đến từ một ân nhân ở tại Hoa kỳ một sự đóng góp thật quý báu cho dự án xây cất được tiếp tục. Cô gọi điện cho cô bạn lo lắng và thuật lại những gì Đức Chúa Trời đã làm trong một vài ngày qua.

"Ôi, cảm tạ Chúa", người phụ nữ đáp lời "Tôi thật không chợp mắt được buổi tối hôm ấy, cứ lo lắng cho chị và hết thảy những đứa trẻ ấy!"

Người thiếu phụ Aicập thì mất ngủ, nhưng Lillian thì không. Cô đã quyết định không lo lắng vì biết chắc rằng Đức Chúa Trời sẽ chu cấp.

Nguyên Tắc Thứ 2: Đặt Đúng Các Ưu Tiên

Chúng ta phải trước hết tìm kiếm nước Đức Chúa Trời và sự công bình của Ngài. Điều nào giữ vị trí cao nhất trong tâm trí chúng ta thì điều đó sẽ làm hao tổn nhiều sức lực và thì giờ của chúng ta hơn hết. Điều đó sẽ là nền tảng của các quyết định của chúng ta và cũng sẽ là điều kích động chúng ta hơn hết. Nếu chúng ta thành thật, chúng ta sẽ thừa nhận rằng tiền bạc nhiều lúc giữ vị trí ưu tiên số một trong đời sống chúng ta, chứ không phải Đức Chúa Trời và Nước Ngài. Nếu Chúa đang nằm đúng vị trí của Ngài trong tấm lòng của chúng ta, chúng ta sẽ không bị gây ấn tượng quá mạnh mẽ đối với tiền bạc. Khi có tiền hay khi không có tiền, mắt chúng ta vẫn cứ chăm xem Chúa chứ không nhìn vào sổ chi thu của mình. Thông thường mức độ lo lắng chúng ta bày tỏ qua tiền bạc cho thấy chúng ta đã đặt các giá trị ưu tiên của mình ở đâu.

Nguyên Tắc Thứ 3: Hãy Chuyên Tâm và Có Tinh Thần Trách Nhiệm

Phải tìm kiếm nước Đức Chúa Trời trước hết, tuy nhiên như vậy không có nghĩa là chúng ta không còn trách nhiệm về mặt tài chính nữa. Chúa dạy chúng ta phải *ráng biết cảnh trạng của bầy chiên mình* (Châm ngôn 27:23). Mỗi người đều phải *săn sóc việc riêng mình, lấy chính tay mình làm lụng* (1 Tê-sa-lô-ni-ca 4:11-12; 2 Tê-sa-lô-ni-ca 3:10).

Hãy nhớ điều răn thứ tư trong Mười Điều Răn: Chúng ta thường chỉ chú trọng vào một khía cạnh của điều răn này, đó là giữ ngày Sa-bát. Nhưng cũng không được quên một nửa phần còn lại của mạng lệnh này: Ngươi hãy làm việc trong sáu ngày.

Một số người cho rằng làm lụng là một sự rủa sả và rằng chúng ta sẽ sung sướng hơn nếu như không phải làm việc. Tôi không tin điều đó. Khi Đức Chúa Trời bảo Ađam rằng ông phải làm việc để trồng ra lúa gạo mà có bánh ăn, thì đó không hoàn toàn là một lời rủa sả. Lòng khao khát muốn được hữu dụng đã trồng sâu trong mỗi người chúng ta, vì thế vô dụng mới thật là một sự rủa sả. Đó là lý do vì sao có quá nhiều những người lớn tuổi mạnh khỏe bị buộc phải nghỉ hưu và về sau chết rất chóng. Chúng ta cần quay về với những lẽ thật về việc thiện của phái Thanh Giáo. Chúng ta cần phải làm việc và làm việc cần mẫn. Sau đó, Đức Chúa Trời sẽ chúc phước cho công việc của tay chúng ta.

Kinh Thánh cũng dạy chúng ta phải có trách nhiệm với gia đình của mình. Chúng ta được dạy phải chăm sóc gia đình hiện tại của mình và các bậc cha mẹ lớn tuổi của chúng ta (1 Ti-mô-thê 5:4). Cách mỗi người chăm lo đến các trách nhiệm về mặt tài chính đều khác nhau, bởi vì Đức Chúa Trời kêu gọi mỗi người cách riêng biệt và trang bị mỗi người độc đáo riêng theo sự kêu gọi của người ấy. Nhưng chúng ta đừng trốn tránh trách nhiệm của mình.

Nguyên Tắc Thứ 4: Đầu Tư Tiền Bạc Và Nhìn Xem Nó Phát Triển

Chúa Jêsus đã cho chúng ta câu chuyện ngụ ngôn về các ta lâng. Thí dụ đó giải tỏ rõ ràng rằng chúng ta có bổn phận làm hết sức điều mình có thể làm để thực hiện những cuộc đầu tư khôn ngoan. Tiền bạc của chúng ta phải được sử dụng và nẩy nở ra, đem lại phước hạnh cho nhiều người, chứ không được cất giấu đi. Tuy nhiên, phải cẩn thận một điều: Việc này không nhất thiết nhằm vào sự phát triển giàu có tiền bạc. tài chính có thể được kể vào, nhưng có những vấn đề khác quan trọng hơn. Tâm tánh của chúng ta có tăng trưởng không? Nước của Đấng Christ trên đất có được phát triển không? Tăng trưởng là một nguyên tắc của sự sống. Phải, một công ty hoặc một cuộc đầu tư cũng có thể bày tỏ ra ân điển của sự sống và sự nhân bội của Đấng Christ.

Nguyên Tắc Thứ 5: Hãy Rộng Rãi

Mỗi một Cơ Đốc nhân đều phải rộng rãi. Đó là một phần của những thay đổi đã diễn ra trong bản chất của chúng ta khi chúng ta trở nên những tạo vật mới trong Đấng Christ. Khi được biến cải, chúng ta trở nên giống như Cha chúng ta ở trên trời, là Đấng rời rộng hơn tất cả mọi người.

Lý do đầu tiên chúng ta phải rộng rãi là để bày tỏ với Chúa lòng biết ơn và tình yêu chúng ta dành cho Ngài. Chúng ta không thể gởi các ngân phiếu đến thiên đàng, đề tên Chúa Jêsus. Kể từ khi Ngài được cất lên trời, cách duy nhất chúng ta có thể dâng tặng tiền bạc cho Ngài là ban cho người khác. Bởi đó, việc dâng hiến là một hình thức thờ phượng.

Một trong những phương cách căn bản nhất để dâng hiến cho Chúa là phần mười, tức là dâng mười phần trăm thu nhập của bạn bằng việc nêu gương và bằng mạng lệnh trực tiếp, việc dâng phần mười được coi là điều bình thường đối với mỗi một người theo Chúa trong suốt thời Cựu ước. Việc dâng phần mười đã bắt đầu từ trước khi có luật pháp (Sáng thế ký 14:20) và Chúa Jêsus đã tỏ rõ rằng việc dâng phần mười phải được tiếp tục giữ không được bỏ qua (Ma-thi-ơ 23:23).

Tuy nhiên việc dâng phần mười không làm cho chúng ta rộng rãi. Nếu chúng ta chỉ dâng mười phần trăm, thì điều đó khiến chúng ta khá hơn tên ăn trộm được một phần trăm. Lời Chúa cho chúng ta thấy Ngài coi 10% là tài sản của Ngài và bất cứ số lượng nào kém hơn đều bị xét là *ăn trộm* của Chúa (Ma-la-chi 3:8-9 và Lê-vi-ký 27:30-32). Nhưng phần mười chỉ là một sự nhắc nhở để chúng ta nhớ rằng Ngài sở hữu mọi sự, Ngài là một trăm phần trăm của mọi nguồn cung cấp, Đức Chúa Trời phán rằng: *bạc là của ta, vàng là của ta* (A-ghê 2:8), *đất và muôn vật trên đất, thế gian và những kẻ ở trong đó, đều thuộc về Đức Giê-hô-va* (Thi thiên 24:1). Theo lời Chúa, chúng ta không sở hữu điều gì cả. Bất cứ điều gì chúng ta có đều chỉ là mượn của Chúa và chúng ta chịu trách nhiệm để sử dụng cách khôn ngoan cho những mục đích của Ngài.

Đó là lý do vì sao khuôn mẫu dâng hiến của Tân ước vượt quá phần mười, sự rộng rãi thậm chí cũng chưa thành hình cho đến khi chúng ta vượt qua khoản phần mười tối thiểu của thời Cựu ước. Buồn thay, nhiều Cơ Đốc nhân vẫn chưa thôi lấy trộm mười phần trăm mà lẽ ra phải thuộc về Đức Chúa Trời. Thực tế, phần lớn những người thường xuyên đi nhà thờ, đều không dâng phần mười. Theo thăm dò của John và Sylvia Ronsvalle, mặc dù tỷ lệ thu nhập tư bản gia tăng lạ lùng trong những năm từ 1968 – 1985, tỷ lệ thu nhập của những người đi nhà thờ lại giảm đi từ 3 xuống 2,8 phần trăm, và họ dự đoán rằng nếu khuynh hướng này cứ tiếp diễn thì chẳng bao lâu mức dâng hiến có thể thấp xuống mức 1,94 phần trăm.[3]

Lời Chúa tuyên bố rằng toàn bộ tình trạng tài chính của chúng ta đều bị rủa sả nếu chúng ta không dâng phần mười (MaMl 3:9). Có thể bạn đang trong tình trạng này và không hiểu làm thế nào có thể tồn tại để trả hết mọi khoản nợ tồn đọng nếu dâng hết 100 phần trăm số thu nhập ít ỏi mà mình có. Tôi xin kể cho bạn một câu chuyện.

Một đầy tớ Chúa nhân dịp viếng thăm, vừa kết thúc một bài giảng sôi động về bổn phận phải dâng phần mười của mỗi một Cơ Đốc nhân. Ông nhấn mạnh cách Đức Chúa Trời vui lòng bày tỏ sự cung ứng thành tín của Ngài cho những ai tôn kính Ngài qua việc dâng phần mười. Sau đó, vị Mục sư chủ tọa của Hội thánh nhỏ bé đang vật lộn ấy mới tỏ riêng với vị đầy tớ đang thăm viếng tại đó rằng "Thật sự thì tôi và nhà tôi đã không thể dâng phần mười từ nhiều năm nay rồi. Chúng tôi đã phải chật vật lắm mới chỉ vừa đủ tiền thuê nhà và mua thức ăn!"

Vị Giáo sĩ lắng nghe với vẻ đầy thông cảm. Rồi ông đưa người bạn mới của mình đến một thách thức. Ông bảo vị mục sư của mình hãy thử dâng phần mười trong một năm, để ra mười phần trăm trước tiên, trước khi thanh toán bất cứ các hóa đơn nào hoặc chi tiêu một khoản tiền nào "Nếu có khi nào anh khám phá ra mình bị thiếu hụt một số tiền mà mình cần, bất cứ vì lý do gì . . ." ông ngừng lại và viết số điện thoại tại nhà lên một tấm bưu thiếp "thì hãy gọi cho tôi, tôi sẽ bù vào chỗ chênh lệch mà không đòi hỏi gì cả".

Một năm trôi qua và vị mục sư trẻ tuổi gọi điện thoại cho vị giáo sĩ lớn tuổi với một lời tường thuật thật phấn khởi "Thưa ông, suốt trong năm nay, tôi không phải gọi điện cho ông một lần nào cả đúng như điều ông đã nói, cứ mỗi tuần, chúng tôi biệt riêng mười phần trăm ra trước. Và rồi chúng tôi luôn luôn có đủ số tiền cần dùng. Tiền bạc đến thật đúng lúc. Thật sự tôi không hiểu là bằng cách nào nữa, nhưng chúng tôi luôn có đủ tiền cho các nhu cầu của mình".

"Thật cảm tạ Đức Chúa Trời, người anh em à". Vị giáo sĩ nói qua điện thoại và đi đến điểm gút của vấn đề "Nhưng vì sao ông lại có thể tin cậy vào sự hỗ trợ của tôi mà lại không tin vào Đức Chúa Trời?"

Chính Đức Chúa Trời là Đấng hứa chúc phước cho chúng ta nếu chúng ta dâng phần mười rằng: *Các ngươi hãy đem hết thảy phần mười vào kho, hầu cho có lương thực trong nhà ta; và từ nay các ngươi khá lấy điều nầy mà thử ta, Đức Giê-hô-va vạn quân phán, xem ta có mở các cửa sổ trên trời cho các ngươi, đổ phước xuống cho các ngươi đến nổi không chỗ chứa chăng!"* (Ma-la-chi 3:10). Một tôi tớ Chúa nói rằng trong hết thảy những năm ông hầu việc Chúa cho những nơi tiêu điều ở các khu ổ chuột, ông chưa bao giờ gặp được một người ban cho hào phóng hoặc một người trung tín dâng phần mười cho Chúa.

Nếu sự rộng rãi của Tân ước vượt quá số lượng tối thiểu của phần mười, thì bạn phải dâng bao nhiêu đây? Bạn làm sao để biết khi nào thì phải đáp ứng cho một nhu cầu và khi nào phải để dành tiền để giải quyết các trách nhiệm của bạn về mặt tài chính, kể cả các trách nhiệm gia đình riêng của bạn? Nguyên tắc của Tân ước thật là đơn giản: Mọi điều bạn sở hữu và bạn có, đều thuộc về Đức Chúa Trời. Và giống như Chúa Jêsus, bạn phải cầu hỏi sự chỉ dẫn của Đức Chúa Cha trong mọi sự. Bạn chỉ cần nói "Lạy Chúa, con đây. Và đây là tất cả tiền bạc của con. Ngài muốn con làm gì?" Khi bạn biết được một nhu cầu nào, hãy cầu hỏi Chúa bạn có phải dâng hiến không và dâng bao nhiêu. Hãy vâng lời Chúa. Sự dâng hiến trong Tân ước đặt nền tảng trên sự đầu phục hoàn toàn, hãy lắng nghe tiếng Chúa và thuận phục bất cứ điều gì Ngài bảo bạn làm, rồi sau đó hãy tin cậy Ngài để làm điều bạn không thể làm.

7

ĐƯỜNG LỐI KINH TẾ CỦA ĐỨC
CHÚA TRỜI

Hai người đàn ông, rõ ràng là từ phương Tây đến. Chỉ cần
nhìn quần áo trên người họ thôi cũng đủ để nói lên điều đó
khi họ vội vã đi xuống một con đường đầy ổ gà, thỉnh thoảng họ lại
dừng bước để đối chiếu một mảnh giấy trên tay rồi so sánh nó với
một vài điểm mốc ở chung quanh mình. Họ không thể hỏi bất cứ ai
để tìm sự chỉ dẫn. Vào năm 1968, nếu như bạn không biết đường
để tìm được chỗ bạn muốn đến ở tại Sofia, thuộc nước Bulgari thì
có thể bạn đã không được phép đến đó.

Cuối cùng hai người bước vào một căn nhà, tìm được đường
lên cầu thang tối om suốt đường đi đến một căn hộ ở gác xép, họ
gõ cửa. Một phụ nữ tóc màu xám tro mở cửa một cách e dè, đoạn
bà ra hiệu mời họ vào. Chỉ cần liếc quanh căn gác nhỏ bé là có thể
thấy rõ sự nghèo nàn của bà. Một chiếc bóng đèn trần trụi không có
chụp, hắt một làn ánh sáng yếu ớt lên chiếc giường, một chiếc bàn
nhỏ, hai chiếc ghế và vài chiếc xô được đặt ở các "vị trí chiến lược"
sẵn sàng đón các lỗ dột trên mái nhà.

Hai người thanh niên tự giới thiệu họ là Jens và Peter, hai Cơ
Đốc nhân người Đan Mạch, và họ thò tay vào túi lấy tiền Bulgari ấn
vào tay bà.

"Đây là số tiền dùng cho nhu cầu của các thánh đồ ở tại đây", Jens giải thích "nhất là vợ của các mục sư".

"Ồ, các anh em yêu dấu!", bà ta kêu lên, nắm chặt những tờ giấy bạc trong đôi tay xương xẩu vì lao động "Thật Chúa đã đáp lời cầu nguyện, nhất là cho các đứa trẻ!". Jens không thể ngăn gì được nhưng anh hơi e ngại trước sự cảm kích của bà. Anh nhìn qua vai bà. Liệu căn phòng này có bị nghe trộm không? Anh biết điều họ đang làm là bất hợp pháp . . . Nhưng họ cũng biết rõ ràng có nhiều Mục sư trong đất nước này đang bị cầm tù, và gia đình của họ không có phương tiện gì để sinh sống. Những Cơ Đốc nhân khác bị buộc phải làm những công việc hèn mọn nhất của một tôi tớ, vì họ đã đứng về phía Đấng Christ. Phần lớn những người tin Chúa đều có một gia đình đông đúc. Vì vậy, những người ngoại quốc đã mang tiền đến để họ có thể mua thức ăn, áo quần và thuê nhà. Người phụ nữ này được tin cậy để chuyển số tiền ấy đến những nơi có nhu cầu.

Khi Jens và Peter định ra về thì người phụ nữ Bulgari này phản đối "Không, các anh chưa được đi đâu! Đừng ra về khi chưa nhận sự tiếp đãi của tôi". Hai người Đan mạch nhìn quanh. Họ nhận gì từ vị thánh đồ rõ ràng là thiếu thốn này? "Không, thật mà, chúng tôi vừa dùng bữa rồi. Chúng tôi phải tiếp tục lên đường thôi".

Dầu vậy, bà ta cứ nhất định mời họ ngồi vào ghế một cách hãnh diện. Bà ta thận trọng đặt những chiếc ly trơn lớn trước mặt họ. Đoạn, bà mang ra từ trong chiếc tủ chén nhỏ một tặng phẩm hết sức quý báu của lòng mến khách . . . . một lọ mứt trái cây để dành. Bà rót nước lạnh vào các chiếc cốc, rồi đưa cho các vị khách những chiếc muỗng nhỏ để dùng lọ mứt quí báu ấy. Đó là tất cả: Nước lạnh và những muỗng mứt nhỏ.

Làm thế nào bạn đo được sự rộng rãi ấy? Bạn không thể chỉ dùng đô-la hoặc đồng xu mà đo lường điều ấy được. Sự rộng rãi luôn luôn được đặt cơ sở trên sự tương xứng của tặng phẩm với điều mà người cho sở hữu. Người phụ nữ này giống như người đờn bà góa trong thời Chúa Jêsus đã bỏ hai đồng xu vào rương tiền, là một con người hào phóng phi thường!

Mỗi năm, Hoa Kỳ cho đi một số lượng bằng với hai phần trăm tổng sản lượng quốc gia tức là 90 tỷ đô-la trong năm qua.[1] Một trong những quốc gia giàu nhất thế giới nên ban phát để giúp cho những nhu cầu của nhân loại. Tuy nhiên, điều ngạc nhiên là những người Hoa Kỳ nào đã dâng góp. Theo một cuộc thăm dò của thủ đô Washington, D.C đặt cơ sở trên Khu Vực Tư Nhân, năm 1988, tỷ lệ phần trăm cao nhất của những người dâng tặng là giữa vòng những người có mức thu nhập chưa đến 10.000 đô-la một năm.[2] Cục Điều Tra Dân Số đã khám phá một điều tương tự: những gia đình có mức thu nhập dưới 15.000 một năm, dâng tặng gấp hai lần nhiều hơn các gia đình có mức thu nhập trên 100.000 đô-la mỗi năm,[3] tính theo tỷ lệ phần trăm. Mặc dù Hoa Kỳ từ trước đến nay vẫn có những người giàu rộng rãi, nhưng số những góa phụ dâng hiến những số tiền khiêm tốn với tấm lòng rộng rãi của họ vẫn vượt trội hơn con số kia.

Sự Dâng Hiến Bởi Đức Tin

Điều đó cũng giống như trong thời sứ đồ Phao-lô. Ông đã đưa các hội thánh thuộc xứ Maxêđoan ra làm gương, họ là những người đang lúc chịu hoạn nạn thử thách và trải qua cơn rất nghèo khó, đã trải rộng sự dư dật của lòng rộng rãi mình" (2 Cô-rinh-tô 8:15). Những người này đã ban cho vượt quá khả năng của họ, họ tự nguyện nài xin sứ đồ Phao-lô cho họ có cơ hội dự phần trong việc giúp đỡ các thánh đồ trong các xứ khác. Những câu Kinh Thánh này trong 2 Cô-rinh-tô 8 cho chúng ta thấy được một số khía cạnh của sự rộng rãi theo Kinh Thánh . . .

- Không bao giờ là điều bị bắt buộc theo luật pháp, mà hoàn toàn do tự nguyện. Chúng ta vẫn có quyền sở hữu cá nhân, song ban cho nhưng không điều chúng ta muốn chia sẻ (trong câu 3 và Công-vụ 2:43-47).

- Đó là một sự ban cho hậu hĩ, chứ không phải chỉ là điều gì đó không thể thiếu được (câu 2-3).
- Mặc dù điều đó vượt quá sức chúng ta và phải trả giá, nếu như chúng ta ban cho là bởi vì Chúa bảo chúng ta hãy làm, thì có một sự vui mừng lớn trong việc ban cho đó, thậm chí là điều vô cùng vui sướng (câu 4, và trong 2 Cô-rinh-tô 9:7).
- Điều đó đến trước hết bởi lòng yêu kính Chúa và sau đó vì lòng yêu người (câu 5).

Loại ban cho bởi đức tin này sẽ luôn luôn được Đức Chúa Trời ban thưởng. Điều đó đến bởi một tấm lòng rộng rãi là một thái độ vươn rộng đến các lãnh vực khác hơn là tiền bạc. Nếu chúng ta có tấm lòng rộng rãi, chúng ta sẽ rộng rãi với thì giờ của mình, rộng rãi với sự tha thứ, rộng rãi với sự giảng dạy, rộng rãi với ảnh hưởng của chúng ta, rộng rãi với đồng bào của mình, rộng rãi với bất cứ nguồn tiếp trợ nào mà Chúa ban cho chúng ta.

Chương Trình Của Đức Chúa Trời Dành Cho Sự Cung Ứng

Như chúng ta đã thấy trong chương trước rằng dâng hiến là một hình thức của sự thờ phượng Đức Chúa Trời. Nhưng Chúa đã hoạch định một số đáp số thích hợp từ sự rộng rãi của chúng ta, bao gồm sự cung ứng cho những người thuộc các phạm trù đặc biệt.

Kinh Thánh bày tỏ những phương cách để qua đó sự cung ứng được thực hiện cho con người. Mỗi chúng ta rơi vào một trong những phạm trù này:[4]

- Những trụ cột của gia đình

- Những người nghèo khổ và thiếu thốn
- Những người được sai đi
- Những người được nuôi bởi ma-na

Những trụ cột của gia đình

Đức Chúa Trời phán với Ađam rằng ông phải làm đổ mồ hôi trán để có bánh ăn. Đó là mạng lệnh đầu tiên được ban phát sau khi loài người sa ngã. Thành phần cột trụ gia đình nằm trong số đông dân chúng, họ là những người lao động để đem lại hàng hóa hoặc các dịch vụ. Hầu hết các mục sư và giáo sĩ đều thuộc vào tầng lớp này, bởi vì họ cung ứng một sự phục vụ mà qua đó họ nhận tiền công. Nguyên tắc này dành cho những người hầu việc Chúa trọn thì giờ, xứng đáng được hưởng tiền lương, đã được chính Chúa Jêsus tán đồng (Lu-ca 10:7) cũng như sứ đồ Phao-lô (1 Cô-rinh-tô 9:7-14 và 1 Ti-mô-thê 5:17-18).

Một nhà truyền đạo trẻ tuổi mới đây nói rằng mục tiêu của anh là phải sử dụng những cuộc đầu tư khôn ngoan để anh sẽ được hầu việc Chúa tự do trong vòng một vài năm. Thoạt đầu điều đó nghe như có vẻ hợp lý. Anh ta sẽ được tự do chăn bầy ở những nơi mà tín hữu không cấp dưỡng cho anh nổi. Anh có thể chọn bất cứ chức vụ hầu việc nào mà mình muốn mà không phải lo lắng về việc phải nhận sự giúp đỡ từ nơi bất cứ ai. Tôi không thắc mắc về những động cơ đã thúc đẩy vị truyền đạo trẻ tuổi này, nhưng tôi thật sự thắc mắc về sự khôn ngoan của kế hoạch đó. Đó thật sự là điều lẩn tránh khuôn mẫu đã có của Thánh Kinh đối với việc con cái Chúa phải dâng hiến cho những người thi hành chức vụ trên họ.

Những người nghèo khổ và thiếu thốn

Nhu cầu của những người nghèo phải được cung ứng bởi sự rộng rãi của chúng ta. Thay vì đánh thuế người dân và phân phối lại của cải bằng những đường lối khách quan của chính phủ. Kinh Thánh ủng hộ quyền hạn của chúng ta đối với quyền sở hữu cá nhân song cũng nhắc nhở chúng ta hãy ban phát rộng rãi cho những người nghèo thiếu.

Kinh Thánh nói chúng ta luôn có những người nghèo thiếu giữa vòng chúng ta. Vì nhiều lý do khác nhau, một số họ nghèo chỉ vì họ là những nạn nhân vô tội, một số khác nghèo khổ vì những quyết định sai lầm. Song dẫu vì bất cứ lý do gì, chúng ta cũng không được cứng lòng (Phục truyền 15:7, 11; 1 Giăng 3:17), viện cớ, hoặc bảo họ đi với hai tay không (Gia-cơ 2:16). Chúa Jêsus không dạy chúng ta chỉ ban cho những kẻ nghèo khổ xứng đáng. Ngài không phán rằng: "Hãy ban cho kẻ nào xin ngươi . . . trừ khi kẻ ấy không phải là kẻ chuyên lừa đảo hoặc đã từng thiếu khôn ngoan trong việc quản lý tiền bạc của mình". Không, Ngài phán rằng: "Hãy cho người". Ban cho là một hành động do lòng thương xót, và lòng thương xót không bao giờ đòi hỏi sự xứng đáng.

Nếu anh em ở gần ngươi trở nên nghèo khổ, tài sản người lần lần tiêu mòn, thì hãy cứu giúp người, mặc dầu là kẻ khách kiều ngụ, hầu cho người cứ ở cùng ngươi.

— LÊ-VI-KÝ 25:35

Khi tôi còn là một cậu bé ở tại El Centro, thuộc tiểu bang California, gia đình tôi sống gần công viên của thành phố, ở bên kia đường. Giai đoạn ấy thật khó khăn và thường có hàng trăm người vô gia cư ngủ lại tại công viên đó. Họ thường đến nơi cửa sau nhà chúng tôi, đứng với chiếc nón trên tay và hỏi xin chúng tôi có gì cho họ ăn không, với thái độ rất kính cẩn. Tôi chưa bao giờ thấy mẹ tôi từ chối một ai. Chính chúng tôi cũng chỉ có những bữa ăn giới hạn và đạm bạc, chỉ tạm đủ nhờ vào tiền phần mười và tiền dâng hàng tuần của tín đồ trong hội thánh. Nhưng mẹ tôi luôn cho họ thức ăn và có khi còn cho một người mượn một chiếc mền bông để đắp khi ông ta phải ngủ ngoài công viên.

Có nhiều cách để giúp người khác, và có một số cách để lại một ảnh hưởng lâu bền hơn. Kinh Thánh phân biệt kẻ lười nhác với những người nghèo thiếu do bị đối xử bất công. Chúng ta được dạy rằng "Nếu ai không khứng làm việc, thì cũng không nên ăn nữa" (2 Tê-sa-lô-ni-ca 3:10). Vì vậy, chúng ta phải tìm cách giúp cho những người nghèo có thể tự kiếm sống được. Nhưng điều quan trọng nhất là chúng ta không được cứng lòng cũng không được biện hộ cho việc trốn tránh trách nhiệm cứu giúp họ bằng cách thực hiện một điều nào đó.

Chúa có rất nhiều lời hứa trong Kinh Thánh dành cho những ai ban phát cho kẻ nghèo. Dưới đây chỉ là một vài câu điển hình

- Ai thương xót kẻ nghèo, tức cho Đức Giê-hô-va vay mượn (Châm ngôn 19:17)
- Có người rãi của mình ra, lại càng thêm nhiều lên (Châm ngôn 11:24)
- Người nào có mắt từ thiện sẽ được phước (Châm ngôn 22:9)
- Người sẽ nên tôn trọng (Ê-sai 58:10)
- Người sẽ được thịnh vượng (Châm ngôn 11:25)
- Mọi nhu cầu của người sẽ được chu cấp (Thi thiên 4:19)
- Cha người sẽ thưởng lại cho người (Ma-thi-ơ 6:4)
- Bạn sẽ được giải cứu trong ngày tai họa (Thi thiên 41:1)
- Các vựa lẫm của bạn sẽ đầy dư dật (Châm ngôn 3:10)
- Bạn sẽ chẳng thiếu thốn gì (Châm ngôn 28:27)
- Bạn sẽ có của cải trên thiên đàng (Ma-thi-ơ 19:21)
- Bạn sẽ biết rõ Đức Chúa Trời (Giê-rê-mi 22:16)
- Con người và đất đai mà Chúa sẽ ban cho bạn đều sẽ được phước (Lê-vi-ký 26:5)

Chúa Jêsus cũng đã từng phán rằng khi chúng ta ứng hầu trước mặt Ngài trong ngày đoán xét, cách đối đãi của chúng ta đối với kẻ nghèo sẽ là một trong những tiêu chuẩn mà qua đó chúng ta bị xét đoán (Ma-thi-ơ 25:31-36).

Những người được sai đi

Một lớp người khác nữa mà tôi gọi là "những người được sai đi" thay cho từ "Các nhà truyền giáo" bởi vì chúng ta rất thường hay diễn giải hẹp hòi "Các nhà truyền giáo" như là những người đội mũ bấc, giảng dạy dưới những tán cây cho những người bản xứ sống trong những vùng rừng rậm xa xôi. Nguồn gốc ban đầu của chữ "nhà truyền giáo" có nghĩa là "một người được sai đi"

Những người này được một tập thể sai họ đi cách vô kỷ, để làm một công tác nào đó cho một tập thể khác. Có thể là một người được sai đi để đến với khu ổ chuột thuộc Detroit. Hoặc có thể đó là một người được cử đi để xây dựng một ngân hàng dữ liệu vi tính ở tại Thụy sĩ để theo vết tiến triển của thế giới về việc hoàn thành Đại Mạng Lịnh. Hoặc một người được sai đi để có thể mang tin lành đến một bộ tộc chưa ai đến được ở những đoạn kênh xa xôi nhất thuộc sông Amazôn.

Những ai ban phát rộng rãi cho những người được sai đi, bản thân họ không nhận được lợi nhuận cho chính mình. Họ ban cho là bởi vì lòng họ yêu kính Chúa và vì họ hiểu rằng rất hiếm khi người ta trông đợi nơi những người hư mất việc trả công cho người nào mang Tin Lành đến cho họ. Rô-ma 10:14-15 chép rằng: "Nếu chẳng ai rao giảng thì nghe làm sao? Lại nếu chẳng ai được sai đi, thì rao giảng thế nào? Đức Chúa Trời đã định cho sự rộng rãi của chúng ta là để giúp đỡ cho những người được sai phái ra đi mang theo Tin lành" (3 Giăng 6:8).

Những người được nuôi bằng ma-na

Có một số người, vì những mục đích đặc biệt hoặc sự kêu gọi đặc biệt của Đức Chúa Trời, được Đức Chúa Trời trực tiếp cấp dưỡng. Giống như dân Y-sơ-ra-ên nhận Mana trong đồng vắng hoặc như tiên tri Ê-li được nuôi bằng những con chim quạ, loại chu cấp trực tiếp từ Đức Chúa Trời như vậy chỉ trong một thời gian ngắn, trong những hoàn cảnh rất đặc biệt, hoặc vì một sự bày tỏ gây ấn tượng mạnh về quyền năng của Ngài.

Chúng tôi đã từng thấy những trường hợp như vậy xảy ra trong tổ chức *Thanh Niên Với Sứ Mạng*. Trong lúc 175 nhân sự của chúng tôi đang ở tại Hylạp, chuẩn bị cho chiếc tàu thương xót m/v Anastasis nhổ neo, họ đã chứng kiến một sự cung ứng trực tiếp, giống như việc bánh mana. Một buổi sáng, trong một khoảng thời gian tương đối gian khổ, 8.301 chú cá đã nhảy lên bãi biển ngay phía trước chỗ họ tạm nghỉ lại. Họ cẩn thận ướp chúng và đã sử dụng sự cung ứng đó trong nhiều tháng để bổ sung cho các bữa ăn thiếu thốn của họ. Không ai giải thích được vì sao đàn cá lại nhảy lên khỏi nước. Những người dân Hylạp địa phương, thậm chí những người hàng xóm cao tuổi nhất, cũng chưa bao giờ thấy một sự kiện như vậy đã xảy ra. Và cá chỉ nhảy lên ngay trước nơi mà các thành viên của *Thanh Niên Với Sứ Mạng* đang ngụ mà thôi. Điều đó dường như là một sự cung ứng bằng ma-na.

Một chuyện lạ lùng đã xảy đến cho Reona Peterson, thiếu nữ trong chuyến đi đến Anbani mà tôi đã chia sẻ cho quý vị ở chương đầu tiên.

Trong một hành trình truyền giáo khác, Reona và một người bạn gái của cô là Celia đang ở tại Edinburgh, họ phải rời nơi đó ngày hôm sau trên một chuyến phà để đến quần đảo Hebrides, họ không đủ tiền và không biết phải làm thế nào. Reona và Celia cầu nguyện xin Chúa tiếp trợ. Nhưng Ngài sẽ làm cách nào đây, chỉ trong vòng 24 giờ đồng hồ, trong một thành phố mà không ai quen biết họ?

Họ đi bộ xuống phố Princess, giữa đám đông những người

khách đi bộ trên đường phố ban ngày, và dừng lại ở một ngã tư đường để đợi đèn đổi. Ngay khi Reona bước khỏi lề đường, cô chợt nhìn xuống chân, "Xem này, Celia!", Cô kêu lên "Kìa, trên chiếc giày của tôi đấy! Làm sao mà nó lại nằm ở đây?". Cô cúi xuống và gỡ đồng tiền một bảng Anh mắc kẹt trong chiếc khóa trang trí ở trên chiếc giày của cô. Thế rồi cô lại trông thấy một đồng pao khác nằm ngay dưới gót giày của cô. Họ nhìn tới phía trước rồi quay ra phía sau . . . chẳng một ai trong đám đông ngoái lại. Hơn nữa, nếu có ai đã đánh rơi tiền, thì làm sao một trong hai tờ bạc ấy lại mắc trong chiếc khóa trước mũi giầy? Ngày hôm ấy trời lại không hề có gió để mà thổi tờ bạc để bằng cách nào đó nó mắc vào chiếc giày của cô. Thật đúng số tiền mà họ cần để trả tiền vé cùng với một số những điều có cần khác khi đến Hebrides. Hai thiếu nữ biết chắc chắn rằng Chúa đã đặt tờ bạc trên và dưới giầy của Reona.

Vì sao chuyện này rất hiếm khi thấy? Làm sao lại có những câu chuyện quá hi hữu như vậy? Thậm chí lại còn khó tin nữa? Rốt lại, Đức Chúa Trời đã nuôi hàng triệu người trong dân sự của Ngài một cách diệu kỳ trong đồng vắng suốt bốn mươi năm khiến cho thức ăn phải "hiện ra" trên mặt đất. Ngài cũng đã để đồng bạc ở trong miệng cá để Phierơ tìm được. Vậy, tại sao Ngài không làm những phép lạ ấy thường xuyên hơn?

Có nhiều lý do vì sao những sự kiện "mana" xuất hiện này hiếm khi xảy ra. Thường thường, Chúa dùng con người để đáp ứng các nhu cầu của người khác. Một lý do, đó là vì Ngài muốn thực hiện nhiều hơn việc chỉ đáp ứng các nhu cầu thuộc thể. Ngài muốn đem chúng ta lại với nhau trong sự hợp nhất qua việc ban cho. Chúng ta sẽ hiểu chi tiết điều này hơn trong chương kế tiếp.

Một lý do khác khiến Đức Chúa Trời thường sử dụng con người đó là vì Ngài muốn bày tỏ cho chúng ta một chân lý: Ban cho có phước hơn là nhận lãnh. Ngài muốn chúng ta học biết các phước hạnh của lòng rộng rãi. Để rồi chúng ta sẽ trở nên giống như Ngài. Đức Chúa Trời yêu kẻ thí của cách vui lòng (2 Cô-rinh-tô 9:7) bởi vì Ngài cũng có một tấm lòng ban cho như vậy. Lòng rộng rãi thật thì ban cho cách nhưng không, không có những sợi dây trói buộc, không bởi những động cơ vị kỷ, và không có tham vọng kiểm soát. Kẻ thí của cách vui lòng chỉ ban cho và để Đức Chúa Trời đổ đầy lại chén của mình, khiến mình lại có thể ban cho.

Bà Corrie ten Boorn vẫn thường dạy dỗ ở tại các trường học của hội Thanh Niên Sứ Mạng chúng tôi trước khi bà qua đời vào năm 1983. Tôi sẽ không bao giờ quên sự giải bày mộc mạc của bà về cách Đức Chúa Trời ban thưởng cho lòng rộng rãi như thế nào. Bà đứng trước lớp huấn luyện các nhà truyền giáo trẻ tuổi và để hai cái chai trước mặt họ, chai nào cũng đổ đầy cát. Một chai có miệng hẹp và chai kia miệng rộng. Bà cầm cái chai miệng rộng lên và đổ cát trong chai ra . . ., cát nhanh chóng đổ hết ra bàn, còn lại cái chai không. Sau đó bà bắt đầu dốc cát ra từ cái chai miệng hẹp, cát từ từ rỉ ra phải mất một hồi lâu mới trống chai.

"Các em thấy không", bà nói trong lúc đợi dòng cát mỏng manh chảy xuống "cái chai này giống như một số Cơ Đốc nhân". Họ dâng hiến cho Chúa, song không mau mắn và không rộng rãi lắm. Nhưng bây giờ các em hãy xem điều gì xảy ra". Bà đã làm xong và đã bắt đầu đảo ngược tiến trình, cho cát vào trở lại mỗi chai. Cái chai miệng rộng rất mau đầy và tràn đến miệng. Song với cái chai miệng hẹp, bà phải mất một hồi lâu và khó nhọc để làm đầy lại. Nó ban cho một cách khó khăn và rồi nó cũng nhận lại sự khó khăn như vậy.

Bạn giống loại chai nào?

8

TIẾP TRỢ CHO CÔNG TÁC
TRUYỀN GIÁO, ĐƯỜNG LỐI
CỦA CHÚA JÊSUS

Vì sao Đức Chúa Trời không lập tức cung ứng tất cả số tiền chúng ta cần cho công việc của Ngài trên đất? Chắc chắn là Ngài có thể dẫn dắt một nhà tỷ phú nào đó, là người yêu mến Ngài, viết một chi phiếu khổng lồ, tài trợ cho việc hoàn thành Đại Mạng Lịnh. Hoặc Ngài có thể giúp đỡ cho ai đó là người yêu mến Ngài, là người được tin cậy, tình cờ phát hiện một kho báu chôn giấu, hoặc bất ngờ có được một số tiền lớn và dâng tất cả cho công việc Chúa. Hoặc tại sao Chúa không khiến cho một trong những người hết sức yêu mến Ngài trúng số chừng 10 triệu đô-la?

Những ai trong chức vụ đã từng vật lộn trong nước mắt, tự hỏi không biết làm thế nào mà mình vẫn còn tiếp tục ở trong sự kêu gọi, cũng đều phải có những câu hỏi tương tự. Một nhà truyền giáo đã có lần kêu lên trong sự tuyệt vọng "Chúng tôi không bao giờ có đủ tiền để làm điều chúng tôi dự định phải làm. Cứ như là Đức Chúa Trời đã cột trói một tay tôi ở sau lưng rồi bảo tôi hãy làm cũng chừng đó công việc. Thật là không công bằng!"

Và vì sao các nhà truyền giáo phải làm công việc gởi những thư từ xin giúp đỡ? Tôi tin chắc rằng mỗi một nhà truyền giáo đều đã có nhiều lần sốt ruột vì phải liên tục viết các bức thư hoặc gởi các lá thư xin giúp đỡ cho những người ở tại quê nhà. Rốt cuộc, hầu hết đều không được hồi âm. Và một hoặc hai ngày bị mất đi trong tháng để làm công việc thông tin như vậy, thật là đáng tiếc. Rốt lại, các lao tác viên giảm đi trong công việc Chúa, và sức ép của công việc thì thật lớn, đè trên một số ít người. Vậy tại sao chúng ta phải làm công việc quan trọng nhất trên thế gian này theo cách ấy?

Chúng ta cần nắm vững trong trí mình phương pháp của Đức Chúa Trời khi nhìn vào chức vụ hầu việc và vấn đề tiền bạc. Chúng ta đang lo ngại rằng bằng phương cách nào công việc được tiến hành và có tiền để các mục tiêu của chúng ta được hoàn thành tốt đẹp. Rốt lại, đó là những mục tiêu cho công việc Chúa, phải không?

Tuy nhiên, Đức Chúa Trời lại có một nhân tố quyết định khác hẳn. Mối quan tâm hàng đầu của Ngài là việc khôi phục lại các mối tương quan giữa chúng ta với Ngài và giữa chúng ta với nhau. Đó là lý do vì sao Ngài hoạch định điều đó hầu cho chúng ta phải dựa vào những người khác để hỗ trợ mặt tài chính đang khi chúng ta làm công việc Ngài.

Chúa Jêsus đã nêu gương về lãnh vực đó cho chúng ta, Ngài đã tự cấp dưỡng cho mình với tư cách là một người thợ mộc trong những năm đầu trưởng thành, nhưng trọn ba năm chức vụ, Ngài và các môn đồ đã có *"Gian-nơ vợ Chu-xa, là quan nội vụ của vua Hê-rốt, Su-xan-nơ và nhiều người khác nữa giúp của cải cho Ngài"* (Lu-ca 8:3)

Khi con người dâng hiến của cải cho công việc của Chúa thì nhiều điều kỳ diệu xảy ra. Một câu chuyện từ New Orleans cho thấy một số điều Đức Chúa Trời làm qua sự dâng hiến của chúng ta. Cô bé Lisa mười tuổi kiếm được 15 đô-la từ việc bán đồ ở ga-ra. Thay vì tiêu món tiền đó vào kẹo bánh, đồ chơi hoặc áo quần. Lisa quyết định dâng số tiền đó cho một nhà truyền giáo đô thị tên là Chuck Morris, đang làm việc với hội YWAM bên trong thành phố "Ông hãy dùng số tiền này cho các hội truyền giáo", cô bé gái nói và đặt 15 đồng vào tay ông.

Hiểu rằng 15 đồng này có ý nghĩa thế nào đối với một đứa trẻ mười tuổi, ông Chuck thận trọng cân nhắc xem phải đầu tư vào chỗ nào cho em. Sau đó ông nghĩ đến David, một bé trai gần mười tuổi mà chẳng bao giờ em có cơ hội để được gặp gỡ. David không có việc làm và phải ngủ trong công viên của thành phố. Nhưng ông Chuck đã đưa dắt David đến với Chúa. David muốn tìm một việc làm, nhưng cậu không thể mua nổi tấm thẻ căn cước người ta đòi hỏi để được làm việc ở tại Louisiana. Ông Chuck quyết định dùng số tiền 15 đô-la của Lisa mua thẻ căn cước cho David để cậu ta có được sự tự trọng do có một việc làm được trả lương.

Sau đó ông Chuck gởi cho Lisa một tấm hình của David và một lá thư để giải thích 15 đô-la của em đã có ý nghĩa như thế nào đối với David. Trong vòng vài tuần lễ sau, David cũng viết cho Lisa một lá thư để cảm ơn cô và cho cô biết anh đã tìm được một việc làm. Ngày nay, Lisa vẫn thường cầu nguyện đều đặn cho David, vì biết rằng số tiền em dâng cho Chúa đã tạo được một sự thay đổi trong đời sống của một con người.

Đó chỉ là một câu chuyện nhỏ giữa cả triệu câu chuyện như vậy, nhưng nó cho thấy nhân tố quyết định là Chúa, có liên quan đến vấn đề tài chính trong chừng mực nào. Hàng cuối cùng trong quyển sổ chi thu của Ngài chính là các mối tương quan, Đức Chúa Trời đã bày tỏ tình yêu của Ngài bằng cách ban cho, không những Ngài chỉ ban cho chúng ta Con Độc Sanh yêu dấu của Ngài như là một hành động rộng lượng nhất trong lịch sử, nhưng Ngài vẫn không ngừng ban cho mỗi một người trong chúng ta.

Lời Chúa cho chúng ta biết rằng mọi ân điển tốt lành đều đến từ Cha thiên thượng của chúng ta (Gia-cơ 1:17). Đến lượt chúng ta cũng bày tỏ lòng yêu thương đáp lại với Ngài bằng cách ban cho người khác. Song thay vì chỉ làm vững mạnh mối quan hệ yêu thương giữa chúng ta với Chúa, việc ban cho của chúng ta còn ràng buộc tấm lòng của chúng ta với người nhận sự ban tặng ấy nữa.

Sự ban cho nối liền tấm lòng

Chúa Jêsus cho biết của cải ở đâu, thì lòng chúng ta cũng ở đó. Khi chúng ta dâng "của cải mình cho những người nào đó và cho những chức vụ cụ thể của họ, tấm lòng chúng ta cũng sẽ gắn bó với họ. Chúng ta thấy mình có trách nhiệm phải cầu nguyện cho họ, giống như cô bé Lisa trong câu chuyện ở tại New Orleans. Có thể có những miền đất cách xa chúng ta đến nửa vòng trái đất mà chúng ta không bao giờ ghé đến, nhưng chúng ta sẽ gần gũi hơn với những người đó và với những gì Đức Chúa Trời tạo dựng và làm vững bền các mối quan hệ vì cớ sự ban cho của bạn. Bạn sẽ khiêm nhường khi biết có ai đó dâng hiến cho bạn, nhất là nếu bạn biết họ đã hy sinh để dâng cho bạn và công việc bạn làm. Điều đó khiến bạn cần phải cẩn thận và không được lạm dụng lòng tin cậy mà họ đặt nơi bạn. Đó là điều quan trọng để mỗi người kinh nghiệm được. Lòng kiêu hãnh của chúng ta giảm xuống trước sự dâng hiến rộng rãi, khi chúng ta không thể trả nổi, song chỉ có thể cảm ơn họ và cầu nguyện xin Chúa ban phước lại cho họ. Thà chúng ta tự cấp dưỡng thì hơn.

Tôi đã nhiều lần trò chuyện với những người muốn một ngày kia sẽ trở thành nhà truyền giáo khi nào họ có thể đủ chi phí theo cách riêng của họ để đi ra. Nhưng điều đáng buồn đó là thậm chí nếu như có một vài người xoay xở được cách để không vướng vào những món nợ và tìm được cách để tự tài trợ cho công việc của mình, thì họ đã bỏ mất mối liên kết của tấm lòng khiêm nhường, của kinh nghiệm khủng khiếp nhưng kỳ diệu xảy ra khi ai đó đặt tiền vào tay bạn và nói rằng Chúa bảo người ấy giao cho bạn.

Có một mối liên kết đặc biệt tồn tại mãi mãi giữa bạn và người đã dâng tặng cho bạn. Bạn quan tâm đến người ấy và bạn cầu nguyện cho người ấy một cách khác biệt hơn với những người không hề dâng tặng cho bạn một cách cá nhân. Bạn cũng sẽ tự nhiên muốn chia sẻ tin tức chức vụ của bạn với người ấy, kể lại những gì mà món quà tặng của người ấy đã làm được cho công việc Chúa.

Tất cả những mối quan hệ này có được là nhờ nguyên tắc ban

cho của Chúa Jêsus với tư cách là những chi thể trong Thân của Ngài . Bởi vì mỗi một chức vụ đều cần có tiền bạc, Ngài đã bảo đảm rằng chúng ta sẽ luôn luôn cần đến nhau và luôn luôn phải làm việc dựa trên các mối tương quan của chúng ta. Đồng thời nhu cầu của chức vụ sẽ được đáp ứng, những người có việc làm ở các thành phố và thị trấn sẽ có cái nhìn mở rộng và sẽ đến để nhìn thế giới này theo quan điểm của Đức Chúa Trời, tất cả đều nhờ việc ban cho của họ và những lời tường thuật mà họ nhận được từ những người đại diện cho cá nhân họ "ở tại đó". Và lời cầu nguyện sẽ tăng lên mọi bề, thực hiện công việc chiến đấu thuộc linh cần thiết cho bất cứ công việc gì cần được hoàn thành. Không điều nào trong những điều này có thể xảy ra để công việc Chúa cứ được tiến triển nếu chúng ta không nhờ vào tiền bạc và những người bằng lòng dâng hiến,

Dường như điều này khó đối với một nhà truyền giáo hoặc vị mục sư đang sống chật vật, song nếu có một ngân quỹ khổng lồ phải tài trợ cho công việc của người ấy, hoặc có một nhà tỷ phú nào đó đã đăng ký một chi phiếu khổng lồ rồi, thì chức vụ của người ấy đã đến lúc tận số. Các giáo sĩ không phải chỉ cần tiền bạc. Họ cần những người nâng đỡ họ, cầu nguyện cho việc mở mang nước Chúa; cam kết với họ trong trận chiến thuộc linh bằng sự dâng hiến và sự cầu thay.

Một kế hoạch 30/30 dành cho việc dâng hiến cho các Tổ chức Truyền giáo

Tại châu Phi, một thanh niên tên Archie Guvi từ Zimbabwe đến gặp tôi với một thắc mắc.

"Thưa ông Loren, Đức Chúa Trời đã
kêu gọi tôi trở thành một nhà
truyền giáo. Nhưng tôi không được
cấp dưỡng về mặt tài chính, và
đồng bào tôi chưa bao giờ được
dạy về việc dâng hiến cho các nhà
truyền giáo. Tôi có thể làm gì ở
đây?"

"Vậy thì, anh phải dạy Kinh Thánh bằng
tiếng địa phương của họ, không phải Kinh
Thánh chép rằng hãy đi khắp thế gian
giảng Tin Lành cho mọi người sao?"

Khi anh tỏ vẻ ngần ngại vì không nghĩ rằng những người dân
nghèo của anh có thể giúp anh ra đi, tôi hỏi anh ở Zimbabwe một
chai nước ngọt bao nhiêu tiền. Anh trả lời:

"Hai mươi lăm xu"

"Archie, anh có quen biết 25 người mà họ
có thể tặng anh một chai côca côla nếu
anh đến thăm nhà họ vào một ngày nóng
nực và xin họ không?"

"Ồ, có chứ"

"Liệu họ có làm điều đó mỗi ngày được
không . . . họ có quen biết và yêu mến anh
tới mức đó không?"

"Tôi nghĩ là có".

"Vậy thì hãy đi tìm 25 người đồng ý mỗi
ngày tặng cho anh số tiền bằng một chai
Côca Côla".

Sau đó tôi được tin Archie đã trở thành một nhà truyền giáo.
Đáng lẽ tôi phải thách thức anh tìm 30 người, nhưng tôi chỉ nói có
25. Tuy nhiên kiểu mẫu ấy đã hoạt động được ở bất cứ nơi nào, ở
mức nhu cầu nào, với một điều chỉnh nhỏ. Có khoảng 30 ngày trong
mỗi tháng (chứ không phải 25).

Điều gì sẽ xảy ra nếu mỗi nhà truyền giáo đều ấn định một mục tiêu là tìm cho mình 30 người, mỗi người sẽ chịu trách nhiệm các chi phí của mình chỉ trong một ngày để mình làm công việc Chúa? Người ấy sẽ có 30 người mà tấm lòng của họ theo sau của cải, sẽ cầu nguyện cho người ấy, tin cậy người ấy và nâng đỡ người ấy khi người ấy cần sự khích lệ.

Điều gì xảy ra nếu như có tình trạng khẩn cấp nào đó xảy ra? một sự khủng hoảng nào đó, đòi hỏi phải cầu nguyện thêm? Người truyền giáo ấy sẽ liên lạc với 30 người đó để cầu nguyện, và 30 con người đó có thể có một ảnh hưởng trên 10 người khác. Mỗi người có thể yêu cầu 10 người quen biết họ cầu nguyện, như vậy có nghĩa là 300 người có thể lập tức cầu nguyện cho nhà truyền giáo.

Hãy mở rộng ảnh hưởng đó thành một tổ chức truyền giáo như tổ chức YWAM, làm việc để đem tin lành đến cho mọi vùng đất trên thế giới, và thật lệ thuộc vào nền tảng cầu nguyện của chúng ta. Chúng ta có thể có từ 300.000 đến 3.000.000 người đang cầu nguyện.

Đề án này cũng có thể giải quyết được một số các nan đề thông thường. Tôi vẫn thường thấy những vị mục sư mang gánh nặng ở khắp nơi trên thế giới, vậy mà vẫn còn nghe tiếng kêu xin của một nhà truyền giáo khác nữa. Vị mục sư muốn giúp đỡ, song ông ta đã phải khó khăn để mà cảm thúc dân sự mình ban cho. Ông ta đang đẩy một gánh nặng chết lên một ngọn đồi, tìm cách làm cho tín đồ của mình phải quan tâm đến những người lạ.

Còn có những nan đề khác gắn liền với việc không có sự dâng hiến cá nhân cho các hội truyền giáo. Tôi thường thấy sự nản lòng của một công tác viên khi phải trở về, rời bỏ chức vụ được phân công bởi vì Hội thánh đang cấp dưỡng cho anh ta đột ngột có sự thay đổi chủ tọa, và vị mục sư mới không hề biết gì về anh hoặc không tin tưởng công việc anh đang làm. Chẳng bao lâu sau, Hội thánh bị lâm vào tình thế khó khăn về mặt tài chính, sự cấp dưỡng của nhà truyền giáo bị cắt đứt. Hoặc thậm chí buồn hơn nữa, các

Hội thánh phân rẽ hoặc bị giải thể, bỏ mặc các nhà truyền giáo bơ vơ.

Tuy nhiên, với những người được trợ giúp qua các mối tương quan cá nhân (ngay cả nếu các ngân quỹ được nối liền với hội thánh địa phương, như trong kế hoạch 30 ngày/30 người, nếu như một hậu thuẫn viên qua đời hoặc bị phá sản hoặc rút lui vì một lý do nào đó, thì nhà truyền giáo chỉ phải kiêng ăn một ngày trong một tháng cho đến khi anh ta thay thế được người hậu thuẫn đó! Nói nghiêm túc, phải tìm một người thay thế thì dễ hơn là mất tất cả hoặc mất đa số người cấp dưỡng cho mình. Nhưng điều quan trọng hơn hết là chúng ta hãy nghĩ đến những mối quan hệ bạn hữu phát triển qua việc "liên kết tấm lòng với mục đích" để chinh phục thế gian cho Chúa Cứu Thế.

————————

Những ích lợi của việc tiếp trợ cho công tác truyền giáo, đường lối của Chúa Jêsus

Chúa Jêsus được các bạn hữu Ngài cấp dưỡng, không phải bởi ngân quỹ của một tập thể, hoặc một tài khoản khách quan, mà chỉ là các bạn hữu. Không có gì là sai Kinh Thánh đối với những phương tiện khách quan để cấp dưỡng cho việc truyền giáo cả. Nhưng có nhiều lợi ích khi chúng ta có những con người trực tiếp hỗ trợ cho con người:

- Những người dâng tặng có được niềm vui vì được dự phần vào chức vụ của ai đó. Những mối liên kết của tấm lòng được hình thành giữa những con người với nhau chứ không phải giữa những cơ cấu tổ chức.
- Có khả năng tính toán trực tiếp giữa vị truyền giáo với những người hậu thuẫn cho ông ta hoặc bà ta.

- Người cho có được sự hiểu biết trực tiếp và thức thời về điều đang xảy ra trong các hội truyền giáo qua sự thông tin liên lạc đều đặn của người truyền giáo của mình.

- Sự ban cho gắn liền với tấm lòng không dễ bị ảnh hưởng bởi sự suy thoái hoặc các thời kỳ khó khăn.

- Nó tạo cho mỗi một nhà truyền giáo có cơ hội tìm được sự giúp đỡ mà người ấy đang cần, chứ không phải chỉ những người đang thực hiện chức vụ "được tán dương" hơn hoặc "thú vị" hơn.

Cố tiến sĩ Donal McGavran, một chuyên gia của các hội truyền giáo ở tại Thần Học Viện Fuller, kêu gọi các Cơ Đốc nhân hãy bắt đầu hàng ngàn ban truyền giáo nhỏ, có liên quan trực tiếp đến một hoặc hai nhà truyền giáo trên một nền tảng cá nhân. Lý do thật là rõ ràng, có nhiều bất tiện trong phương pháp giữ theo truyền thống là cách Hội thánh cấp dưỡng cho một danh sách các nhà truyền giáo. Thông thường, chẳng có ai trong Hội thánh thật sự biết rõ các nhà truyền giáo trên bảng danh sách. Đôi khi có đến 8 hoặc 10 năm kể từ khi một nhà truyền giáo đích thân đến thăm viếng nơi đó. Và bởi vì đó chỉ là một buổi nhóm của Hội thánh, các tín hữu không được quen biết nhà truyền giáo cách cá nhân. Và thường cũng không ai đọc các bức thư báo cáo của nhà truyền giáo, ngoại trừ vị thư ký vô cùng bận rộn của Hội thánh đọc thử bức thư, hoặc có thể vị chủ tịch truyền giáo. Những vị này có thể chỉ mới đến Hội thánh và có thể chưa hề gặp những người mà các bức thư của họ được gởi đến theo đường bưu điện.

Ngay cả những vị mục sư được cảm động hết sức muốn dẫn dắt tín hữu của mình dâng hiến cho các hội truyền giáo cũng thấy đó là một công tác khó khăn dưới hệ thống này. Một số tâm sự rằng họ phải làm ngạc nhiên hội chúng của họ bằng một vị diễn giả truyền giáo, hầu cho hội chúng sẽ không giữ một khoảng cách với một buổi nhóm "buồn tẻ" của các hội truyền giáo.

Một cuộc thử nghiệm của người Na Uy

Một trong những kế hoạch mới mẻ nhất mà gần đây tôi được thấy đã bắt đầu bởi hội YWAM ở tại Nauy. Họ đã bắt đầu Ra Đi Trong Tình Anh Em, tức là các nhóm cấp dưỡng nhỏ được thành lập với mục đích cử các nhà truyền giáo ra đi. Một số đặc điểm của các nhóm này là:

- Mỗi một nhóm Ra Đi Trong Tình Anh Em được tổ chức như là một nhóm hậu thuẫn cho một nhà truyền giáo (họ có 28 nhóm như vậy sẵn sàng hoạt động trong những vùng khác nhau thuộc Nauy)

- Mỗi một nhóm Ra Đi Trong Tình Anh Em bao gồm những người thuộc ít nhất là hai Hội thánh khác nhau để tăng cường tối đa sự hợp tác trong Thân Thể Đấng Christ.

- Các nhóm này nhóm lại mỗi tuần một lần để cầu nguyện cho nhà truyền giáo của họ. Họ cũng đọc bức thư mà nhà truyền giáo gởi đến trong tuần đó, cùng các tin tức từ văn phòng YWAM quốc gia. Mỗi tháng một lần, họ xem một cuộn băng Video tường trình các công việc của các hội truyền giáo. Khải Tượng Toàn Cầu của hội YWAM (Global Perspective)

- Họ cầu nguyện cho nhóm người chưa được nghe đến tin lành mà nhà truyền giáo sắp sửa đi đến. Đôi khi họ bắt đầu một nhóm Ra Đi Trong Tình Anh Em để nhắm vào một nhóm đông người chưa nghe tin lành ngay cả trước khi tìm ra được một nhà truyền giáo để gởi đến cho nhóm người ấy.

- Họ có một người điều phối trọn thì giờ của các nhóm Ra Đi Trong Tình Anh Em tại văn phòng YWAM quốc gia Nauy. Công việc của người này là giữ cho các nhóm Ra

Đi Trong Tình Anh Em lúc nào cũng có được các thông tin mới nhất về công cuộc truyền giáo thế giới.

Bạn có thể hình dung được tính năng động của các nhóm đó không? Họ hoạch định để gia tăng số lượng của các nhóm này mỗi năm cho đến khi họ có được 1.000 nhóm và 1.000 nhà truyền giáo mới vào cuối thập kỷ này. Tôi tin chắc rằng các vị mục sư địa phương sẽ khám phá ra những người thuộc các nhóm Ra Đi Trong Tình Anh Em này đã bùng cháy để đẩy mạnh các hội truyền giáo bằng nhiều cách tại các hội thánh địa phương của họ. Một số người dùng các kỳ nghỉ để đi thăm những nhà truyền giáo của họ. Nhiều người có lẽ cuối cùng chính họ sẽ trở thành các nhà truyền giáo.

Tự do mắc sai lầm, tự do vâng lời Chúa

Một số lãnh đạo sợ kiểu liên quan trực tiếp này do việc dâng hiến của những người trong các hội truyền giáo. Chắc chắn là có sự mất kiểm soát trên việc dâng hiến của các thành viên trong Hội thánh. Tuy nhiên, mất kiểm soát là một phần của lòng rộng rãi. Hễ khi nào bạn rộng rãi và ban cho, thì bạn mất sự kiểm soát.

Đó cũng là sự thử thách tương tự mà tôi đã đối diện khi Chúa dẫn dắt chúng tôi thành lập một tổ chức truyền giáo mà không có một người nào được trả lương. Chúng tôi không gây quỹ để bỏ vào một khoản tài trợ tập trung cho việc trả lương các nhân sự, vì vậy chúng tôi không có quyền đủ để thuê hoặc sa thải các công tác viên.

Tôi thường phải cho phép hàng ngàn các nhà truyền giáo trọn thì giờ của chúng tôi khắp thế giới được tự do tối đa. Điều đó cho phép họ có sự tự do nhiều hơn để tìm kiếm Chúa, để nhận sự chỉ dẫn của Ngài, ra đi và vâng lời Ngài theo khả năng tốt nhất của họ. Họ có thường phạm lỗi không? Chắc chắn là có. Nhưng cũng thường có một hệ thống kiểm tra và cân đối tự nhiên, chẳng hạn những người có ý tưởng mới mẻ có thể đem những tư tưởng ấy ra thử nghiệm xem thử đây có phải là sự dẫn dắt của Chúa hay đó chỉ là ý tưởng ngông cuồng của lòng nhiệt thành tuổi trẻ.

Những người lãnh đạo thuộc linh phải thận trọng để đừng kiềm chế và sai khiến các tôi tớ của Chúa được Thánh Linh dắt dẫn, là người được mua bằng huyết trong vườn nho của Ngài. Chúng ta, những Cơ Đốc nhân là những tôi tớ, cần phải ban cho với đôi bàn tay rộng mở. Chúng ta không bao giờ được tìm cách ban cho mà còn kiểm soát chặt chẽ. Sự ban cho bị kiểm soát chặt chẽ quá sẽ làm nghẹt ngòi tính chủ động, và cuối cùng thậm chí có thể đặt chúng ta vào cùng một hạng với vua Ty-rơ. Phương pháp của Sa-tan là kiểm soát người ta qua tiền bạc.

Mới đây, một nhà doanh nghiệp đề nghị thu xếp số còn lại trong ngân sách để dâng cho một công việc Chúa có nhu cầu ở tại Ấn độ, làm như vậy ông sẽ được đa số ủng hộ trong cuộc bầu cử vào ban chấp hành của họ.

Đó không phải là sự rộng rãi theo Kinh Thánh hay là tấm lòng ban cho của người tôi tớ.

Vậy trách nhiệm quản lý đúng đắn trong lĩnh vực tài chính của các ban chấp hành truyền giáo nhỏ sẽ thế nào? Có thể được giải quyết bằng cách để một Hội thánh địa phương giúp đỡ ban chấp hành nhỏ của hội truyền giáo bằng việc nêu lên những số họ thu nhận, và yêu cầu nhà truyền giáo phát biểu vấn đề chi tiêu mỗi cuối năm. Hội thánh có thể e ngại thực hiện công việc này, vì nghĩ rằng việc đó sẽ làm yếu đi nền tài trợ chính của nó. Tuy nhiên, trong hơn ba mươi năm, tôi vẫn thường thấy Hội thánh nào có lòng cởi mở đối với việc dâng hiến của những tín hữu đến bất cứ nơi nào Chúa dẫn dắt thì các nhu cầu của họ được thỏa đáp cách dư dật. Đây là một sự mở rộng liên hiệp của lẽ thật cho và nhận theo Kinh Thánh (Lu-ca 6:38).

Khi cá nhân cấp dưỡng cho các cá nhân, thì các Hội thánh thực hiện loại ban cho phù hợp nhất, tức là việc ban cho trong những đề án lớn với sự bắt đầu và kết thúc rõ ràng.

Những nguyên tắc của Kinh Thánh về kêu gọi tài chính

Kinh Thánh dạy dỗ nhiều nguyên tắc liên quan đến việc gây quỹ và cấp dưỡng cho hội truyền giáo, thậm chí dành cả một chương cho vấn đề này.[1]

Một mặt, Kinh Thánh dạy người hầu việc Chúa trọn thì giờ phải coi các tặng phẩm từ nơi hội chúng như là đã được dâng cho Chúa, cũng như những của dâng được dâng cho người Lêvi trong Cựu ước đã được nên thánh (Lê-vi-ký 22:1-33). Vì vậy, mỗi một công tác viên trọn thì giờ phải nhận các của dâng với sự cẩn trọng và lòng kính sợ Chúa. Người ấy không bao giờ được xem thường việc người ta đã hy sinh để dâng cho mình.

Một nguyên tắc khác chúng ta học được từ Kinh Thánh nữa là bất cứ ai quản lý tiền bạc mà dân sự đã dâng vào công việc Chúa phải có trách nhiệm quản lý số tiền ấy. Khi sứ đồ Phao-lô sai Ti-mô-thê trên một chuyến đi gây quỹ cho các thánh đồ nghèo, ông cũng gởi kèm theo một người anh em vô danh, là người đã được chứng tốt và chuyên tâm để giúp việc quản lý. Khi sứ đồ Phao-lô bảo "Chúng tôi nhờ đó tránh khỏi tiếng trách móc về sự dùng tiền góp nhiều như vậy vì chúng tôi tìm điều lành, chẳng những ở trước mặt Chúa, mà cũng ở trước mặt người ta nữa" (2 Cô-rinh-tô 8:20-21). Hãy lưu ý, đứng trước mặt Đức Chúa Trời không thôi thì chưa đủ, mà còn phải đứng theo cái nhìn của công chúng nữa.

Có một số nhóm vội vã không tôn trọng ý định của các tặng phẩm đã được nêu rõ, họ không giao đúng toàn bộ của dâng cho một dự án hoặc cho người mà món quà đã được chỉ định. Như vậy không những trái với đạo lý mà trong nhiều quốc gia là nghịch với pháp luật. Bào chữa, và chuyển các tặng phẩm đến chỗ mà chúng ta thấy cần hơn là việc làm không phải lẽ. Nếu như có sự thay đổi hoàn cảnh, chúng ta cần phải liên hệ với người cho và hỏi người ấy xem phải làm gì với món quà đó. Nhưng chúng ta phải luôn luôn tôn trọng những ý định của họ một cách nghiêm túc, hãy giao tiền bạc đến đúng chỗ mà người cho muốn tiền của họ được sử dụng.

Các mạng lưới cầu nguyện và phụ thuộc lẫn nhau

Khi dân sự dâng hiến theo như Chúa dẫn dắt lòng họ, thì chúng ta sẽ thấy sự dư dật trong công việc của Ngài. Điểm then chốt đối với Đức Chúa Trời không phải là tiền bạc, mà là các mối tương quan. Ngài sẽ dùng những sự cộng tác trong việc dâng hiến để xây dựng một mạng lưới cầu nguyện, và làm vững mạnh tính phụ thuộc lẫn nhau giữa vòng các con cái của Ngài. Khi chúng ta ban cho, của cải chúng ta sẽ có một phần nằm nơi nhân sự này và một phần nằm nơi một nhân sự kia, một ít nằm ở một xứ nào đó và một số khác nằm ở một miền đất khác. Tầm nhìn và sự cảm nhận của chúng ta về niềm phấn khởi được dự phần vào công việc Đức Chúa Trời đang thực hiện khắp nơi trên thế giới sẽ càng tăng thêm. Chúng ta đã có một cổ phần trong đó.

Thật lạ lùng và kỳ diệu khi nhìn xem hệ thống kinh tế của Đức Chúa Trời vận hành. Trong Hội Thanh Niên Sứ Mạng, có nhiều việc ban cho nhằm đáp ứng các nhu cầu của người khác. Khi tôi để ý cùng một số tiền ấy được trao đổi từ tay người này sang người khác, tôi đã phải sửng sốt vì thấy Đức Chúa Trời hành động thật quá nhiều. Đó là cách đã xảy ra tại Hilo, thuộc Hawaii trong một vài năm về trước.

Là những người đứng đầu của một trường huấn luyện các nhà truyền giáo tại Hilo, chúng tôi bắt đầu lo ngại vì tổng số học phí chưa thanh toán đang tăng lên. Chúng tôi, những người lãnh đạo nhóm nhau lại để cầu hỏi Chúa xem điều Ngài đang muốn phán với chúng tôi trong tình huống này là gì.

Một ý tưởng đến với tâm trí tôi là hãy đọc IICôrinhtô đoạn 8, tôi biết đoạn Kinh Thánh đó nói về việc giúp đỡ nhu cầu của các thánh đồ, nhưng khi tôi bắt đầu đọc thì câu 14 và 15 lại đập vào mắt tôi.

"Theo cảnh bây giờ, anh em có dư thì bù cho họ lúc túng thiếu, hầu cho họ có dư cũng bù lại lúc túng thiếu cho anh em, như vậy là bằng nhau, theo lời chép rằng: Kẻ đã thâu nhiều cũng chẳng dư, kẻ thâu ít cũng chẳng thiếu chi".

Tôi nhớ những lời lẽ của một nhà truyền đạo cao tuổi. Ông nói rằng trong mọi tập thể Đức Chúa Trời đều đã đặt một số lượng tiền cần thiết cho bất cứ nhu cầu nào mà Ngài dẫn dắt tập thể ấy thực hiện. Và bây giờ dường như Chúa đang phán với chúng tôi rằng chúng tôi phải đáp ứng cho nhu cầu của các học viên này, với số lượng hàng ngàn đô-la học phí chưa được trả, giữa vòng 150 nhân sự và học viên của chúng tôi.

Chúng tôi nhóm các học viên cùng các nhân sự lại và nói lên điều cảm nhận được từ nơi Chúa. Trước hết, tôi mời những người có các biên lai học phí chưa thanh toán đứng lên và nói cụ thể số tiền họ cần. Sau đó, tôi mời cả nhóm cầu nguyện theo từng cá nhân, hoặc theo từng cặp vợ chồng, để cầu hỏi Chúa họ có phải dâng giúp không, nếu có thì số tiền đó là bao nhiêu và ai là người họ cần phải cho.

Darlene vợ tôi và tôi cùng thầm nguyện bên cạnh nhau. Sau một vài phút, tôi khẽ hỏi:

> "Em nhận được sự chỉ dẫn nào,
> Dar?"

Nàng nói:

> "Em cảm thấy Chúa muốn chúng ta
> phải dâng 100 đô-la cho Tom
> Hallas"

"Nhưng em yêu, chúng ta phải cầu nguyện cho nhu cầu của các học viên cơ mà, còn Tom Hallas là nhân sự".

Dẫu không nói ra nhưng ý của tôi đã rõ: điều nàng nhận được là sai rồi, chắc hẳn đó không phải là điều Chúa phán. Đoạn tôi cho nàng biết rằng mình đã nhận được một sự chỉ dẫn rõ ràng là dâng hiến 50 đô-la cho một học viên. Tôi không thể nói từng chữ cho nàng biết rằng: Dar ơi, chúng tôi hiện có chưa đến 100 đô-la trong ngân quỹ. Còn chúng ta chỉ có khoảng hơn 50 đô-la mà thôi".

Mọi người vẫn cúi đầu cầu nguyện. Một vài người đang di chuyển giữa nhóm người, tiền đang được trao vào những đôi tay, người ta đang ôm siết nhau và đang cười hoặc khóc khe khẽ.

Dar nói:

> "Thôi được rồi, anh Loren à! Có
> lẽ đây chỉ là việc giữa em và
> Chúa. Có lẽ em phải tin cậy Chúa
> để tự mình lo liệu cho có được
> 100 đô-la và trao cho Tom".

Đoạn tôi nhận ra có lẽ mình sắp sửa bỏ lỡ một điều gì đó. Chúng tôi quyết định mỗi người đến riêng với Chúa, nhưng lần này với điều suy nghĩ của người kia. Tôi sẽ hỏi Chúa chúng tôi có phải dâng 100 đô-la cho Tom hay không, còn Dar hỏi Ngài chúng tôi có phải dâng 50 đô-la cho một học viên nọ không. Tôi thật ngạc nhiên vì mỗi chúng tôi đều cảm nhận thật chắc chắn rằng cả hai ý tưởng đó đều đến từ Chúa. Đôi khi, người ta có thể có những sự dẫn dắt khác nhau từ nơi Đức Chúa Trời và đã quên mất điều này: Đức Chúa Trời không bảo hoặc điều này, hoặc điều kia, song Ngài phán cả hai đều đúng.

Tôi viết một ngân phiếu 50 đô-la và trao cho học viên có tên Chúa đã dẫn dắt tôi. Đoạn tôi quay về chỗ ngồi và chúng tôi chờ đợi để thấy điều Ngài sẽ làm. Vì chúng tôi không thể dâng số 100 mà mình không có.

Ngay lúc ấy, Tom Hallas bước đến, gương mặt anh lộ vẻ thắc mắc. Anh bước đến gần tôi và nói thật nhỏ để không quấy rầy những người khác vẫn còn đang cầu nguyện và tìm kiếm tiếng phán của Chúa.

Anh ta bắt đầu nói, ra dấu trở về hướng vợ anh.

"Diane và tôi . . . chúng tôi
đang cầu nguyện và chúng tôi nghĩ
Chúa phán với chúng tôi dâng 100
đô-la cho một học viên".

Anh gãi gãi sau tai mình, nhướng mắt với vẻ nghĩ ngợi.

"Nhưng chúng tôi không có đồng
nào cả. Anh Loren này, anh có
nghĩ rằng Chúa sẽ làm điều đó
không?"

Tôi cười.

"Phải, tôi thật sự nghĩ rằng Chúa
sẽ làm điều đó! Thật ra, Chúa đã
bảo Dar và tôi dâng 100 đô-la cho
anh và chúng tôi cũng không có số
tiền đó. Chúng ta hãy đợi xem
điều Ngài làm".

"Tốt! Ít ra tôi cũng cảm thấy dễ
chịu hơn".

Tom rùn vai nói, rồi quay về chỗ ngồi. Kế đó, một nhân sự tên là Debbie Smith tiến đến chỗ tôi và Dar. Cô ta cũng mang một vẻ mặt ngơ ngác giống như vậy. Trông cô ta thật bối rối.

"Loren ơi, Chúa phán với tôi dâng
cho anh 100 đô-la nhưng không
phải để cho anh". Chúa có làm
điều đó không?"

"Chắc chắn Ngài sẽ làm đấy, cô Debbie à.
Hãy đứng đây nhé, đừng đi đâu".

Tôi gọi Tom và Diane đến. Sau đó, tôi nói với Debbie rằng:

"Hãy đưa cho tôi 100 đô-la
của cô".

Cô ấy đặt nó vào tay tôi. Tôi chuyển nó cho Tom, còn Darlene đứng bên cạnh.

"Tom, Chúa đã bảo chúng tôi giao
100 đô-la này cho anh".

Anh ta cầm lấy và cười thành tiếng, rồi quay đi để tìm người học viên mà Chúa đã dẫn dắt anh dâng cho.

Tôi lắc đầu trong sự sửng sốt. Tại sao Chúa không bảo Dibbie trao thẳng cho học viên kia? Tại sao Chúa lôi cả Dar và tôi, Tom và Diane, và cả Dibbie vào? Tôi nghĩ là Ngài cho chúng tôi có thể nhìn thấy một quy mô nhỏ về nguyên tắc phân phối của Đức Chúa Trời vận hành trên khắp thế giới. Cùng số tiền đó, A-ghê 2:8 chép rằng hết thảy đều thuộc về Chúa dưới bất cứ hình thức nào, chuyển từ tay này sang tay khác, đáp ứng các nhu cầu, và cho phép tất cả chúng ta được dự phần vào phép lạ của sự cung ứng, củng cố sự hiệp nhất và thách thức chúng ta trong sự vâng lời.

Thân thể của Đấng Christ đã có đủ số tiền cần thiết cho mọi công việc của Ngài. Tiến sĩ David Barrett chủ bút của bộ "World Christian Encyclopedia" (Bách khoa Toàn thư Cơ Đốc giáo) từng nói rằng hai phần ba của cải thế giới này nằm dưới quyền sở hữu và kiểm soát của các Cơ Đốc nhân.[2] Chúng ta không cần phải có thêm tiền cho Thân Thể của Đấng Christ, mà cần để cho tiền bạc được lưu xuất dễ dàng hơn. Khi chúng ta ban cho người khác, giữa cá nhân với cá nhân, giữa hội thánh với hội thánh, qua các hệ thống quốc gia và giáo phái, thì thân thể của Đấng Christ sẽ được kéo lại gần nhau hơn và gần với Chúa hơn.

9

SỐNG BẰNG ĐỨC TIN TỪ 9 ĐẾN 5

Đã từ lâu trong lịch sử Giáo hội Cơ Đốc, một ý tưởng đã ăn sâu gây ra sự tai hại lớn. Đó là như vậy. Có một tầng lớp thế tục và một tầng lớp được biệt ra thánh. Một số người thuộc hàng giáo phẩm và giữ chức vụ trọn thì giờ. Đó là giới Thánh. Số người kia sống và làm việc trong "thế giới thực tế". Họ có những công việc thế tục. Nhưng họ có thể dự phần vào công việc Chúa bằng cách hậu thuẫn cho những người giữ chức vụ hầu việc trọn thì giờ.

Có thể bạn không hề nghĩ đến việc điều đó đã ảnh hưởng sâu sắc thế nào đến quan điểm của bạn trong công việc hàng ngày. Cũng như nhiều Cơ Đốc nhân khác, có lẽ bạn xem công việc của mình, may lắm là trung tính trong giới hạn thuộc linh. Hoặc tệ lắm thì đó cũng là một công việc khá bẩn thỉu, song công việc nào thì dù sao bạn cũng phải làm. Bạn đến nhà thờ vào ngày Chúa nhật, hoặc có thể vào giữa tuần để có được một bữa tắm táp thuộc linh trước khi lại lao vào bãi bùn của chợ đời.

Những câu chuyện về sự đắc thắng lớn lao trong lãnh vực thuộc linh và các phép lạ, cũng như sự cung ứng về mặt tài chính vẫn thường xảy ra, song luôn luôn là ở một khía cạnh khác (trên lãnh vực truyền giáo) hoặc với những người trong các chức vụ hầu việc trọn thì giờ. Hoặc có thể những điều đó chỉ xảy ra cho ai đó trong công việc thế tục nếu người ấy dành thì giờ để làm công việc gì đó thánh khiết, như làm chung với một người bạn cùng làm việc. Rồi sau đó người ấy đóng cái ngăn thánh ấy lại và bước trở lại vào chốn thế tục, nơi mà những việc thuộc linh không hề xảy ra.

Đó có phải là một thực tế không? Tôi không tin như vậy. Các phép lạ có thể xảy ra ngay trong lãnh vực truyền giáo thuộc công việc thường xuyên của bạn. Đức Chúa Trời đang nóng lòng muốn dự phần vào và giúp bạn trong việc thực hiện công việc của bạn. Nhưng trước hết bạn cần phải thấy quan điểm của Ngài đối với công việc của bạn.

Nếu bạn yêu mến Chúa Jêsus và đang hầu việc Ngài trong chỗ Ngài kêu gọi bạn và theo cách mà Ngài muốn, bạn có thể sống bởi đức tin và thấy được những chiến thắng thuộc linh trong một phân xưởng, trong văn phòng luật sư, hoặc trong một cửa hàng. Như tôi đã đề cập trong một chương trước, chữ "Nhà Truyền Giáo" chỉ có nghĩa là "người được sai đi" và Chúa Jêsus đã nói với tất cả những người theo Ngài rằng *"Như Cha đã sai Ta thể nào, Ta cũng sai các ngươi thể ấy"* (Gia-cơ 20:21).

Câu hỏi duy nhất còn lại là câu hỏi về nơi chốn và loại công việc. Bạn đã bắt đầu chức nghiệp hay công việc mà bạn đang làm như thế nào. Bạn đã có cầu hỏi Chúa bày tỏ khải tượng của Ngài cho đời sống bạn không? Hay là cũng như nhiều Cơ Đốc nhân, bạn có quyết định rằng bởi vì bạn đã không được kêu gọi vào sự hầu việc trọn thì giờ, cho nên đây là quyết định mà chính bạn đã chọn lấy?

Nhiều người buông mình vào các công việc làm ăn để rồi tự mình khám phá những năm bất hạnh sau đó và chẳng bao giờ được thỏa lòng. Thay vì công việc của họ được hoàn thành và vui mừng như Chúa đã định (Phục truyền 12:18), nó chỉ là một cái gì đó để cho có bánh ăn.

Đức Chúa Trời có sự kêu gọi cho mỗi Cơ Đốc nhân. Hết thảy chúng ta đều phải làm mọi sự vì vinh hiển của Đức Chúa Trời. Ngài không chia sự kêu gọi ra làm hai loại, thánh và phàm. Mà chính chúng ta đã phân biệt ra như vậy. Ngài có một công việc cần phải làm, và Ngài muốn hết thảy chúng ta đều dự phần. Công việc của Ngài là mở rộng quyền cai trị của Đức Chúa Jêsus Christ trong mọi bộ phận xã hội và để đem tin lành của Ngài đến với mọi người trên hành tinh này. Là Chủ của mùa gặt, Ngài sẽ cho chúng ta biết chúng ta phải hoạt động ở phần cánh đồng nào.

Hãy biết rõ sự kêu gọi của bạn

Bạn có một sự kêu gọi chưa? Một ý thức về vận mệnh? Một ý thức khái quát về sứ mạng dành cho đời sống của bạn? Nếu chưa, bạn có thể tìm biết nó. Dĩ nhiên, điều đó đòi hỏi bạn phải từ bỏ những quyền lợi của tình trạng hiện nay của bạn. Có thể Đức Chúa Trời muốn cảm động bạn và gia đình bạn đi nửa vòng trái đất. Có thể Ngài muốn bạn làm một điều gì đó khác với việc bạn hiện đang làm. Hoặc trái lại, Ngài muốn bạn ở nguyên vị trí của mình. Cách duy nhất để được Chủ Mùa Gặt dẫn dắt là phải giao nộp sự quyết định cho Ngài.

Một khi bạn biết mình đã ở đúng vị trí – vị trí mà Đức Chúa Trời chọn – để làm điều Ngài kêu gọi bạn làm, thì bạn hãy hành động như một nhà truyền giáo hành động trong chỗ đó.

Người được sai đi (hoặc nhà truyền giáo), hành động như thế nào? Nếu muốn được hữu hiệu, người ấy sẽ tìm kiếm Chúa trong những điều cụ thể để biết cách thực hiện công tác của mình. Người ấy cầu nguyện và lắng nghe những sự thúc giục của Chúa ở bên trong tấm lòng mình và hành động theo đó. Khi công việc có vẻ bất khả thi, mặc dù người ấy đã làm điều Chúa bảo mình làm thì người ấy có thể tin cậy Chúa sẽ thực hiện điều người ấy không làm được. Điều đó trở lại sự định nghĩa của chúng ta trong chương hai. Đức tin là nghe được tiếng Chúa, biến điều đó thành hành động và tin cậy Ngài trong bất cứ điều gì bạn không thể làm. Loại đức tin đó vẫn hoạt động hoặc bạn đang làm việc trong một dây chuyền lắp ráp ở một phân xưởng hay đang giảng tin lành cho một bộ lạc chưa được nghe về Chúa ở tận vùng Amazon.

Có nhiều Cơ Đốc nhân không chịu làm bất cứ công việc gì mà họ cho là không thuộc linh, như dạy một bài học Trường Chúa Nhật mà không cầu nguyện. Song cũng chính những con người đó lại không cân nhắc việc cầu nguyện trong một công việc thế tục nào đó – như việc cầu hỏi ý Chúa về các mục tiêu của việc tiếp thị cần phải đặt ra là gì, cách xử sự trong các mối quan hệ với những bạn bè đồng nghiệp, cách để làm cho một hệ thống làm việc nào đó tốt hơn, hoặc làm thế nào để giải quyết một vấn đề của máy vi tính.

Hai nhà khoa học, Rob Gerhart và Tiến sĩ Wil Turner, cũng đang làm việc để triển khai một thiết bị điều khiển vi tính mới như là một đề án dành cho trường đại học của hội YWAM của các quốc gia (U of N). Khi đã bước vào công việc, họ chạm trán với một nan đề trong hệ thống vi tính làm họ phải bị kẹt cứng trong vài ngày. Bao nhiêu giúp đỡ qua điện thoại của hãng sản xuất hoặc các thử nghiệm có phương pháp về phần họ đều không tìm ra vấn đề. Nó vẫn không hoạt động theo cách đáng phải có.

Bởi vì đang phải đối diện với thời điểm cuối cùng khẩn cấp, nên họ bắt đầu làm việc vào ban đêm . . . nhiều khi đến tảng sáng. Một buổi tối nọ, họ tạm dừng để nghỉ ngơi đôi chút. Lúc đó vào khoảng hai giờ sáng và hai người bước ra ngoài trời đêm ấm áp ở xứ Hawaii, vươn vai và thả lỏng các bắp thịt.

Rod ngước nhìn vòm trời sao sáng rực được viền khung bởi những cây cọ lay động nhè nhẹ. Ôi, lạy Chúa, Ngài biết rõ câu giải đáp của vấn đề này. Xin Ngài hãy giúp chúng con, anh cầu nguyện thầm. Ngay lúc ấy nguyên nhân . . . và cách giải quyết hiện ra trong đầu Rod. Anh la lên cho Wil "Tôi biết vấn đề nằm ở đâu rồi! lại đây!". Hai người thanh niên chạy thẳng về phòng thí nghiệm và bắt đầu làm việc theo ý tưởng Rod vừa thấy. Lập tức chương trình hiện lên và bắt đầu chạy. Sau một lúc, tuy mệt mỏi nhưng rất phấn khởi, hai nhà khoa học khóa cửa phòng và đi thẳng về nhà nghỉ ngơi.

Rod thừa nhận rằng những người hoài nghi có thể bảo ý tưởng

cuối cùng đã đến với anh ta, cũng như nó đã đến với một nhà khoa học vô thần đang vật lộn với một vấn đề nan giải. Có thể Robert Schuller đã đúng khi ông nói rằng mọi ý tưởng sáng tạo đều đến từ Đức Chúa Trời, bất chấp đức tin của người nhận những ý tưởng đó. Nhưng Rod và Wil thì biết chắc rằng buổi tối hôm đó Đức Chúa Trời đã bày tỏ cho họ câu trả lời.

Không phải mọi lời cầu xin của chúng ta đều được hướng vào Đức Chúa Trời. Đôi khi kẻ thù của linh hồn chúng ta là Sa-tan cũng có liên hệ vào. Nhiều khi chúng ta cần phải gọi đích danh hắn trong trận chiến thuộc linh, ra lệnh cho hắn chấm dứt bất cứ hành động gì mà hắn đang khuấy động. Có thể là một sự khó khăn ở nơi làm việc hoặc với một người đồng công không phải chỉ là một việc tự nhiên từ lúc đầu.

Chúng ta không nên tìm kiếm sự hoạt động có tính cách ma quỷ trong mọi việc, nhưng chúng ta phải nhận biết rằng ma quỷ có thể đang hoạt động. Chúng ta có thể xử lý hắn cách đơn giản và nhanh chóng bằng cách sử dụng uy quyền mà Chúa Jêsus đã ban cho chúng ta trên hắn (Gia-cơ 4:7; 1 Phi-e-rơ 5:8-9). Nếu chúng ta đã đầu phục Chúa và đang làm điều Ngài kêu gọi chúng ta làm, thì Ngài có trách nhiệm đối với sự thành công của chúng ta.

Tinh thần ưa thích về các công việc làm ăn có tính cách mạo hiểm có nhiều và rất mạnh mẽ ở trong con trai tôi là David, mặc dù nó còn học cao đẳng. Trong tuổi thiếu niên, David đã khởi sự hai công việc kinh doanh nhỏ: đó là việc lên chi tiết xe ô tô tự chế tạo và "Những Sản Phẩm Video của David và David", David là người chung phần với một sinh viên làm phim khác tên là David Tokios.

Khi họ bắt đầu làm việc với nhau, hai cậu David này cam kết để cầu nguyện với nhau trước bất cứ một cuộc quay hoặc việc sắp xếp số liệu trên máy tính nào. Họ dâng công việc của mình cho Chúa và từ chối bất cứ hoạt động nào của kẻ thù. Và mỗi ngày, công việc của họ diễn tiến cách êm đẹp. Trừ một ngày.

Hôm đó trong lúc bề bộn công việc để sản xuất một bộ phim, họ đã quên cầu nguyện. Họ vội vàng quá đến nỗi lao thẳng vào công việc. Đó là ngày mà mọi thứ đều trục trặc, mọi thứ đều có thể trục trặc với một hệ thống biên tập đã sai trật. Nan đề càng nảy sinh, thì họ càng trở nên buồn bực, đầu tiên là với các thiết bị, rồi sau đó là với nhau. Thình lình họ nhận ra cái gì đã sai trật. Họ dừng lại và cầu nguyện, tạm nghỉ chốc lát, rồi trở lại làm việc, khó khăn được giải quyết êm thắm, và họ đã có thể hoàn tất đề án cách thành công.

Đức Chúa Trời có thật sự quan tâm không nếu như một đề án video thành công? Kẻ thù có quan tâm không. Cả hai bên đều có liên quan nếu chúng ta dâng công việc cho Đức Chúa Trời. Khi ấy công việc sẽ trở thành của Ngài và Đức Chúa Trời sẽ chăm sóc công việc của Ngài. Và bởi vì kẻ thù hoạt động chống lại Đức Chúa Trời và dân sự Ngài, nên nó cũng ở chỗ làm việc, tìm cách phá hoại.

Về sau, David con trai tôi cảm biết cậu phải dành thì giờ của công việc kinh doanh này và ở trường cao đẳng để phục vụ hai trường học thuộc Đại học liên Quốc gia của YWAM – Một Trường Nghiên Cứu Kinh Thánh ở tại Honolulu và một Trường Huấn Luyện Lãnh Đạo ở tại Chile. Điều đó có vẻ không khôn ngoan lắm trong công việc kinh doanh, bởi vì David và hãng sản xuất Video của David vừa mới rút một khoản vay lớn. Nhưng họ đã vâng lời Chúa và tin cậy Ngài trong sáu tháng gián đoạn. David Tokios phải quản lý khối lượng công việc gấp đôi, và trong suốt sáu tháng đó, Đức Chúa Trời đã ban phước cho công việc kinh doanh gấp mười lần.

Cam kết chính mình với sự tuyệt hảo

Nếu điều thứ nhất mà những nhà kinh doanh Cơ Đốc phải biết đó là họ là những nhà truyền giáo và họ cần có một sự kêu gọi, thì điều thứ hai phải nhận ra đó là Đức Thánh Linh được đưa vào trong sự kêu gọi đó để công việc của họ được vượt trội.

Một người bạn của tôi, David Aikman, là phóng viên lâu năm của tạp chí Time. Ông đứng đầu tòa soạn của tạp chí Time ở Beijing, Bá linh và Giêrusalem. Chính David là người tin rằng một bước ngoặc đã đến với những Cơ Đốc nhân ở tại Hoa kỳ sau cái gọi là Cuộc Thử Nghiệm Loài Khỉ của Scopes vào năm 1925.

Có lẽ bạn đã đọc về cuộc thử nghiệm mang tính lịch sử này giữa tiểu bang Tennessee, là tiểu bang đã ban hành một điều luật cấm việc giảng dạy thuyết tiến hóa vô thần ở tại các trường học của tiểu bang và Jerome Scopes, một giáo sư đã chống lại luật cấm đó bằng cách cứ giảng dạy thuyết tiến hóa.

Các Cơ Đốc nhân đều hết sức quan tâm đến cuộc xét xử này và ngồi chật phòng xử mỗi ngày. Bất hạnh thay, trong cuộc chiến pháp lý nóng bỏng và sự sôi nổi của những người giả chuồng chiên gây rối, những lời phát biểu của các Cơ Đốc nhân nghe có vẻ dại dột. Những người theo thuyết tiến hóa đã giành được phần thắng trong phiên toà. Nhưng điều tệ hơn nữa đó là những bài tường thuật trên những phương tiện thông tin đại chúng đã phết lên những Cơ Đốc nhân đặt niềm tin nơi Kinh Thánh như là những con người ngu dốt – không được học hành chống lại những tư tưởng mang tính "khoa học"

Theo David Aikman – việc đó, kèm với những sự thay đổi về lối suy nghĩ trong những trường đại học và các chủng viện trong khoảng cuối thế kỷ trước đầu thế kỷ này, đã đẩy các Cơ Đốc nhân vào thế bị tiến công. Cho đến thời điểm đó, các Cơ Đốc nhân đã nắm giữ những vị trí gây ảnh hưởng trong nền giáo dục của chính phủ, trong việc kinh doanh và trong lãnh vực nghệ thuật. Nhưng về sau này, theo Aikman, nhiều Cơ Đốc nhân đã hoàn toàn rút lui khỏi cuộc đua. Chúng ta bắt đầu chấp nhận tính tầm thường. Chúng ta trở nên nghi ngờ sự giáo dục và tự xem mình như những người thấp kém hơn.

Như thế có phải là nói quá không? Điều gì sẽ xảy ra nếu con gái bạn đến và nói với bạn rằng con cảm thấy Chúa muốn con ở trong lãnh vực truyền thông. Liệu bạn có thể xem em như là người chủ chốt trong một mạng lưới truyền hình hoặc làm việc như một chủ bút của một tờ báo được không? Hay là bạn cứ theo tập quán, thói quen mà khuyên em hãy tìm một việc làm trong lãnh vực truyền thông Cơ Đốc?

Hay là bạn có thường hay nói những điều tương tự thế này không "Phải, bởi vì một cuốn tiểu thuyết Cơ Đốc (hoặc một bộ phim Cơ Đốc) thì mới thật sự là tốt".

Điều đó không hạ thấp các lãnh vực truyền thông Cơ Đốc, song nhiều thanh niên theo tập quán cứ tìm những công việc trong môi trường an toàn, một cách vô ý thức tránh né sự cạnh tranh khắc nghiệt trong thế gian.

Tôi đồng ý với bạn tôi, ông David Aikman. Chúng ta cần phải lấy lại vị trí lãnh đạo mà chúng ta vẫn thường từ bỏ. Nếu chúng ta sống trong một "khu ổ chuột Cơ Đốc", thì có thể chúng ta phải giúp xây dựng các bức tường. Điều đó đòi hỏi gian khó và sự hy sinh, nhưng các Cơ Đốc nhân phải tiến bước trong bất cứ lãnh vực nào mà Chúa kêu gọi họ vào. Bất cứ khi nào chúng ta chuyên tâm vào những ân tứ mà Ngài ban cho chúng ta, Đức Chúa Trời sẽ trợ giúp phần của Ngài vào những cố gắng của chúng ta. Đó là điều Ê-sai 48:17 muốn nói khi Ngài phán rằng *"Ta là Đức Giê-hô-va, Đức Chúa Trời ngươi, là Đấng dạy cho ngươi được ích . . ."*

Tính trung thực

Có nhiều nguyên tắc của Kinh Thánh thể hiện ngay trong lãnh vực buôn bán. Một trong những nguyên tắc quan trọng nhất là tính ngay thẳng. Lời Chúa phán rằng Ngài ghét chiếc cân giả dối (Châm ngôn 11:1). Cân là đồ nghề của những người buôn bán. Một Cơ Đốc nhân đi trong sự ngay thẳng, sẽ để lại một ấn tượng không những cho việc kinh doanh của người ấy mà còn cho cả Đức Chúa Trời mà người ấy hầu việc. Chính cách người ấy thực hiện công việc và hoàn thành các nhiệm vụ của mình cũng như chất lượng sản phẩm của người ấy, sẽ gây được một ảnh hưởng trong cộng đồng. Người ấy sẽ là một nguồn phước.

Nguyên tắc nhân bội

Đức Chúa Trời sẽ làm cho tăng trưởng tất cả các nỗ lực lành mạnh. Đó là nguyên tắc của Kinh Thánh về sự tăng bội trong công việc. Sự tăng trưởng là kết quả tự nhiên của việc đi theo Chúa Jêsus và sử dụng các ân tứ Ngài ban cho chúng ta với tấm lòng ngay thẳng.

Trong Sáng thế ký đoạn 1. Đức Chúa Trời phán rằng mỗi loài đều phải kết quả và tăng bội "tùy theo loại". Đấy là điểm then chốt: Sẽ là điều tai hại hay phước hạnh nếu như nỗ lực của bạn được tăng bội "tùy theo loại"? Một số người đang tăng bội sự rối rắm. Nhưng nếu bạn đặt nền tảng công việc kinh doanh của mình trên Lời Chúa – nếu nó mang động cơ và các phương pháp Cơ Đốc đó có thể là một khuôn mẫu cần lặp lại ở khắp nơi trên thế giới, để đem phước hạnh đến cho nhiều người. Và động cơ Cơ Đốc cho việc kinh doanh là như thế nào? Trung tâm của mỗi một công việc làm ăn đều phải có những con người yêu mến Chúa hết lòng, những người muốn làm sáng danh Chúa Cứu Thế và muốn phục vụ nhân loại bằng cách nào đó.

Phục vụ Đức Chúa Trời và con người

Một sự cân nhắc quan trọng khác nữa để thành công là nguyên tắc của tinh thần làm tôi tớ. Chúa Jêsus kêu gọi chúng ta hãy trở nên những người tôi tớ. Đó là một phần hệ trọng trong đời sống của người Cơ Đốc, dù bạn hầu việc trong chức vụ trọn thì giờ hay trong giới làm việc từ 9 giờ sáng đến 5 giờ chiều.

Một hãng sản xuất thiết bị văn phòng tăng bội hàng triệu đô-la mới đây đã học được nguyên tắc này. Đó là nguyên tắc Chúa Jêsus đã dạy cho các môn đồ của Ngài (Dầu vậy, tôi không biết công ty ấy có nhận biết nguồn gốc Cơ Đốc của nguyên tắc ấy không). Bởi vì trong nhiều năm, tổ chức này đã từng chịu khổ do cổ phần trên thị trường đã bị giảm bớt, lợi tức sút giảm. Sự không hài lòng của khách hàng gia tăng, và những vấn đề khác. Mỗi năm, ngành quản lý cố gắng kéo công ty ra khỏi sự khó khăn của mình bằng cách đề ra những mục tiêu rõ ràng và khuyến khích mọi người làm việc chăm chỉ hơn. Nhưng dường như chẳng có gì tiến bộ.

Cuối cùng họ đề ra một phương pháp mới. Họ đầu tư một lượng tiền khổng lồ vào việc huấn luyện lại mọi người trong công ty ba năm. Từ những người đứng đầu khâu quản lý cho đến từng công nhân một trong số 80.000 người lao động của họ. Sự huấn luyện cải cách của họ là gì? Thật giản dị. Mỗi người trong số họ đều phải xác định xem ai là người họ phục vụ. Mỗi người tự hỏi chính mình "Khách hàng của tôi là ai?"

Thật dễ dàng để những người buôn bán suy nghĩ trong cụm từ khách hàng. Nhưng ai là các khách hàng của những người thư ký, ban quản trị trung gian hoặc các uỷ viên quản trị? Có thể nói rằng mọi người trong một công trình kinh doanh đều chấp nhận một công tác từ một người nào đó, thêm vào các giá trị, và tiếp tục chuyển đi. Vì vậy, các khách hàng của họ chính là những người đã được họ trao công việc của họ cho. Một số tập thể đã bỏ ra hàng tuần và thậm chí hàng tháng chỉ để nhận ra các khách hàng của họ – là điều không phải lúc nào cũng dễ nhận thấy.

Sau đó, qua một tiến trình được chính thức hóa, họ đã bắt đầu hỏi "Khách hàng của tôi cần gì?". Sau khi câu hỏi được trả lời, một nỗ lực có hệ thống được thực hiện xác định cách tốt nhất để đáp ứng nhu cầu của khách hàng. Cuối cùng sự hồi đáp của khách hàng được quy định để bảo đảm tất cả những nhu cầu nào cần phải được thỏa đáp.

Trong một vài năm, công ty đã gia tăng tính hiệu quả, giảm được chi phí, chất lượng và sản lượng tăng lên, làm cho nhiều khách hàng vừa lòng hơn. Song ý tưởng mới mẻ táo bạo là họ dạy cho nhân sự của mình có thể được nói cách đơn giản như vầy : "Trong các ngươi, kẻ nào muốn làm lớn, thì hãy làm đầy tớ" (Ma-thi-ơ 20:26).

Nếu bạn giống như Chúa Jêsus muốn hầu việc người ta, thì bạn sẽ luôn luôn trở nên giống như những người làm công của bạn. Bạn sẽ không tiến hành bất cứ sự thực hành kinh doanh gì mà buộc các công nhân của bạn phải đặt những gì liên quan đến công việc kinh doanh lên trước những ưu tiên Chúa ban cho con người, như việc chăm lo đến gia đình của họ. Chủ trương của bạn là yêu thương con người và sử dụng đồ vật, chứ không phải yêu quý đồ vật và sử dụng con người, sẽ tự nhiên tuôn xuống trên tất cả những người đang làm việc dưới quyền của bạn.

Một ngày trong bảy ngày

Một nguyên tắc quan trọng khác cho tất cả mọi Cơ Đốc nhân, kể cả những người thuộc giới làm việc từ 9 giờ sáng đến 5 giờ chiều, đã được tuyên bố trong điều răn thứ tư: Chúng ta phải biệt ra thánh ngày Sa-bát.

Nhiều người hoảng sợ khi bạn đưa đề tài này ra. Họ hiểu biết sự dạy dỗ nghiêm nhặt đó theo khía cạnh tuân thủ quá mức luật pháp. Thật sự là có một số Cơ Đốc nhân vẫn tiếp tục giết chết niềm vui của ngày Sa-bát theo cách của những người Pharisi. Một người đã nhớ lại bà dì của cậu đã bảo một cô bé gái khi đang ngồi thêu trong ngày Chúa nhật "Con đang phạm ngày Sa-bát! Trong cõi đời đời, con sẽ phải hoàn tất những mũi khâu ấy bằng cái mũi của con!"

Tuy nhiên, Đức Chúa Trời đã làm ra ngày Sa-bát. Nhưng quy tắc của Ngài muốn nhắn nhủ nhiều điều với một thế hệ mà những người trẻ tuổi đang xem thường, không chú trọng các nguyên tắc đó nữa.

Sa-bát, tức là bỏ qua công việc của một ngày trong tuần – là một sự cam kết kiên trì để tin cậy Chúa với công việc chưa hoàn tất của bạn. Nếu việc dâng phần mười và việc sống bằng đức tin trong lãnh vực tài chính là tin cậy Chúa ngay cả khi không có đủ tiền bạc, thì đây là phần tương ứng của nó trong việc mang khối lượng công việc của bạn. Tất cả chúng ta đều có hai nguồn vốn quý, thì giờ và tiền bạc. Thường thì chúng ta không có tiền bạc để làm được điều Chúa đang dẫn dắt chúng ta làm, và chúng ta liên tục không có thời gian để hoàn tất công việc của chính mình. Bạn làm thế nào khi có quá nhiều việc phải làm mà lại có quá ít thời gian? Có phải bạn làm việc càng lúc càng vất vả hơn? – chong đèn ban đêm, làm việc suốt ngày trong tuần, hy sinh thì giờ của gia đình, giờ giải lao, công việc dự phần trong Hội thánh, việc tập thể dục, tất cả mọi thứ – để cố gắng làm hết mọi công việc?

Sự nghỉ ngơi trong ngày Sa-bát không chỉ là không xén bãi cỏ trong ngày chủ nhật. Có thể việc xén cỏ còn là một việc ích lợi hơn và mang tính nghỉ ngơi hơn, là một sự nghỉ ngơi cần thiết sau những sức ép bạn phải đối diện ở nơi làm việc. Sự nghỉ ngơi của ngày Sa-bát quan trọng đến nỗi Đức Chúa Trời đã kể nó vào một trong số mười điều răn.

Tôi mang ơn Fraser Haug, một anh em nhân sự của hội YWAM ở tại Kona, rất nhiều về những nhận định sáng suốt dưới đây của ông về ngày Sa-bát.

1. Đức Chúa Trời là người đầu tiên tuân giữ luật Sa-bát. Đáng lẽ Ngài đã tiếp tục tạo dựng thêm nhiều loài, nhiều cây cối, nhiều dãy ngân hà nữa. Nhưng Ngài đã dừng lại, tuyên bố với ý nghĩa "như vậy là đủ".

2. Một luật Sa-bát khác được tuân giữ trong Y-sơ-ra-ên đó là việc gieo trồng mùa màng được thực hiện trong sáu năm, và qua năm thứ bảy thì không gieo trồng gì cả. Điều đó tạo ra một sự liều lĩnh về mặt tài chính, thậm chí là một sự liều lĩnh đối với sự sống còn của họ. Bởi vì họ đã không tự cấp dưỡng bằng công việc của hai bàn tay,

nên họ phải lệ thuộc vào Đức Chúa Trời bằng một
phương cách lớn lao hơn.

3. Sẽ luôn luôn có nhiều công việc phải được làm trong số
thời gian được cho. Nếu chúng ta được Đức Chúa Trời
dẫn dắt mỗi ngày thực hiện những gì Ngài tỏ cho chúng
ta và theo đúng thứ tự ưu tiên của Ngài, thì chính Ngài
sẽ chịu trách nhiệm về những gì chúng ta không thể làm
được. Đó là tinh thần của luật Sa-bát – cộng tác với
Đấng Tạo hóa và đặt lòng tin cậy nơi Ngài.

Chìa khóa đối với sự yên nghỉ của luật Sa-bát là vâng lời. Điều
đó giống như huấn luyện một con chó biết săn tìm. Bạn ném cây gậy
đi sáu lần, bảo nó "Tìm đi!". Nếu lần thứ bảy bạn ném cây gậy và
bảo "Ngồi yên!" thì đó là một thử nghiệm lớn hơn về sự vâng lời của
nó. Vì vậy chúng ta phải học tập để "ngồi yên" hoặc yên nghỉ, tin cậy
Đức Chúa Trời làm trọn công việc Ngài đã khởi làm.

Có nhiều điều khác nữa liên quan đến việc giữ luật Sa-bát,
những việc đó bao gồm sự suy gẫm và đánh giá làm lễ kỷ niệm, sự
nên thánh, nghỉ ngơi và sự làm mới lại. Đức Chúa Trời đã định như
vậy cho chúng ta để nếu chúng ta phạm luật Sa-bát, thì luật Sa-bát
sẽ xâm phạm đến chúng ta. Tuy nhiên, tôi không cho rằng chúng ta
phải định một ngày nhất định trong tuần làm ngày Sa-bát. Cần phải
nhớ tờ lịch hiện nay của chúng ta không được hà hơi như Kinh
Thánh đã làm. Nó đã được làm vào thế kỷ thứ mười sáu và có
những sai sót cần phải được sửa lại cho đúng bằng các năm nhuận.

Chắc chắn là các vị mục sư không có ngày Sa-bát vào Chúa
nhật được. Vì đó là một ngày làm việc dài và vất vả đối với họ. Cũng
vậy, chúng ta cần các hoạt động bảo vệ của cảnh sát, của ngành
cứu hỏa, cùng nhiều dịch vụ khác vào ngày Chúa nhật. Nhưng
những người phải làm việc ngày Chúa nhật vẫn cần phải tuân theo
nguyên tắc nghỉ ngày Sa-bát của Chúa. Hết thảy chúng ta đều phải
có một ngày nghỉ trong bảy ngày.

Trong thế chiến thứ 2, vì cớ nhu cầu về các vật liệu dùng cho chiến tranh, chính phủ Hoa Kỳ đã yêu cầu các nhà máy cố gắng có các tuần làm việc bảy ngày dành cho những công nhân. Họ giao nhiều hợp đồng đóng tàu cho các công ty.

Một trong các công ty này là Correct Craft, do ông Walter O.Mellon làm chủ. Ông Mellon là một Cơ Đốc nhân, vì vậy ông từ chối để các công nhân của mình trong các ca bảy ngày. Chính phủ phản ứng bằng cách dọa sẽ hủy hợp đồng của ông, nhưng ông đã thuyết phục họ hãy cho ông một ít thời gian. Ông bảo đảm rằng công ty của ông sẽ đáp ứng được các chỉ tiêu sản xuất của họ, mặc dù các công ty cạnh tranh ông đang cho các công nhân của họ làm việc theo các ca bảy ngày. Sau một thời gian, thật rõ ràng – Cơ Đốc nhân đó và công ty của ông đã sản xuất vượt mức các công ty cạnh tranh với họ, mặc dù họ chỉ làm việc có sáu ngày trong một tuần.

Bạn Sẽ Làm Gì Nếu Bạn Trở Nên Giàu Có

Một nguyên tắc quan trọng khác mà những Cơ Đốc nhân trong doanh nghiệp phải nhớ đó là: Đức Chúa Trời là Đấng ban cho bạn khả năng làm ra tiền bạc. Đó dường như là việc hiển nhiên, nhưng chúng ta đã nhanh chóng quên mất điều đó. Nếu trong tiến trình công việc bạn bắt đầu làm ăn tốt đẹp, thì hãy nhớ lời khuyến cáo của Kinh Thánh dành cho kẻ giàu:

> Vậy khá coi chừng, chớ nói trong lòng rằng: "Ấy nhờ quyền năng ta và sức lực của tay ta mà đoạt được những sản nghiệp này". Hãy nhớ lại Giê-hô-va Đức Chúa Trời ngươi, vì ấy là Ngài ban cho ngươi sức lực đoạt được những sản nghiệp . . .
>
> — PHỤC TRUYỀN 8:17-18

Và

. . . Nếu của cải thêm nhiều lên, chớ đem lòng vào đó.

— THI THIÊN 62:10

Sứ đồ Phao-lô nói với Ti-mô-thê hãy nói cho những nhà buôn trong thời của ông đừng kiêu ngạo và đừng để lòng trông cậy nơi của cải không chắc chắn, nhưng hãy để lòng trông cậy nơi Đức Chúa Trời. Ông cũng bảo họ làm điều lành, làm nhiều việc phước đức và ban phát rộng rãi (1 Ti-mô-thê 6:17-19).

Tất cả các Cơ Đốc nhân đều phải rộng rãi và ban phát, nhưng Đức Chúa Trời đã ban một số ta lặng đặc biệt cho một số người làm ra tiền để họ có thể dâng hiến nhiều hơn cho công việc Chúa. Chúng ta có thể gọi họ là "những người giàu có đầy dẫy Thánh Linh". sứ đồ Phao-lô xem những người đó như là những người có ân tứ cứu giúp (1 Cô-rinh-tô 12:29) hay là ân tứ ban cho (Rô-ma 12:8). Một trong nhiều cách Chúa cung ứng là bằng cách ban cho những người đó các ý tưởng để kiếm ra nhiều tiền. Một số người rụt lại trước ý tưởng về những Cơ Đốc nhân giàu có, vì họ tin rằng giàu có là bất chính. Họ cho rằng một khi ai đó đang giàu lên thì phải người nghèo đi. Nhưng tôi tin rằng các ý tưởng chỉ là điều hạn chế duy nhất đối với sự giàu có. Kiểm soát được các nguồn tài nguyên thiên nhiên thường là sự bảo đảm cho sự giàu có của một quốc gia. Nhưng đây là điều mâu thuẫn đối với Nhật bản, Singapore, Hôngkong, và Triều Tiên – các quốc gia này có rất ít nguồn tài nguyên thiên nhiên, dầu vậy họ đã thịnh vượng, hãy nhìn vào việc chế tạo những vi mạch, từ thứ cát vô giá trị – làm được rất nhiều việc khiến người ta giàu có trong thời đại của chúng ta.[1]

Nếu Chúa cho chúng ta quyền làm ra tiền, là những Cơ Đốc nhân chúng ta phải cẩn thận cầu hỏi Ngài cách sử dụng những đồng tiền ấy. Chúng ta không được bỏ những khoản tiền nhỏ cách miễn cưỡng vào chiếc đĩa dâng cho Đức Chúa Trời. Thay vào đó, phải có thái độ của một nhà doanh nghiệp giống như R. G. Le Tourneau, người đã dâng "phần mười" bằng chín mươi phần trăm của cải mình. Câu trả lời của ông ta là "Đừng hỏi tôi đã dâng cho Chúa bao nhiêu, nhưng vấn đề là tôi đã giữ lấy cho chính mình bao nhiêu tiền của Ngài".

Khi Đức Chúa Trời ban phước và chúng ta kiếm được nhiều tiền hơn nhu cầu của mình, thì đó là lúc hãy cầu xin sự hướng dẫn của Đức Chúa Trời. Hãy hỏi Ngài . . .

Con phải làm gì với số tiền có dư này?

Có ai là người con nên dâng số tiền này cho chăng?

Con có nên cất riêng nó ra và chờ đợi ý Ngài để tỏ cho con biết cách đầu tư nó vào trong nước Ngài.

Một lý do khác khiến các nhà doanh nghiệp phải giữ sự ban cho rộng rãi đó là vì họ đang hoạt động trong một thế giới bị Vua Ty-rơ cai trị. Như chúng ta đã thấy trong một chương trước, chính mình Sa-tan có dính líu sâu đậm vào vấn đề thương mại. Đây có thể là lãnh vực hoạt động lớn nhất của nó. Chúa Jêsus đã đến để giải phóng việc thương mại và trao đổi. Khi chúng ta dâng hiến rộng rãi vì sự vinh hiển của Chúa, nhất là cho những công việc như của hội truyền giáo là nơi chúng ta không nhận được một lợi ích gì trước mắt, là chúng ta đang hủy phá công việc của ma quỷ trên thế giới này. Chúng ta đang xua đuổi vua Ty-rơ và những tham muốn đang lan tràn bằng cách hướng về tinh thần rộng rãi ngược lại.

Đức Chúa Trời đang tìm kiếm những ống dẫn rộng mở mà Ngài có thể tin cậy, để qua họ và sự ban phát của họ, Ngài có thể ban phước cho những người khác. Nhưng nếu họ nắm chặt tay kia lại, thì có thể Ngài chặn lại nguồn tiếp trợ.

Một nhà truyền giáo kiểu mới

Chúng ta cần một phương pháp mới toàn bộ đối với việc kinh doanh. Chúng ta cần những con người bằng lòng tìm kiếm Chúa và vâng theo ý muốn của Ngài trong những công việc từ 9 giờ sáng đến 5 giờ chiều của họ. Chúng ta cần những người trước hết phải trung thành với Đức Chúa Trời và Vương quốc của Ngài, là những người thấy được công việc của họ là một phần quan trong công tác toàn thể của việc đưa quyền chủ tể của Chúa Jêsus vào cả thế giới này.

Mới đây, tôi gặp gỡ một con người như vậy. Tôi không thể nêu tên ông ta vì tính tế nhị của hoàn cảnh của ông. Nhưng ông đã ý thức được sự kêu gọi của Đức Chúa Trời cho công việc truyền giáo và đã đi đến một quốc gia nơi có nhiều sự hạn chế trong việc giảng Tin lành. Ở tại đó, ông thành lập một nhà máy sản xuất điện tử. Trong một vài năm, việc kinh doanh của ông phát triển phải thuê đến hàng trăm người.

Khi ông bằng lòng để Chúa là tác nhân trực tiếp trong trí tưởng tượng của mình, ông đã phát minh được những thiết bị điện tử độc đáo. Ví dụ, ông đã cho tôi xem một thứ, chỉ dầy hơn thẻ tín dụng một tí, như là một quyển truyền đạo đơn chứa đựng một sứ điệp Phúc âm nói trong vòng 30 phút được ghi lại bằng mạch điện tổng hợp, nó không đòi hỏi một loại máy móc nào cần có để sử dụng cả. Một phát minh khác nữa là một chiếc radio cầm tay chạy bằng năng lượng mặt trời, bấm sẵn để nghe chỉ một kênh mà thôi – một đài phát thanh Cơ Đốc chủ yếu phát cho vùng có Cơ Đốc giáo. Không phải tất cả các phát minh của ông đều cho mục đích truyền giáo. Dĩ nhiên, nhưng những điều kể trên đã làm tôi thích thú đặc biệt.

Một trong những ý tưởng khác của ông nữa là đặt xen kẽ các Cơ Đốc nhân với những người ngoại trong dây chuyền lắp ráp của ông, để những người tin Chúa có thể dễ dàng làm chứng hơn trong suốt một ngày làm việc.

Bạn tôi có phải là một nhà truyền giáo không? Hẳn là không theo ý nghĩa truyền thống xưa nay, phải là một người được ban chấp hành hội truyền giáo cử đi, với chiếc mũ thầy dòng và một quyển Thánh Kinh lớn. Nhưng theo một cách khác thì anh ta chính là một người truyền giáo. Chúng ta cần có thêm hàng ngàn người như anh ta – người dám đầu phục Chúa và để cho Ngài chăm lo công việc kinh doanh của chính mình.

10

BAN CHO THẾ NÀO

Điều đó có thường xảy đến với bạn không? Bạn đang ngồi trên chiếc xe hơi của mình ở một ngã tư đường trên con đường hẻm gần vỉa hè. Nơi có một gia đình trong bộ quần áo rách rưới đang đứng – một người đàn ông và một người đàn bà và một đứa bé. Người đàn ông giữ một tấm bảng có đề "xin bố thí mua thức ăn". Bạn làm gì đây?

Bạn về nhà, ngồi phịch vào ghế, và bắt đầu xem xét kỹ lưỡng số bưu phẩm của mình. Một chồng hóa đơn, một mớ các tờ quảng cáo, và hai lá thư xin giúp đỡ. Một bức thì lưu loát và có vẻ chuyên nghiệp – như thể là có ai đó đã gạch dưới những khúc quan trọng để bạn đọc, nhưng khi bạn nhìn kỹ hơn thì cũng được viết bằng chữ rời. Bức thư kia thì chi chít chữ của bưu điện hàng không nước ngoài. Cả hai bức thư đều yêu cầu giúp đỡ về mặt tài chính với những mục đích tốt đẹp như việc mua Kinh Thánh để phân phát ở tại Nga, hoặc nuôi những người đói ở tại Bắc phi. Sau đó, bạn lật một tờ tạp chí ra, bao giờ cũng thế, trên trang báo, một em bé gái da màu với đôi mắt thật to, và phần thông báo trên tạp chí bảo rằng, chỉ bằng giá tiền bạn uống cà phê trong giờ điểm tâm sáng, bạn có thể nuôi sống cô bé đều đặn.

Bạn đáp ứng với tất cả những điều đó như thế nào đây. Một số người phản ứng bằng cách trở nên chai đá trước tất cả những lời van xin. Họ cách ly chính mình với những kẻ vô gia cư, tự nói với mình rằng nếu những kẻ ấy thật lòng muốn tìm đến một công việc, thì họ đã kiếm được một việc làm. Hoặc là họ chỉ việc quay mặt nhìn sang hướng khác. Chỉ cần dùng một nỗ lực của ý chí để quên đi vẻ mặt đau khổ của người đàn ông cầm tấm bảng xin tiền đứng bên lề đường. Ngồi yên trong xe và cứ nhìn thẳng phía trước. Khi nào thì đèn sẽ đổi ư? Tìm một chương trình khác trên radio. Thậm chí kiểm tra xem chốt cửa tự động đã chắc chắn nằm đúng vị trí chưa.

Khi chúng ta cứ liên tục bị tấn công bởi những nhu cầu của người khác, thì hoặc chai sạn đi, hoặc chúng ta bị áp đảo. Thậm chí nếu hạn chế việc dâng hiến của mình cho Hội thánh, thì càng nhiều nhu cầu được bày ra trước mắt hơn là số chúng ta có thể đáp ứng. Bạn làm thế nào để vẫn mềm lòng trước những nhu cầu như vậy và mở rộng lòng đối với Chúa trong sự dâng hiến?

Sự ban cho được Đức Thánh Linh dẫn dắt

Cách duy nhất để giữ được sự đúng mực, giải quyết và có được sự mềm mại trong tấm lòng của mình là phải xin Chúa hướng dẫn sự ban cho của chúng ta. Bước thứ nhất trong việc học biết cách ban cho là phải cầu hỏi Chúa. Ngài hứa rằng chiên Ngài sẽ nghe được tiếng Ngài. Hãy quyết định ngay bây giờ rằng hễ khi nào bạn đối diện với một nhu cầu, bạn sẽ hỏi Chúa hai điều: bạn có phải ban cho không và cho bao nhiêu. Nếu Ngài bảo "không" thì bạn hãy tin cậy Ngài để đáp ứng nhu cầu đó cách khác.

Đôi khi không cho cũng có thể là một thử nghiệm thật sự về sự vâng lời của bạn. Don Price là người lãnh đạo một nhóm nhỏ làm việc ở tại Zimbawe (sau đó là Rhodesia) cuối những năm 70. Trong nhóm đó có một thành viên người Nauy có mái tóc màu vàng nhạt tên là Bjorn Skjillbotten. Một ngày vào đầu tháng mười hai, anh Bjorn xin được cầu nguyện với anh Don, Bjorn đã từng làm việc như một nhà truyền giáo đoản kỳ ở tại châu Phi trong một năm, nhưng bây giờ anh phải trở về Nauy để phục vụ trong quân đội.

"Don à, điều tôi muốn anh cầu nguyện với tôi đó là vấn đề thời gian. Tôi biết đã đến lúc phải trở về nhà, nhưng tôi không biết Chúa muốn tôi lên đường lúc nào".

Vì vậy, Don cúi đầu cùng cầu nguyện với Bjorn. Sau khi cầu nguyện, Don đề nghị Bjorn cuối tháng hãy đi, tức là vào ngày 31 tháng 12, lúc ấy có một nhóm học viên lên đường thẳng đến YWAM ở tại Thụy Sĩ trên một chuyến bay không đắt lắm của hãng hàng không Lux. Anh ta có thể cùng đi với họ đến Luxembourg, rồi sau đó tiếp tục bay đi Nauy. Bjorn cũng cảm thấy ổn trong vấn đề đó, và Don chẳng bao lâu đã quên mất điều đó giữa những bận rộn của các sinh hoạt bình thường của nhóm mình.

Một ngày trước khi nhóm nọ phải lên đường, Bjorn đến gặp Don.

"Anh có còn thấy rằng ý Chúa đối với tôi là lên đường vào ngày mai không?", Anh hỏi. "Có", Don trả lời, sục sạo trong trí của mình để nhớ xem cái ngày mà họ đã cùng cầu nguyện "Tôi đã cảm biết Chúa đã cho chúng ta ngày tháng, phải không?"

"Ơ . . . vâng", người thanh niên tóc vàng nói, vẻ ngập ngừng

"Vậy thì sao? Có gì trục trặc?"

"Vâng . . . tôi không có tiền. Tôi nghĩ nếu Chúa đã bảo tôi phải ra đi và cho tôi biết thời điểm thì Ngài cũng sẽ chu cấp tiền bạc cho tôi về nhà. Tôi cần 200 rand để mua vé. Tôi đã cố gắng đặt chỗ trước, và họ đã ghi tên tôi vào chỗ, nhưng đến bây giờ tôi vẫn chưa có tiền!"

Don gật đầu, che giấu nỗi ngạc nhiên của mình. Làm sao anh có thể giải thích rằng bởi vì Bjorn đến từ một xứ sở giàu có hơn như Nauy, nên Don đã tưởng rằng anh ta có đủ tiền để trở về? Và bây giờ chưa đầy hai mươi bốn tiếng nữa máy bay sẽ cất cánh.

"Chúng ta hãy cầu nguyện lại với Chúa để xem điều chúng ta

nghe có đúng không". Don đề nghị. Hai thanh niên cùng cầu nguyện, và rồi chờ đợi trong yên lặng.

"Tôi vẫn nghĩ rằng ngày mai tôi sẽ đi". Cuối cùng Bjorn nói. Don đành phải đồng ý. Anh cũng cảm thấy thế, mặc dù anh ước là mình không thấy như vậy. Một tuần nữa thì lại là chuyện khác.

"Chúng ta hãy cầu nguyện lại với Chúa để xem điều chúng ta nghe có đúng không". Don đề nghị. Hai thanh niên cùng cầu nguyện và rồi chờ đợi trong yên lặng.

"Tôi vẫn nghĩ rằng ngày mai tôi sẽ đi". Cuối cùng Bjorn nói. Don đành phải đồng ý – anh cũng cảm thấy thế, mặc dù anh ước là mình không thấy như vậy. Một tuần nữa thì lại là chuyện khác. Anh có thể thay mặt Bjorn nói với một số các bạn trong Chúa . . . hoặc làm một điều gì đó.

Nhưng tất cả những gì họ có bây giờ là hai mươi bốn tiếng đồng hồ. Bằng cách nào đó Đức Chúa Trời phải chu cấp 200 rand trước sáng mai. "Tôi sẽ cùng anh tin cậy Chúa" Don bảo, anh thêm sự tự tin vào giọng nói của mình "Ngày mai hãy gặp tôi ở tại sân bay".

Don đến phi trường trễ, vì phải bận rộn với những chi tiết trong phút chót, giúp đỡ nhóm học viên lên đường đi Thụy sĩ. Khi anh bước vào phòng chờ, thì đã thấy mái tóc vàng của Bjorn, cao hơn hẳn mọi người. Khi bước đến chỗ anh, Don thấy chiếc ba lô căng phồng đang đặt dưới sàn ở bên cạnh anh ta.

"Vậy tiền của anh đã đến chưa, Bjorn?", Don hỏi. Nhưng Bjorn chỉ lắc đầu, cố gắng nở một nụ cười "Chưa, nhưng tôi nghĩ rằng Chúa vẫn có thể cho tôi 200 ran[1] trong vài phút nữa, phải không?"

Don vội vã chạy đến bàn ghi vé máy bay để giúp những người khác, lúc này họ đang nói chuyện với nhau, đang cười lớn, hoặc đang vật lộn với những chiếc ba lô nặng nề. Đó là một sự cố gắng để che giấu đi nỗi lo âu của anh ta lúc này đang nhanh chóng biến thành một nỗi hoảng sợ. Người thanh niên này đang tin cậy Chúa hành động! Don nghĩ rằng chắc chắn có ai đó sẽ phải cảm thấy được Chúa dẫn dắt để dâng cho Bjorn hoặc một món quà tặng bất ngờ nào đó hẳn phải đến qua đường bưu điện. Nhưng chẳng có gì cả. Bây giờ máy bay sắp sửa cất cánh trong vài phút nữa. Don phải giải thích thế nào với anh ta đây? . . . anh phải chịu trách nhiệm với việc người tín hữu non trẻ này đã đặt đức tin nơi sự hướng dẫn và sự cung ứng của Chúa và nó đã bị tan vỡ.

Don kiếm một chỗ ngồi ở khu vực chờ đợi và bắt đầu dốc các túi áo quần của mình ra, chậm chạp đếm cả lại những đồng tiền lẻ, như thể là bởi một phép lạ nào đó anh sẽ có đủ tiền để cứu giúp. Chưa có đến 20 rand. Anh bèn gọi vợ mình và người thư ký đến, giải thích tình cảnh và hỏi xem họ có bao nhiêu. Sau khi lục lạo khắp các ví cầm tay của họ, họ kiếm thêm được vài rand và mấy xu nữa.

Đến lúc này mọi người đang xếp hàng để đi qua cửa kiểm tra hộ chiếu trên đường ra máy bay. Một vài người đã sắp sửa biến mất trong khu vực hạn chế ra vào.

"Don! Don!"

Có ai đó gọi tên anh ta trên đầu đám người đang khẩn trương tiến về phía lối ra. Đó là Mike Killen lên đường đi Thụy sĩ để huấn luyện "Cái này dành cho công tác của anh ở tại đây!", Mike hét lên. Don cười tươi khi anh nhìn thấy Mike đang đứng gần phía trước hàng người vẫy vẫy một lá thư. Mike giao nó trở lại trước khi tiến thẳng vào bên trong cửa sân bay và các thành viên của hội YWAM chuyền chiếc bì thư từ người này đến người khác cho đến khi chạm tay Don. Phải, Chúa, Ngài đã đợi đến bây giờ, đã đủ lâu rồi! Anh nghĩ trong khi bóc phong bì và thấy một nắm tiền giấy. Trong lúc đếm nhanh, anh thấy gần đủ để trả tiền vé cho Bjorn.

Thế rồi, Don nghe tiếng Chúa phán rõ trong trí mình, tiếng phán hết sức rõ ràng: "Số tiền này không phải dành cho anh ấy".

Lòng anh chùng xuống. Don quay nhìn về phía Bjorn đang đứng chờ đợi, đang ngó ra cửa sổ một cách mông lung thờ thẫn. Hàng hành khách lên chuyến bay đã gần hết. Ít ra thì anh ta cũng đã không nhìn thấy chiếc phong bì. Don nghĩ thầm, lòng nặng nề. Và rồi anh suy nghĩ. Vâng, Chúa ôi, con sẽ không trao cho anh ấy chiếc phong bì này. Nhưng xin Ngài . . . hãy làm điều gì đó ngay đi!

Ngay lúc ấy, một cô gái trẻ tên là Thelma Broodryek, chạy đến chỗ Don. Cô ta là một người tình nguyện mới, cô ta đến làm việc với họ ở tại Rhodesia. Hẳn là cô đã đến sân bay để tiễn một số bạn bè đi Thụy sĩ. Thelma nói "Anh Don này, tôi có 200 ran đây trong các séc du lịch. Tôi đem theo đây cho các khoản chi phí phụ. Nhưng tôi thấy Chúa đang phán bảo tôi hãy trao số này cho người thanh niên Nauy trong chuyến trở về nhà của anh ta".

Don thở phào "Cảm tạ Chúa!". Anh lầm thầm những lời cảm ơn vội vã, và họ mang theo các tấm séc du lịch để chạy đến trung tâm đổi tiền của sân bay. Đến lúc họ quay lại với số tiền mặt, thì mọi người đã đi hết rồi. Bjorn đang đứng xây lưng về phía họ, nói chuyện với vợ của Don, Cecilia cùng với một người bạn nữa. Trước khi Don đến được với Bjorn, anh đã nghe thấy nhân viên bán vé gọi cho Bjorn "Ông Skjellbotten, chỗ đặt trước của ông đã bị hủy bỏ – ông có thể mua vé ngay bây giờ"

Bjorn nhấc chiếc ba lô lên và bước về phía quầy vé. Don rảo bước để bắt kịp Bjorn, tiến đến bên cạnh anh ta ngay khi nhân viên yêu cầu Bjorn trả tiền.

Trước khi Bjorn kịp mở miệng trả lời, thì Don đã nói "Đây, thưa ông" và đưa tiền cho người bán vé. Anh ta không có đủ thời gian để giải thích cho Bjorn chuyện gì đã xảy ra. Bjorn ôm siết Don, xốc balô lên vai và đi thẳng đến cửa kiểm tra hộ chiếu.

Ban cho mà không bị ràng buộc

Bước thứ hai trong việc học biết cách ban cho là hãy từ bỏ những quyền hạn của bạn đối với tiền bạc. Rất nhiều người từ chối cương vị của người quản lý tốt để đổi lấy lòng tham muốn được kiểm soát số tiền mà họ ban cho. Họ sẽ dâng hiến, nhưng với điều kiện là họ có một tiếng nói về cách sử dụng số tiền ấy. Một cách vô ý thức, họ đang muốn kiểm soát trên con người hoặc trên chức vụ của người mà họ đã ban cho.

Mặc dù có thể chỉ định rõ các khoản tài trợ khi chúng ta dâng tiền, song chúng ta không nên xâm phạm vào lãnh vực điều khiển các công việc hoặc con người bởi số tiền chúng ta dâng. Nếu bạn vâng lời Chúa và dâng cho người Ngài đã phán bảo, thì hãy cứ tin cậy Ngài dẫn dắt họ trong cách sử dụng.

Điều thứ ba cần phải học hỏi trong sự ban cho dường như hoàn toàn mâu thuẫn với điều tôi vừa nói, nhưng thật là điều quan trọng để tìm biết xem tiền bạc của bạn đã được sử dụng như thế nào. Tinh thần trách nhiệm đối với các khoản tài trợ dâng cho công việc Chúa là điều đúng với Kinh Thánh, hợp lý và phần nào là trách nhiệm của bạn. Hãy tìm biết xem bao nhiêu trong số dâng của bạn đi vào chức vụ công tác đã định và bao nhiêu chi dùng vào các khoản chi phí thường lệ của một hoạt động, việc quản lý, và thậm chí có bao nhiêu trong số dâng của bạn được dùng để sinh sôi thêm tiền bạc.

Nói đến vấn đề ban cho, mỗi người đều khác nhau. Một số người thích dâng cho con người, trong khi những người khác lại thích dâng cho những đề án có một sự bắt đầu và kết thúc rõ ràng. Một số người thích dâng cho các công tác có tính cách từ thiện hơn, người khác lại muốn của dâng của họ phải dành cho công tác truyền giảng. Cũng có những người muốn góp phần vào việc huấn luyện hoặc các chức vụ truyền thông, để làm tăng bội của dâng của họ.

Những ý thích khác nhau đó không có gì sai trật nhưng chúng ta phải hoàn toàn giữ sự cởi mở, sẵn sàng lắng nghe Thánh Linh và tiếp nhận sự hướng dẫn của Ngài. Theo quan niệm của tôi, thì những khuôn mẫu tự nhiên nhất là người dâng cho người; còn các Hội thánh hoặc các tập thể thì dâng cho các đề án có một bắt đầu và kết thúc rõ ràng.

Trong tổ chức Thanh Niên Sứ Mạng, chúng tôi vẫn thường ở vào cuối đầu nhận và cho của một chương trình khác, nghĩa là các tổ chức Cơ Đốc này dâng cho các tổ chức Cơ Đốc khác. Trong quyển

"Winning God's Way 1, tôi có chia sẻ cách mà chúng tôi trải qua một quá trình đau đớn và hạ mình trong nổ lực đầu tiên để mua một chiếc tàu lớn vì cớ những mục tiêu của chức vụ. Chúa bảo chúng tôi hãy dâng 130.000 đô-la cho Chiến Dịch Vận Động (Operation Mobilisation) để họ mua chiếc tàu mà họ đang muốn được xúc tiến nhằm ích lợi cho chức vụ.. Thế rồi, trước sự sửng sốt của chúng tôi, Đức Chúa Trời lại dẫn dắt các cơ quan khác, như Các Chức Vụ của Thời Kỳ Cuối Cùng (Last Days Ministries), Câu Lạc Bộ 700 (The 700 Club), 100 Huntley Street, Hiệp Hội Truyền Giáo Billy Graham và Chiến Dịch Thanh Niên David Wilkerson (David Wilkerson Youth Crusades) đã dâng ngay số tiền công tác chức vụ của họ cho chúng tôi, đến lượt những của dâng lớn lao ấy rất ích lợi cho chúng tôi, cuối cùng chúng tôi đã mua được chiếc tàu từ thiện đầu tiên, chiếc Anastasis có động cơ.

Tất cả sự dâng hiến đó nhấn mạnh đến nhu cầu của chúng tôi đối với những chi thể còn lại trong Thân Thể Đấng Christ. Nếu chúng tôi đã từng có cám dỗ nào và nghĩ rằng mình là những người đặc biệt và chẳng biết vì sao tổ chức YWAM lại là một cơ quan ít nhiều tốt hơn các cơ quan truyền giáo khác hoặc các tập thể Cơ Đốc khác, thì sự dâng tặng của các tập thể ấy đã làm những lời nói lên mình thầm thì trong lòng chúng tôi phải câm nín.

Có góc nhìn của Đức Chúa Trời

Trong việc ban cho của bạn, hãy tránh khuynh hướng để cho một số các nhu cầu bị tình trạng "xa mặt cách lòng". Mọi người thường cảm thấy quan tâm đến gia đình của mình, hàng xóm của mình, và đất nước của mình nhiều hơn. Nhưng Đức Chúa Trời của cả thế giới này luôn luôn cố gắng đưa chúng ta vượt lên trên cái thế giới nhỏ hẹp ấy. Mối quan tâm cũng như tấm lòng dịu dàng của Ngài không dừng lại trong những giới hạn của thành phố chúng ta hay biên giới của đất nước chúng ta. Hãy tìm nếu bạn chưa có một tập bản đồ đầy đủ và rồi nghiên cứu tập ấy. Hãy kiếm một tập bản đồ đầy đủ. Hãy đọc các tạp chí có các phần tin quốc tế. Hãy đọc nhiều để am hiểu về địa lý. Tìm hiểu về cả thế giới, cầu nguyện cho cả thế giới và khi Chúa dẫn dắt, hãy dâng hiến cho cả thế giới.

Cũng đừng ném bỏ đi "những bức thư tầm thường". Thật ra, khi nói đến những bức thư xin giúp đỡ của Cơ Đốc nhân tôi không dùng danh từ ấy. Lá thư ấy không vô dụng nếu nó cho tôi biết những gì Đức Chúa Trời đang thực hiện qua những tôi tớ của Ngài ở những vùng đất khác nhau trong mùa gặt của Ngài. Tôi cần phải xem xét kỹ những lá thư ấy càng nhiều càng tốt, hoặc trao nó cho những người có thể và sẵn sàng nghe theo sự dẫn dắt của Chúa.

Cách tham dự giờ dâng hiến

Có lẽ đây là việc làm hời hợt nhất, là tiết mục thờ phượng ít được quan tâm nhất trong hầu hết các Hội thánh. Các nhà truyền đạo phải đi vào trường Kinh Thánh hoặc các chủng viện để học tập cách chia sẻ một bài giảng phải lẽ từ Lời Đức Chúa Trời. Một phần quan trọng trong tuần lễ của họ được dùng vào việc nghiên cứu và chuẩn bị cho giờ bước lên bục để giảng dạy. Những người đánh đàn và người hướng dẫn buổi thờ phượng cũng đã dành nhiều năm để phát huy kỹ năng, để ra nhiều giờ hàng tuần để chuẩn bị cho việc hướng dẫn buổi thờ phượng vào các ngày Chúa nhật.

Nhưng người ta đến đâu để học cách giữ giờ dâng hiến; và có bao nhiêu thì giờ được dành ra để cầu nguyện cho việc phải giữ thì giờ này hàng tuần như thế nào? Sự chuẩn bị tốt nhất dành cho thì giờ dâng hiến thường là khúc nhạc dạo để giữ cho tâm trí mọi người khỏi xao lãng trong khi các hộp tiền dâng được chuyền đi giữa các dãy ghế!

Tuy nhiên, Kinh Thánh có nói nhiều đến việc dâng hiến. Thật vậy có 356 chỗ nhắc đến việc dâng hiến trong Kinh Thánh! Khi bạn đọc đến việc dâng hiến trong Kinh Thánh bạn sẽ thấy rằng đó là những sự kiện có màu sắc, kịch tính và hứng thú. Người lãnh đạo trước hết phải dành thì giờ riêng tư với Chúa và nhận được sự hướng dẫn của Ngài, rồi thách thức mọi người dâng hiến. Sự dâng hiến theo Kinh Thánh không nằm giữa những phần "thuộc linh" hơn của buổi thờ phượng. Nhưng sự dâng hiến theo Kinh Thánh là điều thuộc linh sâu sắc và thường được đánh dấu bằng sự từ bỏ đầy vui mừng.

Ví dụ, hãy đọc về việc dâng hiến để xây dựng đền tạm trong Xuất êđíptôký đoạn 25. Hãy lưu ý những người mà lòng họ được Chúa cảm động về những nhu cầu và nhu cầu được trình bày một cách rất cẩn thận, đó là những số lượng vàng, bạc, đồng, dầu thắp, hương liệu, bích ngọc, cùng chỉ tím, đỏ, điều . . . cụ thể được nêu ra, và dân sự được kêu gọi dâng hiến để đáp ứng những nhu cầu đó.

Môi se cũng đã yêu cầu những tay thợ khéo cống hiến công sức của họ (Xuất Ê-díp-tô-ký 35:10). Khi bạn đọc Xuất Ê-díp-tô-ký đoạn 35 về việc dốc tuôn các của dâng và sức lao động thật lớn lao, hãy xem thật là một sự tương phản với hầu hết những của dâng ngày nay. Họ không thể dùng một hộp tiền dâng cỡ khiêm nhường như chúng ta vẫn thường dùng trong các buổi nhóm của Hội thánh, hoặc còn tệ hơn nữa, một chiếc túi vải buộc vào đầu một cây gậy, bạn giấu cả bàn tay của mình trong khi bỏ của dâng vào (Tôi đã một lần đọc được rằng khi sử dụng một chiếc túi vải thì giá trị của dâng bị kém đi). Các con cái Y-sơ-ra-ên hẳn phải chở các của lễ trên những chiếc xe kéo và chất từng đống lớn ở trước mặt Đức Chúa Trời. Việc dâng hiến tiếp tục trong nhiều ngày, theo Xuất Ê-díp-tô-ký 36:3, cho đến khi những người lãnh đạo phải bảo dân sự thôi không mang thêm của dâng đến nữa. Có dư số cần dùng cho công việc của Chúa.

Bạn có bao giờ thấy điều đó trong Hội thánh mình không? Tôi chưa bao giờ được thấy một sự dốc đổ dư dật của tình yêu đối với Đức Chúa Trời như vậy đến nỗi phải ngăn tín hữu đừng dâng thêm nữa. Tuy nhiên, tôi đã được thấy việc dâng hiến với tấm lòng hớn hở và tôi cũng đã học tập được đôi điều về những phương cách của Đức Chúa Trời trong cách khích lệ dân sự dâng hiến như vậy.

Lãnh đạo phải dâng hiến thật quyết liệt

Điều đó bắt đầu với người lãnh đạo và sự sẵn lòng của người ấy để lắng nghe sự chỉ dẫn của Chúa về một kỳ dâng, cũng như sự vâng lời của người ấy trong khi công bố điều đó cho dân sự. Tôi không nói rằng mỗi ngày Chúa nhật đều phải có một kỳ dâng quan trọng như gương mẫu về tư cách lãnh đạo của Môi se. Nhưng có những lần dâng hiến tiên phong, khi Đức Chúa Trời dẫn dắt một tập thể vào một sự thách thức đức tin lớn lao. Trong những lần đó, những người lãnh đạo phải nghe rõ từ nơi Chúa và dẫn dắt dân sự dâng hiến cách rộng rãi hơn, quyết liệt hơn lúc bình thường.

Như tôi đã đề cập ở một chương trước, cách đây vài năm, Chúa đã dẫn dắt chúng tôi mua một tòa lâu đài ở Hurlach, nước Đức. Chúng tôi dọn đến lâu đài với 1000 nhân sự trong thời gian có cuộc truyền giảng Tin lành cho Thế Vận Hội Munich. Sau cuộc truyền giảng, khoảng một trăm nhân sự và các nhà truyền giáo trong chương trình huấn luyện được cung cấp chỗ ăn ở trong tòa lâu đài này, do nhiều khoản chi trả lớn thanh toán cho. Lần nọ, một trong các khoản thanh toán của chúng tôi tăng lên trong khi chúng tôi có rất ít tiền trong tài khoản. Chúng tôi cần khoản 200.000 Mác, tức là khoảng 120.000 đô-la trong vòng hai tháng.

Tôi mời nhóm nhỏ gồm những người lãnh đạo trong lâu đài. Có sáu người trong chúng tôi cùng họp mặt trong căn hộ nhỏ của David và Carol Boyd sát bên cạnh lâu đài. Ngồi quanh chiếc bàn ăn trong bếp, chúng tôi cầu xin Đức Chúa Trời tỏ cho biết cách Ngài muốn đáp ứng nhu cầu này.

Sau khi chờ đợi trong sự hiện diện của Chúa, tôi nghe Ngài phán trong tâm trí mình hãy dâng hết thảy những gì ngươi có rồi ngày mai, ta sẽ ban cho ngươi gấp mười lần số đó từ các nhân sự và các học viên. Và rồi ta sẽ đem đến gấp mười lần tổng số của họ từ bên ngoài YWAM.

Khi tôi thuật lại điều tôi nhận biết như là sự chỉ dẫn của Đức Chúa Trời cho những người khác, họ đều đồng ý. Có người nói rằng Chúa muốn chúng tôi phải dâng triệt để và đó sẽ là một niềm vui mừng lớn.

John Babcock, người đứng đầu việc bảo quản các phương tiện truyền thanh lúc ấy, cũng đồng ý. Ông nói "Là những người lãnh đạo, chúng ta phải đi đầu. Nhà tôi và tôi đã để dành cả năm nay để trở về Hoa Kỳ dự lễ tốt nghiệp cao đẳng của các con chúng tôi. Chúng tôi tin rằng mình phải dâng số tiền đó". Sau đó ông đặt một tờ chi phiếu mấy trăm đô-la lên bàn.

Những người còn lại trong chúng tôi đều làm theo như vậy, cho đến khi có được gần 1.200 đô-la tiền mặt trên bàn và những tấm giấy ghi số tiền hứa dâng.

Qua hôm sau, chúng tôi trình bày với các nhân sự và các học viên của mình nhu cầu ấy. Tuy nhiên chúng tôi không cho họ biết điều Chúa đã phán với chúng tôi là những người lãnh đạo rằng số dâng của chúng tôi sẽ trở thành một phần mười số tiền dâng của họ. Tôi chỉ nói với nhóm gồm một trăm thanh niên đang ngồi yên lặng trước mặt Chúa và cầu hỏi Ngài rằng họ có phải dâng không, và phải dâng bao nhiêu.

Sau một lúc yên lặng chờ đợi, họ bắt đầu dâng. Khi tất cả tiền và chi phiếu được đếm, kể cả những tặng phẩm, đồng hồ và máy chụp hình, tổng số dâng lên gấp mười lần số mà chúng tôi, những người lãnh đạo đã dâng lúc đầu. Trong suốt những ngày tiếp theo đó, chúng tôi nhận được những tặng phẩm về tiền bạc cũng như vật chất từ các Cơ Đốc nhân khác, hầu hết ở trong nước Đức. Số những tặng phẩm đó cùng với tổng số thu được cộng lại. Con số nhân bội lên mười lần nữa đã được thấy rõ, và nhu cầu đã được thỏa đáp.

Kể từ lúc đó, tôi thường thấy Chúa đòi hỏi một nhóm nhỏ những người lãnh đạo phải dâng mười phần trăm số lượng mà sau đó tập thể đông đảo hơn sẽ dâng. Không phải luôn luôn phải đúng mười phẩm trăm nhưng những người lãnh đạo luôn luôn phải thực hành đức tin dấn thân hơn. Những người lãnh đạo phải đi đầu. Những người lãnh đạo hy sinh trong sự ban cho, thì những người theo sau họ càng hy sinh trong sự ban cho hơn nữa, mặc dù họ không biết điều những người lãnh đạo đã làm, nhưng Chúa thúc dục dân sự theo sự vâng lời của những người lãnh đạo. Như đã chép trong Các-quan-xét 5:2 rằng: *"Vì những quan trưởng đã cầm quyền quản trị trong Y-sơ-ra-ên, và bá tánh dâng mình cách vui lòng!"* Sự cảm động do đức tin người lãnh đạo sẽ được nhân bội lên trong dân sự qua sự làm việc của Đức Thánh Linh.

Vua David đã bày tỏ tư cách lãnh đạo trong việc dâng hiến trong một kỳ gây quỹ quan trọng thời Cựu ước. Họ đang thâu góp tiền bạc và vật liệu để xây ngôi đền thờ vĩ đại. Chương 29 trong ISử ký cho chúng ta biết những gì David đã đích thân dâng trước: vàng, bạc, sắt, gỗ, mã não và các thứ ngọc, kế đến là liệt kê những gì dân sự đã dâng, theo như kiểu mẫu dâng hiến của ông.

Dâng những tấm ván

Đôi khi Chúa có thể dẫn dắt chúng ta thực hiện một kiểu dâng hiến đặc biệt là điều nắm bắt được trí tưởng tượng của dân sự. Khi tôi còn là một cậu bé, cha tôi đã đưa một chiếc xe Jeep lên trên bục giảng trong thánh đường của nhà thờ chúng tôi, và yêu cầu các tín hữu hãy mua chiếc xe ấy cho một vị giáo sĩ ở Phi Châu. Để làm được công việc đó, phải tốn nhiều khó khăn. Bố tôi đã phải tạm thời dọn một vách ngăn chia đôi phòng nhóm với một phòng thông công, chỉ để cho Hội thánh chúng tôi có được kinh nghiệm dâng hiến gây ấn tượng sâu sắc. Nhưng hình ảnh của chiếc xe Jeep cứng cáp ấy, và việc hình dung nó trong những khu rừng rậm Phi Châu đã gây một ấn tượng sâu sắc trên một cậu bé như tôi. Việc ấy để lại trong tôi một ấn tượng đến nỗi tôi quyết định dâng số tiền tôi dự định mua cho mình chiếc xe đầu tiên. Và nhiều năm về sau, tôi đã có được đặc ân lái chính chiếc Jeep ấy trong khu rừng rậm ở Tây Phi trong một chuyến đi hầu việc Chúa đến Benin.

Nhớ lại gương của bố tôi, và vâng theo sự thúc giục của Chúa, tôi đã dẫn dắt một số việc dâng hiến đặc biệt giữa vòng các công tác viên trong hội Thanh Niên Với Sứ Mạng. Một lần nọ, chúng tôi đã dâng những tấm gỗ cho việc xây dựng trường Đại Học Truyền Giáo Hawaii. Chúng tôi có cả đống gỗ chưa được thanh toán tiền, chất trong khu đại học gần nơi nhóm lại.

Tín hữu của chúng tôi cầu nguyện, và rồi khi được Chúa dẫn dắt, mỗi người trong số họ đi ra chọn một hoặc vài tấm, ký tên lên những tấm gỗ mà họ bằng lòng trả tiền, thậm chí còn viết những lời hứa theo Kinh Thánh hoặc những lời cam kết với Chúa trên các tấm ván. Điều họ viết, về sau hẳn sẽ bị xóa đi mất, nhưng các sứ điệp ấy vẫn được kết ước giữa Đức Chúa Trời và chính họ.

Về sau, khi đọc một số những lời được viết ra ấy, tôi muốn khóc. Tôi nghĩ đến một ngày kia, những đứa trẻ đã ký tên lên tấm ván trong buổi chiều ấy sẽ bước vào trường đại học để chuẩn bị chính mình thành những nhà truyền giáo. Hãy thử hình dung một thanh niên ngồi trong lớp học, tự hỏi miếng ván người ấy đã dâng hiện đang ở đâu!

Dâng bánh và cá

Một lần nọ, chúng tôi cần 250.000 đô-la để hoàn tất một tòa nhà dành cho việc nghiên cứu khoa học và kỹ thuật tại trường đại học YWAM cho các dân tộc tại Hawaii. Mười hai người lãnh đạo trong chúng tôi nhóm lại và Chúa đã khiến chúng tôi lưu tâm đến câu chuyện Chúa Jêsus nuôi 5000 người bằng năm ổ bánh và hai con cá. Chúng tôi đang đương đầu với một điều bất khả thi không khác lắm so với điều các môn đồ phải đối diện vào thời ấy. Tôi cảm biết Chúa đang phán chúng tôi phải đáp ứng như cậu bé kia đã làm, và trao phần ăn trưa của chúng tôi cho Ngài để Ngài nhân bội lên.

Vì vậy cả mười hai người chúng tôi cùng cầu nguyện và hỏi Chúa riêng phần chúng tôi phải dâng bao nhiêu, và tin rằng Ngài sẽ làm sinh sôi nẩy nở ra từ một nhóm người đông hơn. Tuy nhiên, lần này khác hơn kinh nghiệm ở tại Đức. Nhiều người trong chúng tôi không có tiền để dâng, vì vậy chúng tôi lập lại những lời hứa nguyện bằng đức tin.

Alan và Fay Williams lúc ấy thuộc giới lãnh đạo đang hầu việc Chúa tại Kona, và mặc dù lúc ấy không hề có tiền bạc, họ vẫn cảm biết Chúa đang bảo họ hãy tin cậy Ngài để dâng 1000 đô-la. Không nói cho ai biết nhu cầu ấy, họ "đóng cửa cầu nguyện". 1000 đô-la được gởi đến cho họ bằng đường bưu điện từ nhiều nguồn trợ giúp khác nhau trong một vài tuần sau đó. Tiến sĩ Bruce Thompson, một người khác trong số các lãnh đạo của chúng tôi, cảm biết Chúa đang bảo ông hãy gọi điện cho một người và yêu cầu họ cho 2000 đô-la, và đó là cách ông Bruce đã đóng góp phần của ông. Tổng số tặng phẩm và những khoản hứa dâng trong vòng những người lãnh đạo chúng tôi là vào khoảng 25.000 đô-la.

Ngày hôm sau, chúng tôi thông báo cho cả trăm nhân sự và học viên rằng chúng tôi sẽ có một bữa ăn và kỳ dâng bằng những chiếc bánh và cá. Vào lúc ấy có một bãi cỏ rộng ở giữa các tòa nhà. Khi mọi người đến nơi, chúng tôi mời họ ngồi thành các nhóm trên các tấm thảm trải trên cỏ. Chúng tôi nói cho họ biết các nhu cầu, bầu không khí càng yên lặng hơn khi chúng tôi thông báo rằng chúng tôi trông đợi Chúa chu cấp 250.000 đô-la từ giữa vòng 700 nhân sự và học viên. Nhưng có một số người bày tỏ sự xúc động mạnh trong ánh mắt của họ. Tôi đọc lớn câu chuyện Chúa Jêsus nuôi năm ngàn người ăn.

Sau khi đọc xong câu chuyện, cùng với những lời thúc giục và giải thích, những người lãnh đạo trong chúng tôi bắt đầu chuyền các giỏ đựng đầy những khoanh bánh mì tây và những khúc cá, kèm với những cốc nước lạnh. Trong khi cả nhóm ăn, từng người trong số cả trăm đó hỏi Chúa, mình có phải dâng không và dâng bao nhiêu. Trong khi đó, ban hát Polynesia của chúng tôi, Island Breeze bắt đầu hướng dẫn việc ca hát và thờ phượng.

Sau khi đã chuyền hết bánh và cá, những người lãnh đạo hành động như những người dẫn chỗ, dùng các giỏ đựng để thâu tiền và giấy hứa dâng. Sau đó họ đem hết vào một văn phòng, nơi có một nhóm kế toán đang đợi với những chiếc máy cộng.

Khi Martin Redlgen, kế toán trưởng đem đến cho tôi tổng số đầu tiên, tôi đã làm gián đoạn ban hát và công bố: "Cho đến nay đã có 1.200 đô-la được dâng hướng đến mục tiêu 250.000". Có một sự yên lặng giữa các nhóm người đang ngồi trên bãi cỏ. Một sự yên lặng thất vọng.

Nhưng chúng tôi vẫn tiếp tục ca hát và ngợi khen Chúa trong lúc đây đó có người viết vội một mảnh giấy hoặc thò tay vào túi để lấy tiền. Khi Martin xuất hiện với tổng số lần thứ nhì, tôi công bố có 6.000 đô-la đã được dâng cho đề án xây dựng trung tâm ấy.

Toàn bộ bữa ăn và buổi nhóm lại mất khoảng hai tiếng đồng hồ với những tổng số tăng lên từ từ . . . 6.000 đô-la thành 14.000, rồi 27.000, 32.000 rồi đến 47.000 và cao nhất với số 100.000. Đối với nhiều người, đó không phải là một quyết định để dâng những gì họ đã có hoặc có thể trông mong dâng nổi. Rất nhiều người trong số các nhân sự và các học viên được thúc giục để dâng số tiền mà họ không biết nổi bằng cách nào họ có thể có được số đó. Cũng giống như Alan và Fay Williams, họ sẽ cầu nguyện để số tiền ấy đến với họ.

Cuối cùng, khi ánh hoàng hôn của xứ Hawaii đã chuyển dần sang buổi chiều tối, một cặp vợ chồng từ Minnesota có một quyết định, họ viết một con số vào mảnh giấy và thả vào giỏ. Họ có một cậu con trai ở vào tuổi trung học và đã mất nó trong một tai nạn ô tô hồi đầu năm đó. Cậu con trai ấy đã từng có ước muốn được hầu việc Chúa tại các quần đảo Thái Bình Dương trong lãnh vực khoa học và kỹ thuật. Và họ quyết định dâng một mảnh đất là phần đất cậu thừa kế. Giá trị của miếng đất ấy được họ ước tính trên mảnh giấy, cộng thêm vào khoản hiện tại chúng tôi còn thiếu, đã đưa tổng số lên 250.000 có cần.

Khi Martin đến cho chúng tôi hay điều đó, chúng tôi bộc lộ vui mừng trong tiếng vỗ tay, ngợi khen Chúa về cách Ngài đã đem đến điều chúng tôi có cần.

Sự cung ứng của Đức Chúa Trời sẵn sàng trong mọi tình huống nếu những người có liên quan sẵn lòng vâng theo lời Chúa. Nếu chúng ta lắng nghe tiếng Chúa và làm những gì ngài phán bảo trong những sự dâng hiến, thì các nhu cầu sẽ được giải quyết từ giữa vòng các con cái Ngài. Đức Chúa Trời đã đặt họ ở đó với một số lượng thích hợp để họ dâng. Nhưng sự vâng lời phải đến trước, rồi mới có phép lạ.

Quăng tiền lên cái mền

Một lần nọ tôi bay đến Pittsburgh để nói chuyện ở tại một kỳ hội đồng. Khi vừa đến phi trường, Chúa phán trong tâm trí tôi rằng Ta muốn con chịu trách nhiệm một cuộc dâng hiến để lập một đài truyền hình mới mà ta muốn bắt đầu tại thành phố này. Thật là một việc hoàn toàn bất ngờ, vì tôi chẳng hề quen biết người nào đang có suy nghĩ về việc bắt đầu một đài truyền hình Cơ Đốc tại đó.

Tuy nhiên, ấn tượng ấy mạnh mẽ đến nỗi sau khi đến nơi, tôi phải trình bày với những người chủ tiếp đón. Russ Bixler là vị chủ tịch của kỳ hội đồng mà tôi sẽ giảng.

Khi tôi thuật cho Russ nghe những điều tôi nhận được, ông ta đứng yên và trợn mắt nhìn tôi, miệng há hốc vì kinh ngạc. Cuối cùng ông nói "Loren à, tôi đang bắt đầu một đài truyền hình, nhưng anh phải nói điều đó cho cả ban chấp hành, bởi vì có một số người không tin chắc rằng ý tưởng mở một hệ thống truyền hình là của Đức Chúa Trời".

Sau đó, tôi họp với cả nhóm, và họ đã đồng ý rằng điều đó phải đến từ Chúa. Họ nói tôi hãy tổ chức cuộc dâng hiến. Tôi về phòng mình cầu nguyện và hỏi Chúa tôi phải thực hiện công việc đó như thế nào. Ngài chỉ cho tôi câu chuyện về Ghêđêôn, người đã bắt đầu một cuộc dâng hiến bằng cách trải một chiếc áo xuống và yêu cầu dân sự ném vàng của họ vào đó. Đặc biệt đề cập đến những chiếc vòng vàng đeo tai đã được dâng.

Chọn lấy điều đó như một kiểu mẫu của mình, tôi lấy một chiếc mền trong phòng mình tại khách sạn và đem đến buổi nhóm hội đồng tối hôm đó. Tôi thuật lại cho dân sự điều Chúa đã bày tỏ, lần thứ nhất ở trên máy bay, rồi sau đó trong câu chuyện của Ghêđêôn. Tôi yêu cầu họ hãy đến và ném những của lễ của họ lên chiếc mền.

Cử tọa thật đông đảo, với các tầng bao lơn. Khi cuộc dâng hiến bắt đầu, mọi người bắt đầu tuôn ra phía trước khán đài và ném tiền lên tấm mền. Những người khác từ trên bao lơn chỉ cần chồm ra lan can và thả tiền xuống tấm mền. Thật là một thì giờ ngợi khen hoan hỉ với những lời ca tiếng hát và sự vui mừng khi hết thảy chúng tôi đều vâng lời Đức Chúa Trời. Có một vài người cũng thả vào đó các món trang sức trên tai của họ, khiến cho buổi dâng hiến lại càng giống với câu chuyện về cuộc lạc quyên của Ghêđêôn. Nhưng chúng tôi không hề được chuẩn bị trước cho một điều lạ lùng kinh ngạc, đó là khi những người hướng dẫn tính tổng số tiền được ném lên tấm mền. Tổng số là 25.000 đô-la gần đúng với số lượng dâng được nêu lên trong Các-quan-xét 8:26.

Cuối cùng đài truyền hình đã thực hiện được. Thực tế hiện nay, Russ Bixler báo cáo rằng họ đã có năm đài.

Từng trải như thế này ở tại Pittsburgh không phải là điều độc nhất vô nhị. Mà đã từng có những cuộc lạc hiến khác, xúc động tương tự như vậy . . . tại kỳ Hội đồng Thánh Kinh Capel, Anh quốc, cũng có một trường hợp dân sự chất thành đống các của dâng rồi nhảy múa trong các vòng tròn khổng lồ đồng tâm trên bãi cỏ bên ngoài chỗ nhóm lại. Tại một kỳ hội đồng của các Mục sư ở Arrowhead Springs, tiểu bang Califonia, chúng tôi có một ấn tượng để giữ theo gương mẫu trong Công-vụ 4:37, và đặt tiền mình "nơi chân các sứ đồ" trong trường hợp này thì đặt tại chân các giáo sư Thánh Kinh của hội đồng. Các phương pháp có đổi khác, nhưng họ luôn được cảm động cách lạ lùng và trọn vẹn. Những cuộc dâng hiến trong Kinh Thánh đòi hỏi sự cảm động về phía dân sự. Họ đã tiến lên phía trước để dâng. Chứ họ không ngồi cách thụ động và chờ có ai chuyền hộp tiền dâng đến chỗ mình.

Nếu chúng ta hoàn toàn sẵn sàng nhạy cảm với Thánh Linh và sự dẫn dắt của Ngài, thì các của dâng sẽ trở thành điều đẹp nhất của đời sống chúng ta. Sự dâng hiến của chúng ta sẽ phong phú, thú vị và muôn màu muôn vẻ. Không có sự giúp đỡ của Chúa, chúng ta thường không thể thực hiện những công việc quá sức ấy. Nhưng chúng ta sẽ được ban thưởng lại. Như Lời Ngài đã hứa

"Hãy cho, người sẽ cho mình, họ sẽ lấy đấu lớn, nhận, lắc cho đầy tràn, mà nộp trong lòng các ngươi; vì các ngươi lường mực nào, thì họ cũng lường lại cho các ngươi mực ấy".

— LU-CA 6:38

11
NHỮNG CÁCH TIẾP TRỢ
KHÔNG THẤY ĐƯỢC

Có lẽ ngăn trở lớn lao nhất khiến người ta cân nhắc khi dấn thân vào chức vụ truyền giáo là vấn đề tiền bạc. Làm sao bạn biết rằng tiền sẽ có khi bạn cần đến nó? Còn việc cấp dưỡng cho gia đình thì sao? Liệu bạn có chăm lo được những công việc như cho con vào đại học hoặc chỉnh nha cho chúng? Nhiều Cơ Đốc nhân dùng cụm từ "nhà truyền giáo sống bằng đức tin" là câu nói tự nó đã mang tính đe dọa. Có lẽ bạn tự hỏi "Điều gì sẽ xảy ra nếu như tôi không có đủ đức tin để làm một nhà truyền giáo?"

Trước hết, phải biết rõ rằng nếu Chúa đang kêu gọi bạn vào chức vụ trọn thì giờ, Ngài biết tất cả nhu cầu của bạn. Ngài biết rõ bạn có bao nhiêu đứa con (hoặc phải có bao nhiêu đứa). Ngài quan tâm đến các bậc cha mẹ cao tuổi yếu sức của bạn, thậm chí Ngài còn biết cả hàm răng bé gái con của bạn cần được chỉnh lại, Đức Chúa Trời rất thực tế. Đừng sợ phải vâng lời Ngài, khi nghĩ rằng Ngài không lo tưởng đến tất cả những gì thuộc về bạn. Ngài đang quan tâm đến chúng và cả đến những nhu cầu tương lai mà thậm chí lúc này bạn chưa biết đến.

Đây là điều chúng tôi đã nói đến trong chương hai, bí quyết của loài chim trời. Cha trên trời của chúng ta chịu trách nhiệm về những điều đó, nên chúng chẳng phải lo lắng. Và chắc chắn Ngài cũng chịu trách nhiệm về bạn và sự bảo dưỡng của bạn.

Đức Chúa Trời có nhiều cách để chu cấp cho những người ở trong chức vụ trọn thì giờ. Đừng chỉ vẽ Ngài phải cấp dưỡng cho bạn bằng những phương cách nào. Có một số người không thể chịu nổi việc từ bỏ lòng kiêu hãnh khi phải dựa vào những tặng phẩm của người khác. Họ quyết định sẽ chỉ hầu việc Chúa khi nào họ có thể tự trả cho chính họ. Những người khác rơi vào bẫy kiêu ngạo thuộc linh, tin rằng cách duy nhất để làm công việc Chúa là phải để Ngài nói với dân sự dâng cho họ, chứ không tỏ cho dân sự biết nhu cầu của họ. Cũng có những người khác thì lại nhờ cậy quá nhiều nơi dân sự, trông đợi nơi những người quen biết nhiều hơn trông đợi Đức Chúa Trời. Nếu như Ngài dự định dẫn dắt họ cách khác, thì họ sẽ gặp rắc rối trong việc tin cậy Ngài.

Kinh Thánh phán rằng đức tin đến bởi việc nghe Lời Đức Chúa Trời. Dù bạn chỉ mới bắt đầu bước ra, hoặc đã ở trong chức vụ nhiều năm, hãy lắng nghe tiếng Chúa và làm đúng theo điều Ngài bảo bạn làm trong từng trường hợp.

- Khi Chúa Jêsus và Phierơ cần tiền nộp thuế, Ngài bảo Phierơ đi câu cá, và cho biết ông sẽ tìm thấy một đồng bạc trong miệng cá.

- Khi bà góa của một tôi tớ Chúa hầu việc trọn thì giờ sắp phải mất các con trai mình vì phải bán chúng làm nô lệ vì nợ nần, tiên tri Ê-lisê bảo bà hãy đi sang nhà những người hàng xóm mượn các hủ và bắt đầu rót dầu mà ba đang có. Đức Chúa Trời đã làm sinh sôi số dầu ấy suốt cuộc đời còn lại của bà. Bà bán số dầu ấy và cùng các con sống nhờ nguồn thu nhập này.

- Khi Ê-li bị đói. Đức Chúa Trời phán bảo ông thực hiện một "lời kêu gọi cứu trợ", song thay vì gởi hàng ngàn lá thư đến các ân nhân có tiềm lực, Chúa bảo ông hãy đến cầu viện trực tiếp nơi một người đàn bà cũng vô cùng nghèo thiếu.

Phương pháp cấp dưỡng nào là đúng với Kinh Thánh nhất? Đi câu cá chăng? Bán dầu chăng? Hay thỉnh cầu trực tiếp? Khi bạn đọc xuyên suốt Kinh Thánh, bạn sẽ bị chấn động bởi một điều trong đường lối mà Đức Chúa Trời đã cung cấp cho những đầy tớ dâng trọn thì giờ của Ngài: đa dạng. Người Lê-vi sống bằng những của lễ dâng mà dân sự dâng cho nhà Chúa. Các tiên tri, với chức vụ rày đây mai đó, thường dựa vào sự ban cho tự phát cùng với lòng hiếu khác của những bạn hữu. Trong một giai đoạn, sứ đồ sứ đồ Phao-lô đã may trại, làm việc "ngày và đêm" để tự cấp dưỡng đang khi đi tiên phong một công tác ở tại thành Tê-sa-lô-ni-ca (1 Tê-sa-lô-ni-ca). Vào những thời điểm khác ông cũng đã nhận các của dâng. Những tín đồ có các phương tiện, như bà Lyđi nuôi nấng và chu cấp nơi ở cho ông.

Cho đến năm ba mươi tuổi, Chúa Jêsus vẫn sinh sống bằng nghề thợ mộc. Nhưng khi bước vào chức vụ trọn thì giờ. Ngài sống với mọi người và ăn ở tại bàn của họ. Như chúng ta đã thấy ở một chương trước, Ngài có những người bạn thường xuyên góp phần hỗ trợ cho các nhu cầu của Ngài, Con Đức Chúa Trời vẫn cần những người hậu thuẫn chức vụ của Ngài (Lu-ca 8:3)

Mặc dù câu chuyện đồng bạc trong miệng cá cho thấy Ngài có thể tin cậy Đức Chúa Trời để thỏa đáp các nhu cầu của Ngài một cách thần diệu, Chúa Jêsus vẫn thực hiện những lời kêu gọi trực tiếp. Khi Ngài cần phương tiện để tiến vào Giêrusalem cách khải hoàn, Chúa đã sai các môn đồ hỏi mượn con lừa của một người nọ.

Thật vậy, điểm chung duy nhất trong những phần mô tả sự cung ứng của Kinh Thánh là sự vâng lời đối với ý muốn của Đức Chúa Trời. Điều mấu chốt để sống theo những phương tiện cấp dưỡng không thấy được là nghe tiếng Chúa và vâng theo tiếng phán của Ngài. Nếu lúc nào bạn cũng trông mong Ngài dẫn dắt một cách tương tự thì hãy con chừng, đó là một cái bẫy. Nhưng hãy linh động và sẵn sàng đi theo sự chỉ dẫn của Ngài.

Hãy cầu hỏi Chúa xem bạn phải bước những bước nào. Đôi khi, Ngài muốn bạn nói cho những người khác biết các nhu cầu của bạn. Hãy vâng lời Ngài, Những lúc khác, có thể Ngài muốn bạn giữ yên lặng và chỉ để Ngài biết các nhu cầu của bạn mà thôi. Hãy vâng lời Ngài. Hoặc có thể Ngài dẫn dắt bạn trong một cuộc đầu tư. Hoặc bán cái gì bạn có. Hãy vâng lời Ngài. Thậm chí có thể Ngài đem đến một cơ hội làm ăn theo cách của bạn. Những gì bạn tạo ra trong chức vụ có thể mang lại lợi nhuận tài chính.

Hãy coi chừng những cơ hội nào làm bạn đổi hướng khỏi sự kêu gọi về chức vụ trọn thì giờ. Song cũng đừng loại bỏ những khả năng lựa chọn có tính sáng tạo, hoặc cố gắng bắt ép Chúa phải cung ứng cho bạn theo một cách nhất định nào đó. Tất cả những phép lạ về sự cung ứng của Chúa bắt đầu bằng việc lưu ý đến lời khuyên của Ma-ry tại tiệc cưới Ca-na: "Người biểu chi, hãy vâng theo"

Karen Lafferty là một nữ diễn viên xiếc chính quy trong các hộp đêm, khi Chúa kêu gọi cô bước vào chức vụ trọn thì giờ. Cô biết rằng tương lai sẽ kiếm được rất nhiều tiền nếu cô cứ đeo đuổi nghề xiếc này, nhưng cô cũng biết chính mình muốn được vâng lời Chúa. Vậy nếu bỏ việc, cô sẽ sinh sống cách nào đây?

Trong lúc tham dự một buổi học Kinh Thánh tại nhà thờ Calvary phía Nam California, Karen được nhắc nhở về câu Kinh Thánh trong Ma-thi-ơ 6:33. Câu này làm cô chú ý hết sức. Sau đó cô lấy chiếc Ghita đang khi giai điệu dường như đã được dệt lên giữa những dòng chữ trong tâm trí cô "Hãy tìm kiếm nước Đức Chúa Trời trước hết . . . và sự công bình của Ngài . . ." Bạn có thể đoán ra được giai điệu mà Karen dệt lên trong trí mình. Đó chính là điệu nhạc được hát lên trong các hội chúng ở khắp thế giới hiện nay. ". . . Rồi mọi điều đó sẽ được ban thêm cho các ngươi – Ha-lê-lu-gia, Ha-lê-lu-gia".

Karen liền viết ra dòng nhạc và sau đó cô đã bán nó cho một nhà xuất bản. Ngày nay Karen là một nhà truyền giáo sống tại Amsterdam. Những món tiền bản quyền tác giả từ giai điệu đầu tiên ấy, là bài hát đã được ghi âm và viết ra trên giấy nhạc, cứ tiếp tục dự phần trong việc cấp dưỡng cho công tác truyền giáo của Karen mãi đến ngày nay.

Một danh sách kiểm tra dành cho việc ra đi

1. Chúa có phán với tôi làm điều đó không?

Làm thế nào bạn biết chắc Chúa thật sự đang phán với mình?1 Sau đây là một vài nguyên tắc ngắn gọn. Hãy nhớ rằng bất cứ ý nghĩ nào cũng chỉ có thể đến từ bốn nguồn gốc sau đây: do tâm trí của bạn, do suy nghĩ của người khác, do ý muốn của Chúa, và ý muốn của Sa-tan. Bạn chỉ việc yên lặng trước bất cứ những ý tưởng nào đến từ ma quỷ: truyền cho nó phải im đi trong danh Chúa Jêsus. Như có chép trong Gia-cơ 4:7, hãy chống cự ma quỉ thì nó sẽ lánh xa anh em.

Còn về sự tưởng tượng của chính bạn thì sao? Có phải Chúa đang bảo bạn làm một điều gì đó chăng, hay vì bạn muốn quá nên bảo rằng ý Chúa, song thật sự chỉ là ý của bạn? Để nghe được tiếng Chúa, hãy xin Ngài giúp bạn bắt mọi ý tưởng phải vâng phục Đấng Christ (2 Cô-rinh-tô 10:5) Ngài có thể khiến cho những ý tưởng hỗn độn của bạn, kể cả những ý tưởng lộn xộn của người khác, trong quá khứ và hiện tại, dần dần tiêu tan và phải bị câm lặng đi, rồi tâm trí bạn sẽ nghe thấy tiếng phán rõ ràng của Ngài. Nếu bạn cam kết vâng lời Ngài, Ngài sẽ phán rõ điều bạn phải làm.

Cũng hãy nhớ rằng nếu Chúa đã phán với bạn, thì điều đó sẽ được khẳng quyết. Hoặc bởi hoàn cảnh, hoặc bởi sự đồng ý của những người khác, với tư cách những người lãnh đạo thuộc linh của bạn, hoặc bởi một dấu hiệu nào đó như Ghêđêôn đã nhận được bằng cách để các lốt chiên. Đức Chúa Trời tiếc với bạn một lời khẳng định đâu, nếu bạn thật lòng tìm kiếm Ngài và sẵn sàng làm bất cứ điều gì Ngài phán bảo. Hãy lập tất cả những quyết định của bạn trong sự hiện diện của Đức Chúa Trời, ghi chép vào sổ (Ha-ba-cúc 2:2) và rồi hãy thực hiện điều đó.

2. Điều này đòi hỏi bao nhiêu tiền?

Việc lập một ngân quỹ dự kiến là một phần rất quan trọng trong việc vâng theo sự dẫn dắt của Đức Chúa Trời. Có người cho rằng những người thuộc linh là loại người mơ mộng, tức là họ bước ra trong một bầu không khí loãng, trông đợi các thiên sứ đặt cái gì đó dưới chân họ. Không đúng như vậy.

Một trong những phép lạ lớn nhất của Kinh Thánh đã được bắt đầu với một ngân quỹ được dự kiến. Khi Chúa Jêsus bảo các môn đồ phải cho đoàn dân đông đang đói ăn, Philíp ước tính thật nhanh và cho biết rằng hai trăm đơniê, hoặc số tương đương với tiền công nhật của hai trăm người đàn ông thì cũng không thể trang trải đủ. Chúa Jêsus không quở trách ông vì đã nêu lên điều đó. Chẳng có gì là không thuộc linh về các ngân sách.

Hãy làm một bảng kê khai. Những nhu cầu dự kiến của bạn là gì? Hoặc Chúa đang dẫn dắt bạn vào một dự án ngắn hạn, hoặc vào một nghiệp vụ truyền giáo, bạn cũng cần phải nghiên cứu các chi phí và viết xuống.

Khi lập các dự án của mình, hãy tránh hai thái cực tiết kiệm quá đáng và phung phí quá mức. Một phụ nữ trẻ, tin cậy Đức Chúa Trời trong lãnh vực tài chính khi cô bước vào công tác truyền giáo đã hỏi "Đức Chúa Trời có chu cấp tiền bạc về việc dùng mỹ phẩm không?" Nếu đó là nhu cầu của bạn, thì cũng là vấn đề quan trọng đối với Chúa nữa. Nhưng mặt khác, chúng ta cũng phải nhắc nhở chính mình rằng Ngài hứa chu cấp các nhu cầu của chúng ta, chứ không phải những tham muốn của chúng ta.

3. Tôi đang có gì?

Bất cứ khi nào Đức Chúa Trời phán với bạn, Ngài cũng kể đến cái mà bạn hiện đang sở hữu. Cho đến khi nào bạn chịu sử dụng mọi gì mình đang có để tạo nên một chút hiệu quả, lúc ấy Ngài mới bắt đầu làm những việc diệu kỳ. Việc nuôi 5000 người ăn đã bắt đầu với một cậu bé dâng bữa ăn trưa của cậu . Tiên Tri Ê-li-sê hỏi bà góa nghèo rằng *"Ngươi có gì trong nhà mình?"* (2 Các-vua 4:2). "Chẳng có gì cả", bà trả lời "ngoài một chút dầu trong bình"

Điều bạn đang có dường như cũng chẳng là gì cả, nhưng Chúa yêu cầu bạn hãy dâng điều đó. Có phải bạn có một chiếc xe hơi để bán không? Có phải bạn đang giữ lại thứ gì đó cho mùa mưa không? Hãy hỏi Chúa bạn phải làm gì với những điều mình có. Có thể Ngài muốn bạn bán đi các đồ vật hoặc Ngài sẽ bảo bạn đầu tư điều bạn hiện có. Một lần nữa, vâng theo sự hướng dẫn của Ngài là điều mấu chốt.

Có người suy nghĩ sai lầm cho rằng cách duy nhất để vâng lời Chúa là đừng sở hữu một điều gì cả. Chúa Jêsus bảo viên quan trẻ tuổi giàu có hãy phân phát mọi điều anh ta có, nhưng Ngài không khuyên bảo tương tự như vậy với Nicôđem, mặc dù ông ta cũng là một người giàu có.

Trong hội truyền giáo của chúng tôi, chúng tôi thường thấy Chúa bảo người ta hãy cho đi điều ít ỏi họ có mặc dù họ đang xin Ngài cung cấp tiền cho chính họ. Nhiều lúc, phương cách để nhận được tiền bạc là ban cho tiền bạc, miễn điều ấy được thi hành trong sự vâng lời Chúa chứ không phải vì sự tham muốn về phần chúng ta, hoặc để điều khiển một người nào khác.

4. Tôi cần bày tỏ nhu cầu của mình với người khác không?

Trong những năm đầu của tổ chức *Thanh Niên Với Sứ Mạng*, tôi cảm thấy các nhân sự của chúng tôi không nên để cho người khác biết nhu cầu của họ. Trong nhiều năm, tôi không bao giờ đề cập đến một nhu cầu tài chính nào trong các lá thư báo cáo của YWAM. Tôi không tin đó là cách duy nhất theo Kinh Thánh để điều hành một hội truyền giáo . . . nhưng chỉ là cách Đức Chúa Trời dẫn dắt chúng tôi vào thời điểm đó mà thôi.

Thế rồi, vào năm 1971, khi chúng tôi đang trong tiến trình mua khu bất động sản đầu tiên của mình, đó là một khách sạn ở Thụy sĩ để sử dụng như một trung tâm huấn luyện, tôi cảm thấy Chúa muốn chúng tôi phải viết thư cho hàng ngàn người thường xuyên nhận các ấn phẩm của chúng tôi, cho họ biết chúng tôi đang tin cậy Chúa để xin Ngài một số tiền và mời họ hãy cầu nguyện trợ giúp chúng tôi.

Tôi rất ngạc nhiên vì cớ phản ứng ban đầu của mình trước sự dẫn dắt này. Thật phải vật lộn mà vâng lời Chúa để viết lá thư ấy. Tôi đã không nhận ra chính mình kiêu hãnh đến mức nào khi biết mình khác rất nhiều so với những tổ chức truyền giáo. Chỉ tin rằng Ngài hướng dẫn người ta ban cho chúng tôi mà thôi!

Tôi cũng không chuẩn bị trước phản ứng của một số người khi họ nhận được thư kêu gọi của chúng tôi. Một người bạn thân viết một lá thư giận dữ nói rằng "Tôi nghĩ YWAM đã không tin cậy Chúa khi đưa ra những lời xin giúp đỡ về mặt tài chính". Chừng đó cũng đủ để tôi phải hỏi lại Chúa. Khi đã tìm kiếm Ngài, tôi nhận ra chính tôi đã nghe điều đó từ nơi Ngài và tôi đã vâng lời Ngài. Những phản ứng này bày tỏ lòng hẹp hòi của chúng tôi biết bao khi cứ đoan chắc rằng Chúa vẫn tiếp tục làm công việc của Ngài theo đường lối trong quá khứ. Và vô tình chúng tôi đã làm cho những người khác tin rằng Đức Chúa Trời chỉ hành động khi chúng ta không nói ra các nhu cầu của mình.

Nhu cầu của chúng tôi về việc mua khách sạn đó đã được thỏa đáp . . . bằng những con số chính xác nói theo đồng đô-la (hoặc trong trường hợp đó là những đồng Franc Thụy sĩ) số tiền ấy đã đến đúng vào ngày cuối cùng. Vì chúng tôi vâng lời Chúa nói lên nhu cầu của mình.

Đức tin là vâng theo điều gì Chúa phán bảo bạn chứ không có gì khác. Vì vậy, hãy tự hỏi xem bạn có phải nói ra các nhu cầu của mình hay không. Bạn còn nhớ câu chuyện Ê-li đã được chính Đức Chúa Trời cấp dưỡng như thế nào bên khe Kê-rít không? Cứ một ngày hai lần, Đức Chúa Trời sai chim quạ đem bánh đến cho ông. Nhưng khi khe khô cạn, Ngài bảo ông phải đi ra tỏ các nhu cầu của ông cho một người, đó là bà góa ở Sa-rép-ta.

Điều gì xảy ra nếu Ê-li thưa cùng Chúa rằng "Nhưng lạy Chúa, Ngài biết con không tỏ cho ai biết các nhu cầu của mình! Con chỉ tỏ cho Ngài thôi, và Ngài nuôi dưỡng con. Con quá thuộc linh nên không thể xin người ta được!"

Có thể có những lý do nhất định khiến bạn phải nói ra những nhu cầu của mình, hoặc khiến bạn không nói ra. Mỗi cách đều phải được thực hiện theo từng giai đoạn trong chức vụ của bạn.

Ví dụ, trong những năm đầu của YWAM, chúng tôi ít có được lòng tin cậy với tư cách là hội truyền giáo. Chúng tôi chỉ được mọi người xem như là những thanh niên trẻ tuổi đi ra truyền giáo trong những kỳ hè của mình. Một số người sợ rằng chúng tôi sẽ làm phí mất số tiền cần thiết cho các nhà truyền giáo "chính quy". Cần phải có thời gian để công chúng biết rằng chúng tôi cũng là các nhà truyền giáo chính quy! (lúc ấy YWAM có 7.000 nhà truyền giáo hầu việc Chúa khắp thế giới). Cũng cần phải có thời gian để mọi người thấy được giá trị của các sứ mạng ngắn hạn. Khi chúng tôi bắt đầu vào những năm 1960, các sứ mạng ngắn hạn vẫn còn là một tư tưởng mới mẻ cấp tiến.

Đối với những dự án tiên phong, mạo hiểm, thường phải có một thời gian được sự cung ứng kỳ diệu, bởi quyền tối cao của Đức Chúa Trời. Sau đó, khi một chức vụ hầu việc hoặc một cá thể đã trở nên chính thức hóa, sẽ có nhiều người dâng hiến và được liên kết trong sự cầu nguyện và sự hiểu biết hơn. Giai đoạn đó vẫn không kém thuộc linh hơn những ngày đầu chút nào, khi càng nhiều sự cung cấp bởi phép lạ cần phải có thường xuyên hơn.

Khi dân Y-sơ-ra-ên lưu lạc trong đồng vắng suốt bốn mươi năm, Chúa ban cho họ đồ ăn một cách kỳ diệu mỗi ngày ngoại trừ ngày Sa-bát. Họ thâu nhặt số mana gấp đôi vào trước ngày Sa-bát. Điều đó đã xảy ra trong suốt bốn mươi năm, mỗi tuần lễ không hề sai. Họ không phải lao động trong vườn hoặc ngay cả đi mua sắm trong một siêu thị. Điều họ phải làm là ra khỏi trại và nhặt lấy ma-na.

Hãy tưởng tượng họ đã cảm thấy thế nào khi bước vào Đất Hứa và được nghe lời này "Bây giờ các ngươi sẽ đi làm việc, gieo trồng trong các vườn nho và trang trại, ăn những gì các ngươi trồng tỉa". Có phải ăn mana là sống bởi đức tin, còn gieo trồng vườn nho là không sống bằng đức tin sao? Cả hai điều phải sống bằng đức tin, bởi vì cả hai đều là vâng theo lời Đức Chúa Trời vào những giai đoạn khác nhau trong hành trình của họ.

Đôi khi Chúa dẫn dắt bạn không nói về nhu cầu của mình để chứng tỏ tình yêu thương lạ lùng của Ngài dành cho bạn. Những trường hợp đó trở thành những sự kiện quan trọng của đức tin để bạn nhìn lại khi bước tiến trở nên quyết liệt hơn.

Vài năm trước, có một thanh niên tên Clay Golliher đang hầu việc Chúa với YWAM tại Philippin. Khi tôi vừa đến Manila, Clay là người đón tôi tại sân bay. Anh ta hầu như không thở nổi vì xúc động, không giống như bản tánh điềm tĩnh bình thường của anh ta.

"Ôi Loren, một phép lạ vừa mới xảy ra cho tôi", anh nói và tiếp tục giải thích anh đã hoàn toàn sạch tiền, thậm chí không có tiền mua tem để gởi thư cho cha mẹ anh tại quê nhà, anh chỉ còn có vài xu, mà phải hơn một peso mới gởi được thư. Chúa bảo anh hãy cứ viết thư trước. Anh vâng theo và khi đang trên đường đến đón tôi tại phi trường, anh đi ngang bưu điện.

"Khi đang bước về phía nhà bưu điện, Loren à, tôi thấy có cái gì đó từ bên khóe mắt của mình, đang bay bay trong gió, tôi chụp lấy nó. Đó là tờ bạc một peso!". Clay bước vào bưu điện và gởi lá thư của mình.

Bryan Andrewa là vị mục sư của một Hội thánh lớn ở tại Brisbane, Úc châu. Mới đây, ông đi ngang qua Kona, trên đường trở về nhà sau một chuyến hầu việc ở tại Hoa Kỳ. Chúng tôi mời ông ở lại với chúng tôi ít ngày. Điều mà chúng tôi không hề biết, đó là ông đã hết sạch tiền.

Một bữa nọ, ông đi đến bờ biển Magic Sands, không xa khu sinh viên đại học của chúng tôi lắm. Đó là một bãi biển nhỏ hỗn độn có tiếng, với những ngọn thủy triều hung hãn và những đợt sóng lớn. Đang khi bước dọc theo con đường nơi nước chạm vào bờ cát, ông Bryan nhìn xuống và thấy một tờ 20 đô-la nổi trên đám bọt sóng đang hút đi.

"Số tiền đó có ý nghĩa rất lớn!", ông Bryan nói "Tôi không thể hỏi xin các bạn ở đây được, vì vậy tôi chỉ có thể xin Chúa. Tôi thật sự muốn được nghe tiếng phán từ nơi Ngài".

5. Tôi Phải làm gì để bắt đầu

Có quá nhiều người chờ đợi suốt cả đời của họ, muốn làm được những việc lớn cho Chúa. Nhưng họ không bao giờ chịu bắt đầu. Họ cứ chờ đợi Chúa phải làm một điều gì đó.

Tôi thích hỏi người ta, "Bạn có bao giờ thấy con chó rượt đuổi một chiếc xe đang đậu không". Dĩ nhiên là không. Mác 16:17 chép rằng *"Những dấu lạ này sẽ theo sau những kẻ tin . . ."* Nhưng "các dấu lạ ấy" không thể theo bạn được nếu như bạn đang "đậu". Bạn phải chuyển động . . . phá vỡ tính ù lì đi. Đức tin không thụ động. Sứ đồ sử đồ Phao-lô nói rằng . . . *"Nhưng tôi đương chạy hầu cho giựt được, vì chính tôi đã được Đức Chúa Jêsus Christ giựt lấy rồi"* (Phi-líp 3:12)

Bạn của tôi là Sam Sasser đã được Đức Chúa Trời dùng trong một cuộc phục hưng làm chuyển động khắp quần đảo Marshall một vài năm về trước. Anh Sam đã đến đó với tư cách một nhà truyền giáo trong những năm đầu của tuổi hai mươi và không bao lâu đã đưa dắt được một trong những vị Vua của người dân đảo Marshall về với Chúa, cùng với một số đông dân sự của ông ta. Anh đã làm báp têm cho hàng trăm người trong các hồ nước ngọt trong xanh thuộc hòn đảo xa xôi đó. Nhưng thường thật khó khăn cho Sam và vợ anh là Florence có được số tiền cần thiết để mở mang công việc Chúa trong một xứ sở nghèo nàn như vậy.

Một ngày kia, Sam vừa mới có cảm giác chán nản, anh diễn tả như vậy. Một trong những người bạn của anh là một ông cụ 63 tuổi người đảo Marshall, tên Barton Batuna, người đã từng giảng tin lành trên các hòn đảo gần cả cuộc đời của mình. Ngày hôm đó, Batuna đến tìm Sam.

"Có chuyện gì với anh vậy Sam?" ông ta hỏi. Sam nhìn ông ta, một người Melanesian với thân hình đen chắc giống như sợi thừng, đầy sức sống. Anh chợt có cảm tưởng như mình già hơn người đàn ông này dù ông ta gấp ba lần tuổi anh!

"Đức Chúa Trời bảo tôi hãy xây một trường Kinh Thánh ngay ở đây. Tôi muốn gọi nó là trụ sở Kinh Thánh Calvary". Sam thở dài và đá viên sỏi màu san hô dưới chân mình "Nhưng tôi không có tiền để mà xây!"

"Anh có bao nhiêu?" Batuna hỏi.

"Hầu như chẳng có gì. Chỉ 200 đô-la"

"Chừng đó chưa đủ để chuẩn bị xây một nhà trường". Nhà truyền đạo người Marshall đáp.

Sam nheo mắt nhìn ông ta trong ánh nắng Thái Bình Dương sáng chói. Bây giờ anh không chỉ buồn chán; anh bắt đầu bực bội.

"Phải, không thể, mà hơn nữa, tôi hoàn toàn không có chút ý tưởng gì về việc phải bắt đầu xây cất như thế nào".

"Được, vậy thì sao còn lo lắng? Chúng ta hãy dùng 200 đó và cứ sử dụng theo khả năng mình có thể làm".

Vậy bây giờ là "chúng ta" rồi ư, Sam nghĩ vậy, cảm thấy đỡ hơn một chút.

"Nhưng Anh Batuna này, anh không hiểu đâu, không phải bắt đầu việc xây dựng chỉ có như thế. Chúng ta không có ximăng, mà chỉ việc từ đây đến Guam mua xi măng thôi cũng đã tốn hơn 200 rồi".

Guam cách đó 1.700 dặm bằng đường máy bay, song vẫn là nơi

gần nhất để mua các vật liệu xây dựng. Thứ vật liệu này chưa được phân phối mà phải tìm mua.

"này người anh em, đức tin của anh ở đâu?" Batuna thách thức "Anh đã có 200 rồi. Cứ sử dụng trong khoản mình có đi đã".

Sam nghe người đàn ông lớn tuổi nói và nghĩ, thật ngược lại với sự hiểu biết bình thường. Tại sao lại phải rời bỏ quê nhà an ổn để vượt Thái bình dương, mất một chuyến bay đắt tiền, mua không những một mà đến hai vé..và cuối cùng lâm vào cảnh khó khăn vì không có chỗ ở và chỗ ăn?

Có lẽ đó là điều khiến ông Batuna đáng kính cứ bảo "chúng ta, chúng ta", nhưng một tiếng nói ở bên trong đã thắng hơn những lời biện luận của tâm trí, Sam đi và mua hai vé máy bay, số 200 của anh đã đưa họ đến Kwajalein Atoll, nơi hầu như chẳng có gì ngoài một căn cứ hải quân của Hoa Kỳ.

Khi xuống khỏi máy bay dưới bầu không khí nắng nóng của hòn đảo, họ chỉ có vỏn vẹn 36 xu, cộng thêm 1.300 dặm đường biển cách Guam.

Họ quyết định đi vào quầy giải khát hải quân và gọi một chiếc jăm bông với 36 xu cuối cùng. Ít ra cũng có thể ngồi nghỉ một chút trong phòng có máy điều hòa.

Khi jăm bông được mang ra, họ cẩn thận cắt đôi và bắt đầu ăn thật chậm chạp và rõ là thong thả. Sam đang cảm thấy lòng mình xáo động.

Anh tự hỏi, Mình đã làm chuyện gì vậy? Lẽ ra mình nên ở nhà! Làm thế nào mình trở về được bây giờ. Không thể tin rằng mình đã thổi mất 200$ vào hai chiếc vé không đi đến đâu cả!

Họ ăn hai nửa jăm bông càng lâu càng tốt. Thỉnh thoảng, mục sư Batuna lại tái xác quyết với người bạn trẻ của mình.

"Đừng lo, Chúng ta sắp thực hiện điều đó rồi!" Ngay lúc ấy, một người đàn ông Philipin tiến đến bàn họ. Sam có quen biết một số người Philippin ở đó, làm việc như những thường dân cho hải quân Hoa Kỳ. Ngành hải quân đã phải nhập cảnh những người lao động đến vùng đảo hoang vắng này.

"Chào các anh em", ông ta nói với họ "Tôi biết các anh là anh em trong Chúa" . . . Sam liếc nhìn mục sư Batuna nhưng trông ông ấy cũng hoang mang như anh. Vậy thì người đàn ông này là ai?

". . . Tôi đang cầu nguyện trong phòng. Tôi từ Manila đến" ông ta nói và cho họ biết anh thuộc một Hội thánh lớn ở thành phố đó.

"Các anh không biết tôi, và tôi cũng không quen biết các anh. Nhưng Chúa bảo tôi đi xuống đây và trao cho các anh cái này".

Người đàn ông Philippin đặt một túi giấy lên bàn để giữa hai người.

"Tôi yêu mến cả hai anh em. Cầu Chúa ban phước cho hai anh"

Nói xong, đoạn ông quay bước đi. Sam ngồi ngó sững theo ông ta.

"Nào" Batuna nhìn Sam qua cặp mắt kính "Anh có định nhìn xem bên trong chiếc túi này hay không nào?"

Sam cầm lấy chiếc túi và nhìn vào. Anh hít một hơi thật mạnh. Đoạn anh cẩn thận bắt đầu lấy ra những xấp tiền cột thật ngay ngắn và đặt chúng lên bàn. Họ cùng đếm, 10.000 đô-la, do một người lao động Philippin làm việc xa quê hương để dành được, rồi trao cho những người xa lạ.

Số tiền ấy đủ để đến Guam, dĩ nhiên để mua tất cả xi măng cùng với số lớn gỗ và vật liệu làm mái cần thiết để khởi công xây cất. Ngày hôm đó Sam đã học được rằng bạn phải đi ra . . . bạn phải phá vỡ tính ù lì chậm chạp để vâng lời Chúa. Nếu Ngài bảo bạn làm một điều gì đó, hãy bắt đầu bằng điều gì mà bạn đang có. Ngài sẽ chu cấp phần còn lại.

Bạn có thể làm hạn chế sự tiếp trợ của Chúa

Khi Đức Chúa Trời phán bảo bạn điều gì đó, hãy làm đi! Đức Chúa Trời yêu thích loại đức tin dấn thân. Hãy đặt các mục tiêu của bạn kết hợp sự chủ động cá nhân với sự dẫn dắt của Đức Chúa Trời.

Trong câu chuyện Ê-li-sê và người đàn bà góa với một ít dầu, số lượng cung ứng của Đức Chúa Trời chỉ bị giới hạn bởi số lượng bình bà ta mượn về từ những người hàng xóm.

Khi Đức Chúa Trời hứa với bạn một điều nào, điều đó phụ thuộc vào việc bạn thực hiện phần của bạn. Những nỗ lực nửa vời của con người có thể làm cho lời phải ứng nghiệm của Chúa bị ngăn trở hoặc chậm trễ, hoặc có thể hạn chế số lượng khả năng của Ngài có thể làm được. Vì vậy, đừng bao giờ làm không hết lòng. Hãy làm điều Ngài bảo bạn làm và làm bằng tất cả sức lực của bạn.

Vào năm 1972, khi chúng tôi đang cầu nguyện với một nhóm nhỏ giữa vài thanh niên của mình. Chúng tôi xin Chúa hãy phán và tỏ cho chúng tôi biết phải cầu nguyện về điều gì.

Ngày hôm ấy Chúa đặt vào lòng chúng tôi gánh nặng cầu nguyện cho sự hầu việc của các toán trên mười ba căn cứ quân sự tại Châu Âu. Một người được Chúa dẫn dắt để cầu nguyện rằng Lời Chúa sẽ được chú trọng ở các căn cứ quân sự Hoa Kỳ. Tôi thì được soi dẫn rằng phải xin Chúa đặc quyền phân phát 100.000 cuốn Kinh Thánh cho các khu căn cứ. Một người khác nữa nhận được ý tưởng hãy cầu nguyện để ở đó sẽ có những chương trình học Kinh Thánh kéo dài dành cho mọi người. Sau đó tôi nghĩ đến việc liên hệ với Tiến sĩ Kenneth Taylor (Chủ biên của Hội Thánh Kinh Living Bible)

Sau khi cầu nguyện xong, tôi gọi điện cho bạn tôi là Brother Andrews tại Hòa lan, để hỏi xem anh ấy có biết Tiến sĩ Taylor không, Thật là một sự tính toán thời gian hoàn hảo. Brother Andrews nói rằng ông Ken Taylor đang ở tại Châu Âu, và ông đã sắp xếp để gặp ông ấy trong vài ngày nữa.

Tôi liên hệ với Tiến sĩ Taylor, là người tôi biết đang có một sự thay đổi về các chương trình và phải trở lại Hoa Kỳ lập tức. Nhưng ông ta đồng ý gặp tôi ngày hôm sau tại sân bay Frankfrut. Tôi bay đến đây và giải thích vắn tắt về buổi nhóm cầu nguyện của chúng tôi cũng như ý tưởng phân phát Kinh Thánh. Ông cho biết cơ quan của họ vừa mới có 100.000 cuốn Kinh Thánh còn lại từ một chiến dịch truyền giảng của Mục sư Billy Graham. Nếu chúng tôi đảm bảo trách nhiệm phân phát, chúng tôi sẽ được tặng không.

Tiến sĩ Taylor và các nhà xuất bản của hội Living Bible đã chở số Kinh Thánh đến Đức bằng Tàu thủy. Tại đó, qua những thu xếp do một người bạn khác là Đại tá Jim Ammerman (Vị Tuyên uý Trưởng của Sư đoàn V của quân đội Hoa Kỳ ở tại Frankfurt), các xe tải của quân đội Hoa Kỳ đã nhận lấy số Kinh Thánh đó và giao cho đội ngũ của chúng tôi tại các khu căn cứ quân sự khắp nước Đức. Tại đó, chúng tôi cùng với những Cơ Đốc nhân khác bắt đầu phân phát cho những người lính.

Trước khi việc này kết thúc, từng điều chúng tôi đã nêu ra cầu nguyện trong buổi nhóm cầu nguyện đều xảy ra. Đã có các chương trình học Kinh Thánh dài hạn, trong đó Lời Đức Chúa Trời được đọc qua các hệ thống diễn văn công cộng trên các căn cứ. Chúng tôi tặng 100.000 quyển Kinh Thánh cho những ai hứa đọc. Các quyển Kinh Thánh được đọc và để lại với các góc giấy có nếp quăn vì đọc nhiều ở tại các nhà nguyện quân đội các doanh trại, và các trụ sở quân cảnh ở khắp Châu Âu.

Hàng ngàn người cảm nhận được sức mạnh ảnh hưởng của Kinh Thánh, từ những người lính thường cho đến các cấp tướng tá, và rất nhiều người đã bằng lòng dâng đời sống mình cho Chúa. Có một số binh lính sau khi hoàn thành nhiệm vụ đã ra đi như những người truyền giáo. Đại tá Ammerman trở về Frankfurt vài năm sau đó và khám phá rằng một số các quyển Thánh Kinh đó đã được đọc và các binh lính vẫn tiếp tục tìm thấy sự cứu rỗi.

Đức Chúa Trời muốn cho chúng ta những khải tượng lớn, những thách thức và những kỳ công lớn lao hơn để thực hiện cho Ngài. Ngày nay có thể bạn đang cầu nguyện cho vài trăm đô-la để thực hiện một chuyến truyền giáo ngắn hạn. Trong ít năm nữa, có thể bạn phải tin cậy Ngài để có hàng triệu đặng dùng vào một dự án truyền giáo. Trong mọi trường hợp, hãy đến với Đức Chúa Trời trước, tìm được sự chỉ dẫn của Ngài, rồi sau đó hãy làm hết sức để thực hiện được điều đó.

12
PHẢI XIN TIẾP TRỢ THẾ NÀO

Tôi có đọc lá thư xin trợ giúp "điển hình" của một nhà truyền giáo trong một tạp chí Cơ Đốc[1] từ Anh Quốc như sau:

Gửi anh chị em yêu dấu,

Xin thứ lỗi vì nét chữ không rõ và chất lượng không tốt của giấy viết thư của chúng tôi. Nhưng các khoản tài trợ đang giảm sút khi chúng tôi bước vào giai đoạn thứ 98 trong dự án xây dựng trường Đại Học Universal Conversion của chúng tôi. Như quý vị đã biết từ lá thư trước, chúng tôi đang cố gắng hướng đến một tổng số là 23.5 triệu bảng Anh. Và hiện nay chúng tôi chỉ mới có tới 13.50 bảng và thật là lạ lùng để thấy công việc vẫn đang tiến triển.

Thật là một niềm khích lệ lớn khi bạn sống bằng đức tin để nhìn thấy tất cả những điều có cần này được cung ứng như thế nào. Chúng tôi thường xuyên có ăn. Phiên ăn của tôi là vào các ngày thứ ba và thứ bảy.

Và thật sửng sốt vì có biết bao nhiêu trò chơi và các sinh hoạt vẫn có thể được tổ chức cách thành công trong thế giới tối tăm này.

Một điều gì đó đã xảy đến cho tôi tối hôm qua khi tôi đang nằm và cố gắng ngủ trên tấm bạt. Đường lối của chúng tôi là không bao giờ xin trợ giúp tài chính đã phân biệt chúng tôi với những đề án dường như đang liên tục van nài. Một số người chất vấn lời tiên tri ban đầu của chúng tôi dự đoán rằng trường đại học sẽ được xây dựng và cả nước Anh sẽ được cải đạo từ thức tư tuần trước. Họ cho rằng điều đó đã ứng nghiệm sai đi một tí, tuy nhiên hiện nay chúng tôi tin rằng do tinh thần hà tiện trong một số những cá nhân nằm ngoài dự án. Chúng tôi đã cầu nguyện cho họ tối hôm qua trong khi đọc câu chuyện Anania và Saphira bằng đèn nến.

Bạn biết câu chuyện đó không?

Kính Thư

Tôi hiểu được chữ ký trên lá thư run rẩy và khó đọc. Có thể con người nghèo thiếu ấy cũng đang phải chịu đau đớn vì chứng còi xương!

Có lẽ điều đó giúp chúng ta học biết cách viết những lời thỉnh cầu về mặt tài chính bằng cách trước hết học tập cách không làm điều đó.

Đức Chúa Trời đoán xét tất cả những hành động chúng ta bởi những động cơ của chúng ta. Vì vậy có động cơ phải lẽ trong việc dâng hiến là điều rất quan trọng, và phải kêu gọi cho đúng những động cơ từ nơi những người dâng hiến.

Những cách dâng hiến không nên có

1. Đừng dùng tội lỗi như một áp lực để quyên tiền

Mặc dù ví dụ khôi hài của chúng tôi về bức thư từ Anh quốc có quá cường điệu khi nói đến mục đích của bức thư, chúng ta cũng vẫn thường đọc các bức thư nghe có gì đó giống giống như vầy: "Nếu quý vị không giúp đỡ chúng tôi ngay bây giờ, chương trình này sẽ không hoàn thành và hàng triệu người sẽ đi vào âm phủ" hoặc "Bạn có biết rằng số tiền mà bạn tiêu vào một bữa ăn ở tại nhà hàng sau buổi nhóm Chúa nhật hôm nay đủ cho một gia đình ở tại vùng Bắc Phi ăn trong một tháng không?"

Mặc cảm phạm tội là một động cơ tồi, Đức Chúa Trời yêu kẻ thí của cách vui lòng, chứ không phải vì mặc cảm phạm tội, miễn cưỡng. Bởi vì "Đức Chúa Trời đã sai Con Ngài xuống thế gian, chẳng phải để đoán xét thế gian đâu", thì chúng ta cũng không được làm như vậy (Gia-cơ 3:17).

2. Đừng khơi dậy lòng thương hại của người khác để quyên góp

Có điều gì sai trật khi chúng ta kêu gọi lòng thương hại của con người? Chắc chắn là không có gì sai khi có lòng thương xót đối với những con người đang bị thương tổn và đau khổ trên thế giới của chúng ta, hoặc đối với những người còn trong tình trạng đui mù thuộc linh chưa có hy vọng về sự sống đời đời. Nhưng nếu bạn cứ mãi khuấy động lòng thương hại của người ta, bạn đã làm một điều nguy hiểm. Người ta sẽ trở nên cứng lòng, và lại phải dùng nhiều điển hình khắc nghiệt hơn để khiến họ động lòng thương hại thêm một lần nữa. Họ trở thành những người mắc chứng "nghiện thương hại" chỉ hưởng ứng các liều lượng ngày một cao hơn.

Ấn tượng mạnh mẽ đầu tiên của một người khách đến thăm Calcutta, Ấn độ, đó là những đám đông người cùng khốn. Những đám ăn xin bu theo bạn bất cứ chỗ nào bạn đi đến. Người ta ngước nhìn bạn với cặp mắt van xin và lòng bàn tay ngửa rộng. Tuy nhiên, điều thứ hai đập vào mắt bạn là sự dửng dưng của những người chung quanh đám người cùng khốn này. Những công nhân thuộc giai cấp trung lưu vận khố trắng bước ngang qua những người đang nằm ngủ và đẩy những người ăn xin qua một bên để leo lên các xe buýt đi làm. Họ dường như không nhìn thấy sự đau khổ chút nào nữa.

Tôi nhận thấy hoàn cảnh khó xử của những người làm chức vụ từ thiện. Họ vật lộn để mong người ta đối diện với tình trạng nghèo đói và đau khổ của thế giới này bằng thái độ nhân từ. Con số những người đói kém và bị tước đoạt lớn đến nỗi họ phải tìm cách để đưa những thực tế này xuống đến mức cá nhân và tỏ cho chúng ta biết chúng ta phải làm gì để giúp đỡ.

Tuy nhiên, chỉ thương hại không thì chưa đủ. Chúng ta phải được dẫn dắt bởi Đức Chúa Trời trong sự dâng hiến của mình. Chúng ta phải luôn truyền đạt cho những người dâng tặng cách nào khiến họ phải hỏi Chúa rằng họ có phải đáp ứng các nhu cầu đó không, và đáp ứng bằng cách nào. Chúng ta không nên cố gắng làm cho họ phải đáp ứng vì cảm xúc trong giây lát.

3. Đừng gợi lên lòng tham

Mặc dù Kinh Thánh hứa rằng "Hãy cho, người sẽ cho mình". Nhưng chúng ta không bao giờ nên khơi dậy lòng tham của người dâng để làm cho họ dâng tiền cho công việc Chúa. Vì như vậy là cám dỗ họ phạm tội! Chúng ta vẫn thường thấy việc lạm dụng trong điều này "Bạn cần một chiếc xe tốt hơn ư? Hãy dâng hiến cho chức vụ của chúng tôi, và Chúa sẽ ban phước cho bạn! Bạn không thể nào dâng cho Chúa nhiều hơn là Chúa cho bạn!" Buồn thay, những người dễ bị ảnh hưởng trước những lời kêu gọi như vầy hơn hết lại là những người nghèo!

Lời Chúa là đúng, và Ngài thường ban phước bất cứ nơi nào Ngài có thể ban phước, thậm chí những người quyên góp đang sai khiến quần chúng. Tuy nhiên thường khi chúng ta dâng tiền, Ngài không ban phước lại cho chúng ta bằng tiền bạc nhiều hơn, mà thay vào đó Ngài ban phước cho chúng ta bằng những cách khác: bằng niềm vui, bằng sự bày tỏ về chính mình Ngài, những đường lối của ngài, và bản tánh của Ngài, với một ý thức dự phần sâu rộng hơn trong nước Ngài, với sự bình an và thỏa lòng trong những hoàn cảnh của mình.

4. Đừng lợi dụng nỗi lo sợ

Trong những ngày trước thời cởi mở và giai đoạn sụp đổ của quyền lực cộng sản, thì đây là một lời kêu gọi chung "Lý do duy nhất Đức Chúa Trời còn gìn giữ đất nước chúng ta thoát khỏi chủ nghĩa cộng sản là vì chúng ta đang dâng hiến cho các hội truyền giáo nước ngoài!".

Mặc dù Đức Chúa Trời thật có chúc phước cho quốc gia nào dâng hiến cho công việc của Ngài, song lợi dụng nỗi lo sợ của người ta để khiến họ phải dâng hiến là sai trật. Điều họ muốn nói là như vầy "Quý vị có sợ những đám người ngoại quốc tràn vào đất nước của chúng ta không? Vậy thì tốt hơn quý vị hãy dâng hiến rời rộng, nếu không nào ai biết điều gì sẽ xảy đến?" Có những người khác ngụ ý rằng nếu bạn dâng hiến cho Chúa, Ngài sẽ gìn giữ những người thân yêu của bạn khỏi bệnh tật, thương tổn hoặc sự chết.

Hơn nữa, động cơ dâng hiến cho Chúa phải đến từ tình yêu chúng ta dành cho Ngài và vì lòng khao khát được thấy nước Ngài được mở rộng khắp đất. Ngoài ra, những sự kêu gọi như vậy dường như gợi ý rằng Chúa đang tìm những khe hở trong sự vâng lời của chúng ta, để Ngài giáng những điều khủng khiếp xuống đầu chúng ta. Cách kêu gọi này bóp méo bản tánh của Đức Chúa Trời. Chúng ta có một người Cha Thiên Thượng đầy lòng yêu thương, ban mưa phải thì cho kẻ ác lẫn người công bình và thậm chí Ngài phải đoán xét loài người, thì Ngài cũng phải làm điều đó cách miễn cưỡng và trong tấm lòng thương xót.

5. Đừng khơi dậy sự kiêu hãnh của kẻ dâng

Loại kêu gọi này thường được thực hiện với những người giàu có. "Hãy dâng vào quỹ xây dựng ngôi nhà rồi chúng tôi sẽ đặt một tấm bảng đồng đẹp gắn trên tường ở hành lang có khắc tên của quý vị". Mặc dù việc ca ngợi những người có công đóng góp không có gì là sai, nhưng chúng ta đừng làm cho họ kiêu hãnh, khiến đó là lý do để họ dâng hiến. Chúa Jêsus phán rằng những kẻ bố thí để được người ta khen thì đã nhận được phần thưởng cho mình rồi. Chỉ những ai dâng với tấm lòng trong sạch, không quan tâm việc mình làm được người khác nhận biết mới được Cha trên trời ban thưởng (Ma-thi-ơ 6:4).

Hãy làm điều đó cách phải lẽ

Vậy thì chúng ta phải kêu gọi việc quyên góp như thế nào? Trước hết, chúng ta phải giữ đúng các thứ tự ưu tiên. Chúng ta đừng bao giờ xem con người như những nguồn phương tiện về tiền bạc, mà phải luôn quý trọng họ như những người bạn. Chúng ta phải canh giữ lòng mình, yêu thương con người và sử dụng tiền bạc chứ đừng bao giờ làm ngược lại.

Trong mọi mối giao tiếp, kể cả những trường hợp chúng ta trình bày nhu cầu đều phải nhằm mục đích đưa mỗi cá nhân càng đến gần Chúa hơn và gần với chúng ta hơn trong mối tương quan. Nếu bạn có thể hình dung điều đó như những vòng tròn đồng tâm, hãy nghĩ đến vòng tròn cách xa bạn nhất, được bạn quen biết sơ sài hoặc đối với một lá thư của một tập thể, vòng tròn xa nhất có thể là một người nào đó trong công chúng đã bày tỏ lòng quan tâm vừa đủ đến hội truyền giáo của bạn để ký giao một điều gì đó. Mục tiêu mà mỗi cuộc giao tiếp nhắm vào là cố gắng đưa con người lại gần hơn, mỗi vòng tròn chặt chẽ hơn. Những người trong các vòng tròn gần gũi với bạn nhất có thể nghe được nhu cầu sâu xa nhất của bạn. Đó là những người cầu thay có cam kết lớn nhất với bạn, là những cộng sự dâng hiến về mặt tài chính, và là những người cố vấn quý giá. Và cuối cùng thì bạn không nên ngạc nhiên nếu như những người đó rốt cuộc chính họ được kêu gọi vào chức vụ. Điều đó có nghĩa là bạn có thể mất một người hậu thuẫn về tài chính, nhưng Chủ Mùa Gặt lại được một con gặt nữa, và bạn có thêm người đồng công để giúp hoàn thành Đại Mạng Lịnh.

Những nhà truyền giáo đầu tiên, khi mới ra đi thường bảo "Nhưng tôi chẳng có ai để tỏ bày về những nhu cầu của tôi". Một số tỏ rõ việc các thành viên trong gia đình của họ không thích những lời cầu xin về mặt tiền bạc và thậm chí không tin vào những công việc họ đang làm (đúng là có một số người muốn con họ thà không được cứu, và ở nhà kiếm tiền với một công việc có lương khá còn hơn là làm chuyện "điên khùng" như đi vào các hội truyền giáo).

Những người khác cho biết họ không có cách nào để được cấp dưỡng bởi vì không một người bạn nào của họ là Cơ Đốc nhân, có thể lao tác viên này chỉ mới tự mình trở lại tin Chúa Jêsus. Hoặc người ấy đến từ một Hội thánh không dâng hiến cho các hội truyền giáo, hoặc chỉ dâng cho các nhà truyền giáo thuộc giáo phái của họ.

Nếu bạn đang vâng theo những gì Chúa đang phán với bạn, và đang ở trong thời điểm quyết định của Ngài thì Ngài hiện đặt để chung quanh bạn những con người cùng những phương tiện có cần cho bạn để thực hiện ý muốn của Ngài rồi.

Mở rộng mục vụ bố thí

Cách đây vài năm, khi đang nói chuyện với 55 nhà lãnh đạo về hội truyền giáo của chúng tôi, tôi hỏi họ "Có bao nhiêu người trong số quý vị đã từng kêu gọi người nào đó tham gia vào chức vụ truyền giảng bằng cách mô tả chức vụ đó như một nhu cầu đặc biệt?". Mọi cánh tay đều đưa lên. Đoạn tôi hỏi "Có bao nhiêu người trong số quý vị đã giúp người ta trong việc dạy dỗ năng lực để sử dụng các ân tứ của họ trong việc huấn luyện các chức vụ". Một lần nữa, mọi người đều giơ tay. "Quý vị đã bao giờ nhận ra những người có ân tứ quản trị và giúp đưa người ấy vào lãnh vực quản trị của chức vụ hầu việc?". Một lần nữa, các cánh tay lại đưa lên.

Tôi dừng lại một chút . . . "Và có bao nhiêu người trong quý vị nhận ra những người có ân tứ bố thí và mời họ tham gia chức vụ bố thí?". Lần này chỉ có hai bàn tay được đưa lên. Hai trong số 55 người.

Vì sao có sự ngại ngần đó? Bởi vì chúng ta không thấy rằng ơn bố thí cũng thuộc linh và được Thánh Linh điều khiển cũng như các ân tứ khác được liệt kê trong Rôma đoạn 12 và ICôrinhtô 12. Ơn tứ bố thí của Thánh Linh cần phải được đưa ra ngang hàng với mức độ của các ân tứ giảng dạy, chữa lành, phục vụ, dạy dỗ, khuyên bảo, dẫn dắt và những hành động từ thiện.

Hãy đặt trước mặt Chúa một tờ giấy và xin Ngài đem các tên tuổi đến trong tâm trí bạn. Người nào tỏ lòng tin cậy điều bạn đang làm? Ai là người yêu mến và tin cậy bạn? Có thể bạn chỉ tìm được một hoặc hai người, hoặc có thể bạn có nhiều người. Sau đó hãy hỏi Ngài bạn phải yêu cầu họ điều gì và bằng cách nào. Bằng thư từ? bằng điện thoại? bằng một chuyến ghé thăm? hoặc bằng một lá thư từ người lãnh đạo của bạn hoặc từ người lãnh đạo tương lai?

Được người khác tiến cử

Mới đây tôi có nghe một tư tưởng, đó là để cho một người khác gởi gắm bạn và xin cấp dưỡng thay cho bạn. Thật ra điều này không có gì mới cả. Cha tôi, ông T.C Cunningham, đã gây quỹ cấp dưỡng cho hàng trăm nhà truyền giáo trong suốt cuộc đời ông. Điều mới mẽ đối với tôi đó là ý nghĩ cũng được căn cứ theo Kinh Thánh, sẽ có sự hỗ trợ thêm khi có một người khác gởi gắm bạn, thay vì bạn phải tự giới thiệu mình.

Sứ đồ sứ đồ Phao-lô nói trong 2 Cô-rinh-tô 5:12 về việc đừng khoe mình. Ông gởi gắm hoặc đưa ra những lời dẫn chứng cho người khác, như là Phê-bê (Rô-ma 16:1), sứ đồ Phao-lô cũng không co mình lại do việc phải tiến cử chính ông khi cần thiết. Ông đã nêu trường hợp của mình đối với việc cấp dưỡng tài chính trong 1 Cô-rinh-tô 9:1-13. Trong 2 Cô-rinh-tô 11:1-33, ông đưa ra bảng tóm tắt đầy đủ của mình không hề ngại ngùng. Nhưng bằng cách nào đó khi có người khen ngợi bạn, thì người ấy được tự do hơn để nêu lên những điểm tốt bạn đang thực hiện và yêu cầu những người khác giúp đỡ bạn.

Wally Wenge, một thành viên thuộc Hội đồng Quốc tế của chúng tôi, giữ một chức vụ hầu việc của *Thanh Niên Với Sứ Mạng* được gọi là *Những Góp Nhặt Dành Cho Người Đói Kém* đang giúp hàng trăm ngàn người thiếu thốn bằng cách nhận hàng tấn sản phẩm dư thừa ở trung tâm California, sấy khô và chở đến các nước ngoài bằng đường tàu thủy.

Năm ngoái, Wally và bà Norma quyết định dâng phần mười bằng một trong số mười lá thư giúp đỡ hàng năm của họ. Họ kêu gọi những ân nhân của họ tham gia giúp đỡ nhu cầu của các hội truyền giáo khác cũng thuộc các nhóm YWAM ở tại Amazon. Họ không nói gì về nhu cầu của tổ chức Góp Nhặt trong bức thư xin giúp đỡ đó. Kết quả là họ đã nhận được xấp xỉ tặng phẩm mà họ đã gởi cho Amazon cộng thêm với những tặng phẩm mà họ không hề xin và số quà ấy gấp đôi số quà bình thường của họ.

Nguyên tắc một người tiến cử một người thật là điều đáng cân nhắc. Nếu bạn có một người bạn hoặc một người lãnh đạo bằng lòng cam kết với chức vụ của bạn và sẵn sàng làm hết sức mình để đại diện cho bạn, thì người ấy có thể nhóm người khác lại với nhau để giúp vào việc hậu thuẫn cấp dưỡng cho bạn.

Còn những người thân chưa tin Chúa

Khi cân nhắc xem ai là người chúng ta phải liên hệ, bạn đừng theo thói quen loại trừ những Cơ Đốc Nhân chưa được tái sanh. Song tất nhiên bạn phải nhạy cảm đặc biệt trong cách trình bày chính mình cũng như công việc của bạn, và hãy cầu nguyện cẩn thận để xin Chúa giúp đỡ. Nếu việc dâng của cải, làm cho người ta thường xuyên hướng lòng mình đến đó là đúng thì một người chưa tin Chúa có thể được đưa đến gần với Nước Đức Chúa Trời hơn khi người ấy dâng tiền cho công việc nhà Chúa.

Sự vâng lời quan trọng hơn tiền bạc

Khi chúng ta tỏ bày nhu cầu, phải luôn luôn khuyến khích người ta vâng lời Chúa trong việc họ dâng hiến. Nếu chúng ta thật lòng tin chắc rằng việc dâng hiến cho Chúa là sự thờ phượng thật, chứ không chỉ là những công việc thuộc về đất mà chúng ta phải thực hiện để giữ cho công việc thuộc linh được tiếp tục, thì chúng ta có thể tự do khích lệ người ta dâng hiến. Dâng hiến là một chức vụ thuộc linh. Vâng lời Chúa là mục tiêu của chúng ta và điều đó còn quan trọng hơn cả tiền bạc.

Mới đây có một người trả lời thư xin giúp đỡ của Paul Hăkins, một trong số các công tác viên thuộc hội truyền giáo của chúng tôi đã nói như vầy "Tôi đã cầu nguyện về nhu cầu của anh, nhưng Chúa bảo tôi rằng tôi chưa phải dâng vào lúc này". Paul lập tức viết cho người ấy một lời cảm ơn nồng hậu. Chúng ta không những phải viết thư cảm ơn những người dâng tặng cho mình. Nếu họ vâng lời Chúa để và không dâng cho chúng ta, chúng ta cũng cần phải bày tỏ lòng biết ơn.

Khi chúng tôi chia sẻ các tin tức cũng như các nhu cầu của chúng tôi với mọi người qua các thông tin đều đặn, là chúng tôi đang để cho họ có cơ hội để dâng cho công việc của chúng tôi khi họ được Đức Chúa Trời thúc đẩy. Chúng tôi đang mở rộng một đặc quyền lớn lao trước mặt họ, đặc quyền được dự phần vào điều Đức Chúa Trời đang thực hiện ở những nơi khác nữa trên thế giới. Chúng ta không nên hối tiếc khi mở rộng cơ hội đó ra. Cũng không nên ngần ngại khi biết rằng Đức Chúa Trời thật sẽ ban phước cho những người bằng lòng dâng hiến.

Một điều nữa phải cân nhắc đó là thư tường trình tin tức, vì vậy chỉ nên để cập đến các nhu cầu một lần mà thôi (hoặc trong một phạm vi nhỏ của bức thư) ngoại trừ trường hợp khủng hoảng thật sự. Giống như câu chuyện ngụ ngôn của Aesop khi cậu bé la lên "Chó sói! Chó sói!". Chúng ta có thể làm cho người ta kém mẫn cảm đi trước các nhu cầu thật sự nếu cứ không ngừng yêu cầu tiền bạc.

Một nhắc nhở cuối cùng khi bạn muốn tỏ bày các nhu cầu của mình nữa là: Hãy nhớ tìm kiếm sự chỉ dẫn của Đức Chúa Trời khi làm điều đó. Đôi khi Ngài có thể dẫn dắt bạn viết một hoặc hai bức thư cá nhân. Những lúc khác, có thể bạn cần đi đến một nơi nào đó để nói chuyện với một người. Hoặc có thể bạn phải gởi nhiều lá thư đánh máy cho một số bạn hữu, xin họ cầu nguyện cho việc dâng giúp. Hãy linh động trong từng hoàn cảnh.

Bạn luôn cần sự chỉ dẫn

Đức Chúa Trời không những chỉ dẫn cho bạn những ai là người cần liên hệ mà còn chỉ dẫn bạn điều phải nói nữa. Hãy nhớ rằng, Ngài bị ràng buộc vào chức vụ của bạn y như chính bạn vậy. Thật ra còn hơn chính bạn nữa. Ngài cũng nóng lòng muốn ban phước cho những người dâng hiến. Đừng dấn bước vào công việc thuộc linh để đưa người vào chức vụ bố thí mà không cầu hỏi sự giúp đỡ và hướng dẫn của Chúa.

Liệu có một cái giá phải trả khi xin giúp đỡ tiền bạc không? Phải, có đấy! Bạn phải hạ mình và cho người ta biết rằng bạn đang tin cậy Chúa để dẫn dắt một số người trong vòng họ giúp vào điều bạn đang thực hiện. Bạn sẽ bị tổn thương. Bạn có thể bị sợ hãi hoặc bị bối rối. Có người sẽ từ chối bạn thẳng thừng. Nhưng nếu bạn đã từng dành ra những ngày làm chứng cho Chúa Jêsus ở các đường phố thì nhiều người cũng đã từ chối thẳng thừng với bạn. Có thể bạn thật ngạc nhiên trước những người dâng tiền cho bạn và những người không dâng. Môise nói rằng "Hãy lấy một vật chi ở nhà các ngươi mà dâng cho Đức Giê-hô-va" (Xuất Ê-díp-tô-ký 35:5). Môi-se không băn khoăn việc những người không có lòng sẵn sàng, nhưng ông kêu gọi những ai sẵn lòng mang lễ vật của họ đến dâng cho Chúa.

Hãy làm như Môi-se đã làm, vâng lời Chúa và tin cậy Ngài với những kết quả.

13
VẤN ĐỀ SUNG TÚC

Những người khách sốt sắng ngồi chật quanh bàn ăn tối. Chủ nhà hối hả bước vào và dọn một món thịt với khoai tây ngon lành, điển hình của bữa ăn tối Tân Tây lan. Nhưng đến giờ tráng miệng và dùng trà, bà vừa xin lỗi vừa rót thứ nước xanh nhợt nhạt vào mỗi chiếc cốc.

"Tôi xin lỗi vì trà tệ quá", bà giải thích với những vị khách "Chúng tôi phải pha hơi loãng để được dùng lâu hơn". Quý vị thấy đó, chúng tôi đang sống bằng đức tin mà".

Những vị khách của bà đều bảo rằng không sao để bà yên tâm. Thật ra, bởi vì họ là những người Mỹ, họ cảm thấy dễ chịu hơn vì nước trà không đậm như cách người Tân tây lan thường pha! Và tất nhiên họ biết ơn chức vụ mà những người này đang làm, mở rộng cửa nhà mình cho những người có cần và tin cậy Đức Chúa Trời sẽ cấp dưỡng cho họ mỗi tuần. Nhưng sau đó trên đường về, sự mỉa mai và khôi hài trong câu nói của bà ta đã đánh vào họ.

Có phải sống bằng đức tin nghĩa là phải pha trà loãng? Nghĩa là phải mang những đôi giày mòn vẹt cả gót? Đi những chiếc ô tô khởi động không nổi hoặc cách cả một dãy phố cũng có thể nghe thấy tiếng nổ của nó, Và điều nào tệ? Trà tệ hay đức tin tệ?

Vấn đề sung túc, đặc biệt đối với những tôi tớ của Đức Chúa Trời, là một vấn đề dễ gây xúc động. Thật khó mà tách rời những cảm xúc của chúng ta khỏi sự thực. Những Cơ Đốc nhân đòi Chúa ban phước cho mình giảng dạy rằng nếu bạn có đức tin, bạn sẽ giàu có về vật chất. Nếu bạn không sống trong sự thịnh vượng, là vì bạn chưa thực hành đức tin của bạn.

Những Cơ Đốc nhân làm việc theo đạo lý khẳng định rằng lao động chăm chỉ sẽ dẫn đến sự chúc phước của Đức Chúa Trời. Họ nói rằng nếu bạn không có tiền là vì bạn lười biếng. Đáng buồn thay, những người này thường dai sức trong công việc và rất năng nổ, nhưng lại thiếu kém lòng thương xót và sự dâng hiến cho các hội truyền giáo.

Quan điểm cực đoan của Những Cơ Đốc Nhân đòi Chúa ban phước cho mình và Những Cơ Đốc Nhân làm việc theo đạo lý là họ thường có một cái nhìn hằn học vào bất cứ ai thuận lợi về vật chất. Những Cơ Đốc nhân coi giàu có là gian ác này chỉ chưa bằng những người theo chủ nghĩa cộng sản, là chủ nghĩa cho rằng căn nguyên của mọi điều xấu xa trên thế giới này bắt nguồn do sự phân phối của cải không đồng đều. Theo họ bất cứ Cơ Đốc nhân nghiêm túc nào, cũng đều phải từ bỏ tất cả, chỉ trừ những thứ thật cần thiết mà thôi. Có một số trong vòng họ hầu như tôn thờ sự nghèo nàn, tức là càng có ít của cải, bạn càng gần với Đức Chúa Trời.

Dù quan niệm của chúng ta có như thế nào thì hầu hết trong chúng ta đều cảm thấy có những tình cảm pha trộn liên quan đến sự giàu có, nhất là đến những người làm chức vụ.

Một số bạn bè của tôi đã làm việc trong tổ chức YWAM gần hai mươi năm nay, phần lớn ở tại Hoa Kỳ. Thời gian trôi qua, họ đã sử dụng kế tiếp nhau những chiếc xe đã dùng rồi, hầu hết có giá chi phí bảo quản cao, máy không tốt, tốn xăng và sức chở kém. Một chiếc xe mà họ sẽ không bao giờ quên được đó là chiếc Travel – All, uống hết 4 lít xăng trong vòng 16 cây số và liên tục hỏng máy.

Sau đó tình cờ họ gặp một chiếc xe đã dùng rồi nhưng còn khá tốt. Mặc dù đã được xài qua 7 năm, nó vẫn còn trong tình trạng hoàn hảo, đi được 45 cây số với 4 lít xăng, dùng được, khá tiết kiệm về mặt sửa chữa, rẻ hơn nhiều so với một chiếc xe hơi Hoa Kỳ mới, cỡ kinh tế. Đó là một chiếc Mercedes – Benz. Các bạn tôi đã mua vì tin chắc rằng đó là cách tốt nhất để quản lý tiền bạc của Chúa cách phải lẽ.

Trong nhiều năm, họ dùng chiếc xe ấy cùng với những chiếc Mercedes cũ khác, mỗi khi có thể đổi một chiếc để mua một chiếc khác tương đương giá tiền mà vẫn chi trả ít hơn nhiều về mặt bảo trì và nhiên liệu như trước kia họ chi, họ rất biết ơn Đức Chúa Trời về sự chu cấp của Ngài.

Thế rồi, họ bắt đầu nghe lời phê bình về những chiếc Mercedes này. Một người dùng chữ "sang trọng" trong khi một người khác thì thắc mắc "làm sao một người hầu việc Chúa mà lại có thể mua nổi chiếc xe như vậy?". Thậm chí có người còn nói "Làm thế nào mà họ lái được loại xe hơi như thế trong khi đang có những người đói ăn trên thế giới?"

Giá như họ có thể treo một tấm bảng bên hông xe, liệt kê giá cả của nó, việc sửa chữa nó ít tốn kém làm sao và mỗi tuần nó tiết kiệm được bao nhiêu nhiên liệu. Thậm chí họ có thể viết bên hông xe câu này "Chiếc xe này đang tiết kiệm tiền của Đức Chúa Trời". Nhưng họ không thể làm điều đó. Họ cầu nguyện và quyết định không muốn trở thành hòn đá vấp chơn cho bất kỳ ai. Các chiếc Mercedes đã phải ra đi.

Họ đổi nó và mua một chiếc xe tải nhỏ, thật sự là đắt hơn chiếc Mercedes cũ. Chiếc xe tải cỡ nhỏ rốt cuộc cũng tốn kém hơn trong việc bảo trì, và mau hư hơn. Nhưng không còn ai phàn nàn về việc họ phí phạm tiền bạc của Đức Chúa Trời nữa.

Trong mọi chuyện như vậy, Đức Chúa Trời đứng ở chỗ nào? Có phải có một mức giàu có nhất định mà bạn phải đứng dưới mức ấy để làm vừa lòng Đức Chúa Trời chăng?

Mới đây, tôi đã được phước bằng cách đưa câu hỏi ấy đến gần

nhà mình hơn. Vài năm trước, sau khi gia đình chúng tôi đã sống nhiều năm trong một căn hộ nhỏ tại khu sinh viên YWAM ở tại Kona, chúng tôi gặp một điều ngạc nhiên lớn. Thành viên YWAM ở khắp thế giới đã dự phần vào một cuộc dâng hiến đặc biệt và đã tặng cho chúng tôi một chiếc xe hơi mới và tiền đặt cọc một căn nhà.

Điều đó thật quá tuyệt vời, nhất là bởi tình yêu thương họ đã tuôn đổ trên chúng tôi. Căn nhà thật dễ thương, nhưng sau vài tuần Darlene đã nhận xét "Em cứ mong cho có ai đó thật sự sống ở đây đến và thấy chúng ta trong ngôi nhà của họ!"

Thế rồi, sau vài tháng có một người đàn ông đến gặp tôi với một món quà lạ lùng. Ông ta muốn tặng tôi một số tiền, nhưng tôi chỉ có thể được dùng nó vào một trong ba điều. Tôi hãy để riêng số tiền đó ra cho đám tang của tôi (là điều có thể không bao lâu nữa tôi phải cần đến, theo lời người bạn ấy). Hoặc tôi phải dùng số tiền đó để sử dụng cho việc chăm sóc đặc biệt sau một cơn tai biến của tôi (là điều anh ta cho rằng có thể xảy ra bất cứ lúc nào). Hoặc là tôi sử dụng tiền đó để xây một bể tắm và thực hành thường xuyên để ngăn trở hai điều kia không xảy ra!

Tôi hiểu vì sao người bạn của tôi đem tặng vật đến với một chỉ thị mạnh mẽ như vậy về cách sử dụng. Ông ta biết hẳn là khó cho tôi để có một bể bơi, mặc dù trong khí hậu của chúng tôi điều đó thật có ý nghĩa. Những người bạn khác cũng đã dâng vào việc xây bể bơi cho chúng tôi, và một người bạn thân khác đã cống hiến công sức lao động chuyên môn của anh để xây dựng nó. Bể bơi ấy luôn luôn là sự nhắc nhở về tình yêu thương của Đức Chúa Trời và sự khôn ngoan của người bạn tôi.

Khi Đức Chúa Trời muốn nêu các gương đức tin cho chúng ta, Ngài đã kể ra những khuôn mẫu anh hùng trọn vẹn trong Hêbơrơ đoạn 11. Ápraham, Ysác, Giacốp, Giôsép, Đavít và Salômôn đã được nêu tên, mỗi người trong số đó đều là những người giàu có. Nhưng có những người khác cũng được kể ra trong đoạn này là những mẫu mực của đức tin. Những vị anh hùng này đã bị tra tấn, nhạo cười, đánh đập, tù đày, ngược đãi, thậm chí bị giết; bị thiếu thốn mọi đường, mặc những da chiên, da dê, sống trong hang, trong hầm dưới đất.

Sứ đồ Phao-lô nhắc cho chúng ta nhớ rằng cả giàu lẫn nghèo đều có thể là ý muốn của Chúa dành cho chúng ta, và để chúng ta có thể học tập thích nghi với cả hai hoàn cảnh.

Tôi biết chịu nghèo hèn, cũng biết được dư dật. Trong mọi sự và mọi nơi, tôi đã tập cả, dầu no hay đói dầu dư hay thiếu cũng được. Tôi làm được mọi sự nhờ Đấng ban thêm sức cho tôi. (Phi-líp 4:12-13)

Tôi thấy rằng có dư dật thì khó khăn hơn là sống nghèo thiếu. Lắng nghe tiếng Chúa hàng ngày khi bạn đang tin cậy Ngài chu cấp cho bữa ăn kế tiếp thì dễ hơn nhiều so với khi mọi thứ đều dễ dàng.

Theo Lời Chúa phán thì dư dật về mặt tiền bạc là điều nguy hiểm. Chúa Jêsus phán rằng người giàu vào nước thiên đàng khó thay, và hãy coi chừng "sự lừa dối của những của cải". Đức Chúa Trời báo trước cho dân sự Ngài rằng khi họ được ban cho những thành lớn và tốt đẹp cùng những nhà cửa đầy dẫy những thứ đẹp đẽ, thì hãy cẩn thận kẻo các ngươi quên Đức Giê-hô-va . . . (Phục truyền 6:12)

Trước giả Châm ngôn cũng muốn sự quân bình khi ông nói *"Chớ cho tôi nghèo khổ, hoặc sự giàu sang. Hãy nuôi tôi đủ vật thực cần dùng, e khi no đủ tôi từ chối Chúa mà rằng: Đức Giê-hô-va là ai? Và lại kẻo e khi tôi nghèo khổ, đi trộm cắp và làm ô danh của Đức Chúa Trời tôi chăng?"* (Châm ngôn 30:8-9).

Chúng ta phải giới hạn ở chỗ nào đây? Nghèo như thế nào mới là nghèo quá và giàu có đến mấy thì mới là nguy hiểm? Giới hạn đó còn nhiều đa dạng tùy vào ba điều sau đây:

1. Tính cách: Đây không phải là vấn đề tôi có thể tin cậy Chúa giao cho mình bao nhiêu, mà là Chúa có thể tin cậy tôi đến mức nào. Nếu chúng ta trung tín trong việc nhỏ, Ngài có thể khiến chúng ta trung tín nhiều hơn nữa. Tuy

nhiên, còn hai yếu tố khác nữa. Mức chu cấp của chúng
ta cũng còn tùy thuộc vào . . .

2. Sự kêu gọi của mình và . . .

3. Nền văn hóa nơi chúng ta đang làm việc

Dẫu Đức Chúa Trời tin cậy tôi và cá tánh của tôi, Ngài biết rõ
điều tôi cần, không nhiều hơn và không kém hơn, để hoàn thành sự
kêu gọi của Ngài trên đời sống tôi.

Sự cung ứng có thể thay đổi nhiều tùy theo điều bạn đang làm
và nơi chốn Đức Chúa Trời đặt bạn để làm việc cho Ngài. Tôi có một
người bạn hầu việc Chúa với một tổ chức Cơ Đốc sung túc, anh ta
có lương cao, đi xe hơi mới và sống trong một ngôi nhà đẹp ở ngoại
ô thành phố. Sau một vài năm ở đó, Chúa kêu gọi anh làm việc bên
trong thành phố Los Angeles.

Chỉ qua đêm, anh và gia đình đã thấy mình đang sống giữa một
khu vực đầy tội phạm với các chấn song trên cửa sổ nhà mình, mua
thức ăn nơi các cửa hàng mà những cửa sổ đều được bịt kín bằng
ván. Thay vì mua sắm quần áo mới thường xuyên, họ đã dâng phần
lớn tiền bạc của mình cho những người trong Hội thánh, giúp họ có
các thực phẩm trên bàn ăn.

Sau nhiều năm sống như vậy. Đức Chúa Trời lại một lần nữa dẫn
dắt họ thay đổi chức vụ. Họ nhận chức vụ chăn bầy ở một Hội thánh
dư dật hơn thuộc vùng Tây Nam. Mặc dù vẫn không phung phí, vị
mục sư này và vợ ông thấy rằng họ cần phải năng mua sắm quần áo
hơn và sống trong một ngôi nhà giống với các ngôi nhà của tín đồ
mình hơn.

Trong từng hoàn cảnh sống của ba giai đoạn đó, các bạn của tôi
đều ở trong trung tâm ý muốn của Đức Chúa Trời, tức là đã sử dụng
các nguồn phương tiện của Ngài cách khôn ngoan để hầu việc Chúa
trong nền văn hóa mà Ngài đã đặt để họ.

Bao nhiêu tiền là vừa đủ và bao nhiêu tiền là quá nhiều? Chúng
ta không thể đưa ra một số lượng. Điều đó còn tùy thuộc vào hoàn
cảnh, sự kêu gọi của bạn và những người sống giữa nơi bạn đang

làm việc. Ông Norman Vincent Peale đã chủ tọa một Hội thánh có thanh thế lớn ở tại Manhattan trong nhiều năm, Mẹ Teresa đã hầu việc giữa những người nghèo nhất trong số những người nghèo tại Calcutta Ấn độ. Song cách ăn mặc, cách sống và đi lại của mỗi người như thế nào tùy thuộc vào sự kêu gọi của họ.

Làm sao bạn biết khi nào thì bạn đang sống quá hào phóng? Dù chúng ta không thể đưa ra một số lượng, nhưng chúng ta có thể có những sự chỉ dẫn.

1. Chúng ta không nên sống ở mức quá cao hoặc quá thấp so với những người xung quanh mà mình đang hầu việc.

Em rể tôi và cô em gái, Jim và Jan Rogers mô tả một tình huống nọ. Họ đang thăm viếng một số nhà truyền giáo tại Châu Á, trong một quốc gia vừa bị suy thoái kinh tế do những biến động chính trị. Vì tình hình kinh tế của xứ sở đó, nhiều giáo sĩ đang sống trong những ngôi nhà đẹp đẽ, tốt hơn nhiều so với khả năng họ có thể trả ở tại Hoa Kỳ, nhưng với một giá trung bình 60 đô-la một tháng.

Một buổi chiều, Jim và Jan đang có thì giờ thông công vui vẻ với những nhà truyền giáo ngoại quốc khác tại nhà của một trong các giáo sĩ. Chợt có tiếng gõ cửa, một vị mục sư lớn tuổi, là người bản xứ. "Ông ta đứng đó, lúng túng ở cổng vòm phía trước" Jan nói "Trông như ông không dám bước vào nhà. Chủ nhà bước ra ngoài với ông và vội vàng giải quyết các câu hỏi trước khi quay vào bàn tiệc trà". Buổi tối hôm ấy chúng tôi không làm điều gì sai trái cả, nhưng dù sao tôi vẫn cảm thấy một cảm giác khó chịu hiện diện trong căn phòng, dường như là tội lỗi.

Làm sao biết được là bạn có đang sống quá cách biệt với (quá cao hoặc quá thấp) những người bạn đang gây dựng? Hãy tự hỏi mình câu này: Chiếc xe, căn nhà, lối sống này đang giúp đỡ hay cản trở tôi trong việc chinh phục và môn đệ hóa người ta cho Chúa cho Jêsus?

2. Hãy coi chừng lòng tham

Kinh Thánh lập lại nhiều lần lời cảnh cáo này, đặc biệt đối với những người trong chức vụ hầu việc trọn thì giờ. Chúng ta được dạy "Hãy chăn bầy của Đức Chúa Trời giao phó cho anh em, làm việc đó chẳng phải bởi ép tình, bèn là bởi vui lòng, chẳng phải vì lợi dơ bẩn, bèn là hết lòng mà làm, chẳng phải quản trị phần trách nhiệm chia cho anh em, song để làm gương tốt cho cả bầy" (1 Phi-e-rơ 5:2-3). Việc tìm kiếm sự giàu có vượt trên những điều cần thiết để hoàn thành chức vụ Chúa kêu gọi là tham lam và bị định tội theo Kinh Thánh.

Hai điều ngày nay làm cho công chúng rất phẫn nộ đó là khi các mục sư bày tỏ một nếp sống xa xỉ và buông thả, và các chính trị gia tìm cách làm giàu trong lúc đang phục vụ nhân dân. Bạn có bao giờ tự hỏi mình vì sao như vậy không? Tôi nghĩ đó là vì ký ức chung của xã hội chúng ta về Kinh Thánh. Đa số dân chúng không biết rằng họ đã nhận những tư tưởng đó từ Thánh Kinh, song họ đã thật sự mang lấy.

Đức Chúa Trời bảo dân sự hãy chọn một người lãnh đạo (hoặc vua) là người không có quá nhiều ngựa, không kiếm thêm nhiều bạc và vàng cho chính mình, hầu cho " . . . lòng vua không kiêu căng, coi rẻ đồng bào mình . . ." (Phục truyền 16:15-20). Cũng vậy, người lãnh đạo thuộc linh phải được chọn là người "không tham tiền" (1 Ti-mô-thê 3:3).

Không bao giờ được lợi dụng chức vụ để thâu góp của cải cho mình. Có một lý do khiến cho người Lêvi là chi phái duy nhất không được ban cho tài sản thực tế. Cơ nghiệp của họ là chính mình Đức Giê-hô-va chứ không phải những thứ của cải vật chất (Dân-số-ký 18:20).

Chúng ta phải tránh việc để cho những giá trị đời này thành ra của riêng mình. Chúng ta cần phải phó giao khả năng chi tiêu của mình cho Chúa Jêsus và để Ngài cai trị lãnh vực đó. Nếu lòng bạn cam kết vâng lời Chúa, Ngài có thể phán bảo và cất đi những dục vọng tự nhiên đang chi phối bạn.

3. Đừng ganh tị với người khác và hãy sống thỏa lòng

Kinh Thánh không bảo chúng ta tránh sự giàu có hay sự nghèo thiếu. Song chúng ta được Kinh Thánh dạy hãy thỏa lòng. Kinh Thánh dạy chúng ta đừng so sánh tất cả những gì mình có với người khác, cũng đừng thèm muốn điều họ có.

Chúng ta làm thế nào để vượt thắng trong lãnh vực này? Liều thuốc giải độc chữa chứng ganh tỵ là hãy tin cậy tuyệt đối vào sự công bình của Đức Chúa Trời. Hãy lấy Kinh Thánh và thực hiện việc nghiên cứu Lời Chúa về sự công bình của Ngài. Hãy để lẽ thật này dầm thấm lòng bạn và ảnh hưởng đến mọi việc bạn nhìn thấy. Ngài là công bình, và Ngài sẽ ban phước cho bạn, nếu không phải về mặt tài chính trong đời này, thì chắc chắn bằng những cách khác, và cả cõi đời đời. Ngài không hề hứa rằng chúng ta sẽ có sự bằng nhau về của cải cũng như sự cung ứng trong đời này; mà Ngài chỉ hứa rằng chúng ta sẽ được chu cấp những gì chúng ta cần.

4. Hãy dâng hiến cho Ngài, khi Chúa dẫn dắt bạn

Đường lối của Chúa trong Kinh Thánh không phải là bỏ qua các luật lệ hoặc các thứ thuế và dùng sức mạnh để phân phối lại của cải cho mọi người bằng nhau. Cũng không phải giữ những lời thề nguyện chịu khó nghèo, vậy bạn còn ban cho ai được nữa. Ý muốn của Ngài là những ai đã được Ngài ban phước hãy chia sẻ nó cách rộng rãi, theo ý muốn tự do của chính họ. Đây là ý muốn của Ngài dành cho bạn, nếu Ngài đã ban phước dồi dào cho bạn:

Hãy răn bảo kẻ giàu ở thế gian này đừng kiêu ngạo và đừng để lòng trông cậy nơi của cải không chắc chắn, nhưng hãy để lòng trông cậy nơi Đức Chúa Trời, là Đấng mỗi ngày ban mọi vật dự dật cho chúng ta được hưởng . Hãy răn bảo họ làm điều lành , làm nhiều việc phước đức, kíp ban phát và phân chia của cải mình có, vậy thì dồn chứa về ngày sau một cái nền tốt và vững bền cho mình, để được cầm lấy sự sống thật.

— 1 TI-MÔ-THÊ 6:17-19

14
KHI MỌI CHUYỆN KHÔNG KẾT QUẢ

Điều gì xảy ra khi bạn lắng nghe tiếng phán của Chúa, được thúc giục để vâng lời Ngài, mà tiền thì đã hết? Bạn cứ thấy mình xem đi xem lại thùng thư. Bạn cố gắng tập trung vào công việc, nhưng lúc nào bạn cũng chỉ có thể nghĩ đến một điều "Tại sao Chúa không chu cấp nhu cầu của tôi! Tôi đã làm điều Ngài bảo tôi hãy làm! Tại sao điều đó vẫn chưa kết quả?"

Đức Chúa Trời tuyệt đối thành tín, tức là Ngài không thể là bất cứ điều gì khác. Khi Ngài phán ra Lời Ngài, chắc chắn Ngài sẽ làm thành. Trừ phi . . .

Bạn biết không, những lời hứa của Chúa luôn luôn dựa vào những điều kiện đủ của chúng ta. Không bao giờ tự động. Chúng ta hãy xem xét một số vấn đề và tự hỏi chính mình trong suốt thời gian không có kết quả:

1. Tôi có yêu vật chất hơn là yêu Chúa không? (Chủ nghĩa vật chất)

Bạn không phải là một kẻ giàu có bủn xỉn thì mới yêu tiền bạc hoặc của cải vật chất. Không phải khi nào giàu thì bạn mới trở thành con người theo chủ nghĩa vật chất. Đây không phải là vấn đề bạn sở hữu bao nhiêu, mà là những của cải bạn sở hữu đã chi phối bạn nhiều chừng nào.

Tinh thần yêu chuộng vật chất len lỏi một cách tinh vi, từng chút một, ngay cả trong chức vụ trọn thì giờ, ngay cả vào trong các hội truyền giáo. Bạn nhìn thấy những nhu cầu trong công tác, bạn bắt đầu nhắm vào nhu cầu của công việc, và cuối cùng nhu cầu trở nên lớn hơn trọng tâm bạn đặt vào Chúa. Bạn trở thành một người theo chủ nghĩa vật chất hoàn toàn trong danh nghĩa của chức vụ.

Trong Ma-thi-ơ 6:24 chép rằng: *"không ai được làm tôi hai chủ"*. Bạn không thể làm tôi Chúa lẫn tiền bạc. Có một số các dấu hiệu cho thấy từ thâm sâu lòng bạn đổi hướng, bắt đầu làm tôi tiền bạc thay vì hầu việc Đức Chúa Trời.

Hãy tự hỏi chính mình:

- Khi tôi cầu nguyện hoặc nhóm chúng tôi cầu nguyện, có bao nhiêu thời gian cầu nguyện được dành ra cho nhu cầu tài chính.

- Khi nhóm họp lại với những người khác để lập chương trình hoặc nhìn lại chức vụ, có bao nhiêu thời gian được dành ra để nói đến ngân sách và những cách để chúng ta nhận được nhiều tiền hơn? Bất cứ điều gì giữ vị trí cao nhất trong lòng bạn tự nó sẽ bày tỏ ra. Lời Chúa phán rằng trước hết hãy tìm kiếm Nước Đức Chúa Trời, rồi mọi điều khác sẽ được Ngài ban cho thêm. Điều đó nghe như thể Chúa Jêsus "đặt mọi điều khác" hầu như là chuyện tính sau. Đừng lo lắng về điều đó, Ngài phán hãy cứ làm công việc Chúa đang dẫn dắt con làm. Ngài sẽ lo cho các nhu cầu của con.

- Bạn thực hiện các quyết định của mình như thế nào? Bạn có cầu hỏi Chúa điều phải làm, rồi hỏi Ngài cách thực hiện nó không? Hay bạn xem xét lợi tức dự đoán được, rồi quyết định điều mình phải làm?

Khi bạn thực sự đặt Chúa Jêsus là Chúa, bạn sẽ có những quyết định hoàn toàn khác với người chung quanh mình. Rất nhiều người hiện đang sống cho những thần tượng của cải vật chất. Không ai cho rằng bạn không bình thường nếu bạn dời từ vùng này đến vùng bên kia đất nước để tìm một công việc có mức lương cao hơn, thậm chí nếu như có nghĩa là bạn phải mang cả gia đình theo và bỏ lại bạn bè, hàng xóm thân quen và mọi điều bạn yêu mến.

Nhưng nếu bạn cho người khác biết bạn đang thay đổi vì muốn vâng lời Chúa, có thể bị trả lương giảm đi hoặc thậm chí bước vào chức vụ là nơi bạn không có thu nhập bảo đảm, chắc chắn bạn sẽ bị mọi người xem là con người kỳ quặc. Một số người thậm chí buộc tội bạn bắt đầu tham gia vào tà giáo hoặc sắp trở thành một người mất quân bình về tâm trí.

Khi bạn đe dọa các thần tượng của người ta, tự họ sẽ cảm thấy bị đe dọa. Những bạn hữu lâu năm của tôi là Graham và Treena Kerr đã rất giàu có và nổi tiếng ngay lúc mới tiếp nhận Chúa. Hẳn bạn còn nhớ Graham trong chương trình truyền hình của ông ta "The Galloping Gourmet", khi họ tin Chúa, Chúa bảo họ hãy từ bỏ tất cả và họ đã thực hiện điều đó, hàng triệu đô-la. Họ là những viên quan trẻ tuổi giàu có đã vâng lời Chúa.

Điều đáng ngạc nhiên là sự chỉ trích họ nhận được từ những Cơ Đốc nhân vì cớ sự vâng lời của mình. Một số người đã kết tội họ là những người quản lý không tốt. Họ bảo hai ông đáng lẽ phải đầu tư số tiền ấy, để có thể tiếp tục dâng nhiều nữa cho nước Đức Chúa Trời.

Những phản ứng như vậy cho thấy các giá trị thật của người ta nằm ở đâu. Giống như các môn đồ khi thấy người đàn bà đập chai dầu đắt tiền để xức chân Chúa Jêsus, họ đã bảo "Số tiền đó đáng ra phải được dùng vào việc tốt hơn!".

Chúng ta không nghe nhiều bài giảng chống lại việc thờ hình tượng cho lắm, nhưng Kinh Thánh nói nhiều về tội này hơn bất cứ tội nào. Ba trong bốn điều đầu tiên của mười điều răn: Điều thứ nhất, thứ ba và thứ tư, có liên hệ tổng quát đến tội này, nhưng điều răn thứ nhì liên hệ đến tội này một cách đặc biệt. Dù vậy, chúng ta cần có sự hiểu biết mới về việc thờ hình tượng trong Hội thánh Chúa. Thờ hình tượng không chỉ là việc một người ngoại cúi đầu thờ lạy trước một ảnh tượng. Thờ hình tượng chỉ đơn giản là sống cho một điều gì đó cao hơn Chúa. Chỉ một mình Ngài xứng đáng với sự hứa nguyện cao cả nhất của chúng ta, với sự tận hiến và thờ phượng tối thượng của chúng ta.

Vậy, nếu thấy mình không có tiền, thưa với Chúa xem có phải Ngài đang tỏ cho bạn thấy tiền bạc đang trở thành quá quan trọng đối với bạn. Điều đó không làm cho bạn thấy mình bị định tội. Chúa không định tội bạn đâu, nhưng Ngài thật sự muốn tỷa sửa chúng ta và kêu gọi chúng ta đến chỗ ăn năn. Ngay cả trong sự tỷa sửa, Ngài vẫn dịu dàng và đầy lòng tha thứ. Ngài yêu bạn và muốn thấy bạn có một lối sống giúp bạn vui mừng và trọn vẹn. Nhưng Ngài biết đời sống ấy chỉ đến khi bạn đặt Ngài đứng hàng đầu trong mọi lãnh vực. Bởi vậy, vì yêu bạn Ngài có thể ngăn tiền bạc lại cho đến khi nào bạn biết đặt đúng các giá trị ưu tiên của mình.

2. Có phải tôi đã đi sai ý muốn của Chúa

Đây là một vấn đề rất rõ ràng, nhưng thường bị bỏ qua.

Điều gì xảy ra nếu người chủ một trạm phục vụ đi vắng trong một kỳ nghỉ dài hạn, và đặt bạn coi sóc công việc. Ông dặn dò bạn những gì phải làm: bơm xăng cho các khách hàng, thay dầu cho họ và làm các công việc sửa chữa đơn giản cho xe ô tô của họ. Song, sau khi ông đã đi, bạn nẩy ra một ý tưởng mới, Tại sao không mở một khu vực phục vụ ăn uống trong trạm nhỉ?

Không bao lâu sau đó, khi đang bận rộn bán xúc xích nóng kẹp trong bánh mì, bánh rán và múc những muỗng kem hình chóp . . . cho khách. Điều rắc rối bây giờ là không có đủ người phục vụ, và những người cần các dịch vụ cho ô tô cứ phải đợi, đợi mãi và cuối cùng đã bỏ đi trong sự phẫn nộ. Mặc dù bạn bán rất nhiều bánh mì kẹp xúc xích nóng, tổng thu nhập vẫn giảm và bạn không thể chi trả nổi cho công ty cung cấp xăng dầu và cuối cùng bạn phải đóng cửa các máy bơm xăng.

Khi người chủ trở về, mức thâm hụt của bạn tăng lên, đẩy bạn vào những rắc rối nghiêm trọng về tài chính. Bạn xin ông chủ cho thêm vốn để gỡ mình ra khỏi những rắc rối này, nhưng ông ta từ chối. Vì sao vậy? Bởi vì ông là chủ trạm phục vụ đó và không hề cho phép bạn được quyền bán bánh mì xúc xích, chỉ được bán xăng dầu mà thôi. Ông chủ sẽ không khôn ngoan nếu trả thay cho hành vi liều lĩnh, tự phụ của bạn phải không?

Đức Chúa Trời cũng sẽ không khôn ngoan nếu Ngài đơn sơ bảo hiểm cho tất cả những ước muốn và ý định viển vông mà người ta thực hiện dưới danh nghĩa của Ngài. Có một sự khác biệt lớn giữa đức tin và tính liều lĩnh tự phụ. Đức tin đặt trên nền tảng của việc lắng nghe tiếng Chúa và làm điều Ngài phán bảo. Còn sự liều lĩnh tự phụ có thể thấy như thuộc linh ngoài mặt, có lẽ bạn "đang làm một điều gì đó cho Chúa", song thật ra, bạn làm vì chính mình và không cầu hỏi ý Chúa.

3. Tôi có đang mắc nợ không?

"Đừng mắc nợ ai chi hết, chỉ mắc nợ về tình yêu thương nhau mà thôi . . ."

— RÔ-MA 13:8

Nợ nần có thể là lý do khiến bạn gặp khó khăn về tài chính. Đức Chúa Trời vì lòng yêu thương, Ngài đã cầm giữ các nguồn tài chính của bạn lại cho đến khi nào bạn dàn xếp đúng đắn các vấn đề và học tập cách sống có trách nhiệm trong sự cung ứng Ngài dành cho bạn.

Như vậy, có nghĩa là tất cả việc vay mượn đều sai? Nếu chúng ta không được mắc nợ ai chi hết, thì chúng ta có được mua nhà cửa, xe cộ bằng hợp đồng thế chấp (trả góp), bằng cách thanh toán dần không?

Có hai chủ nghĩa cực đoan khi tiếp cận với Kinh Thánh: một là tinh thần luật pháp và phần kia là chủ nghĩa tự do. Kinh Thánh đặt ra những chân lý tuyệt đối, như: Mười Điều Răn và lời công bố của Chúa Jêsus rằng ngoài Ngài không ai được đến cùng Đức Chúa Trời. Chủ nghĩa tự do lấy những chân lý tuyệt đối của Kinh Thánh và làm cho nó thành ra những lẽ thật tương đối, bảo rằng, phải, Chúa Jêsus là một con đường dẫn đến Đức Chúa Trời, nhưng Phật cũng là một con đường khác nữa.

Có những nguyên tắc khác trong Kinh Thánh là những lẽ thật tương đối, tức là những nguyên tắc có liên quan đến môi trường và văn hóa như lời khuyên răn trong 1 Cô-rinh-tô 11:14 nói về việc những người đàn ông không được để tóc dài. Một số người đọc câu Kinh Thánh đó bèn giữ theo tinh thần luật pháp, làm cho một nguyên tắc tương đối của Kinh Thánh thành ra một luật lệ tuyệt đối. Nhưng nếu Đức Chúa Trời cấm đàn ông để tóc dài, thì Ngài cũng không đồng ý với Sam-sôn, Giăng Báp tít và tất cả những người Na-xa-rét khác có lời thề nguyện sao?

Tương tự như vậy, nếu lời nghiêm khuyến *"đừng mắc nợ ai"* trong Rô-ma 13:8 là một nguyên tắc tuyệt đối của Kinh Thánh, thì tại sao Kinh Thánh chép rằng hãy cho kẻ nghèo vay trong Phục truyền 15:8. Nếu kẻ nghèo đó bằng lòng mượn số tiền bạn cho vay, có phải người nghèo ấy đã không vâng lời Chúa?

Điều Chúa dạy chúng ta trong Rô-ma 13:8 vẫn phải được áp dụng cho thời nay, hiện vẫn phù hợp với các bổn phận của chúng ta. Phải khôn ngoan trong lĩnh vực tài chính, chỉ mượn những gì bạn có hy vọng một cách hợp lý rằng mình có thể trả nổi mà thôi, và chỉ vay mượn để mua các món có tính cách vô tư không có lãi, là món bạn có thể bán lại để trả nợ nếu như bạn không thể thỏa đáp bổn phận của mình. Đó là sự sáng suốt về lãnh vực tài chính.

Nói khác đi, mượn tiền để mua một chiếc xe, nhưng đừng ngã

vào chiếc bẫy vay mượn để mua đồ ăn hoặc những thứ ám ảnh chúng ta, chơi trò may rủi với tương lai của mình. Tôi không bảo rằng bạn đừng bao giờ sử dụng thẻ tín dụng. Nếu bạn có thể giữ được mức sống hiện tại mà không tích lũy số nợ vượt quá khả năng chi trả của bạn, thì vẫn không bất tuân lời khuyến cáo chớ mắc nợ ai.

Cũng có những sự áp dụng khác nữa dành cho nguyên tắc đừng mắc nợ ai này, những lý do khác về vấn đề tại sao bạn không nhận được sự cung ứng tài chính từ nơi Chúa. Bạn có thể mắc nợ một người nào đó vì đã lừa dối người ấy, lấy trộm của người ấy hoặc làm tổn thương người ấy bằng cách nào đó. Có thể bạn đang mắc nợ chính phủ vì đã trốn thuế thu nhập. Và không phải vì những điều đó đã xảy ra trước khi bạn tin Chúa nên bạn được miễn trừ việc bắt buộc phải bồi hoàn đâu.

Ví dụ, điều gì sẽ xảy ra nếu như tôi đánh cắp chiếc xe của bạn, đem sơn lại, rồi bắt đầu lái đi đây đó? Một thời gian ngắn sau đó, tôi tin Chúa, trở thành một Cơ Đốc nhân, nhưng tôi vẫn đang lái chiếc xe của bạn chỉ có màu là khác thôi. Ngày kia bạn nhìn nó kỹ hơn và nhận ra một vết móp nhỏ bên phải tấm chắn nơi bánh xe sau và một vết cắt nơi kính chắn gió. Bạn chất vấn tôi "Này, anh đang lái chiếc xe của tôi!". Điều gì sẽ xảy ra nếu tôi trả lời "Ô, người anh em, tôi đã lấy cắp chiếc xe của bạn trước khi tôi tin Chúa Jêsus. Nhưng điều đó đã được huyết Chúa bôi xóa hết rồi!"

Hẳn bạn sẽ không để tôi yên với lời biện hộ như thế và Chúa cũng vậy. Có thể Ngài còn đang giữ lại sự trợ cấp về mặt tài chính dành cho bạn là vì muốn chờ đợi bạn vâng theo sự thôi thúc trong lương tâm mà sửa ngay lại những sai phạm đã qua.

4. Bạn có luôn dâng phần mười không?

Sách Malachi đoạn 3 tuyên bố rằng chúng ta đang ăn trộm Đức Chúa Trời nếu chúng ta không dâng một phần mười thu nhập của mình đều đặn. Nếu chúng ta vâng lời Ngài và bắt đầu dâng phần mười, Chúa hứa trong Ma-la-chi 3:11 rằng: *"Ta sẽ vì các ngươi ngăn cấm kẻ cắn nuốt, nó sẽ không phá hại bông trái của đất ngươi và những cây nho các ngươi trồng trong đồng ruộng cũng sẽ không rụng trái . . ."* Nếu nguồn tài chính của bạn đang bị phá hủy, có thể là vì bạn không chuyên tâm vâng lời Chúa trong lĩnh vực này.

5. Tôi có rộng rãi không?

Tính rộng rãi thường bắt đầu sau khi bạn đã dâng các khoản phần mười. Nếu bạn gặp phải một sự thiếu thốn tài chính nghiêm trọng, lâu năm thì có thể là bạn đang nhận giống như cách bạn thường cho ra, nghĩa là yếu ớt và chậm chạp, thay vì hào phóng và sốt sắng, khi được Thánh Linh dẫn dắt. Trong 2 Cô-rinh-tô 9:6 cho chúng ta biết rằng *"Hễ ai gieo ít thì gặt ít . . ."*

Khi bạn thấy mình thiếu thốn tài chính, hãy cầu hỏi Chúa tỏ cho bạn biết phải dâng như thế nào. Có thể Ngài sẽ ban cho bạn tiền bạc, yêu cầu bạn hãy dâng đi, có thể là nhiều lần, trước khi Ngài ban cho bạn nhiều hơn để đáp ứng nhu cầu của chính bạn. Hoặc có thể bạn sẽ được Ngài dẫn dắt để cho đi những thứ mình yêu thích, để phá vỡ tính tham lam nào đó qua trận chiến thuộc linh. Trong bất cứ tình huống nào, chỉ có hoạt động ngược lại Sa-tan mới chống trả được nó mà thôi. Nếu bạn cầu nguyện chống lại ma quỷ và sự thao túng tài chính của nó đối với công việc Chúa thì ắt hẳn cần thiết phá hủy tinh thần tham lam đó bằng hành động rộng rãi về phía bạn.

Jose và Rosana Lisle là hai thành viên YWAM người Achentina ra đi để bắt đầu một chức vụ ở tại Resistencia, một khu vực rất nghèo thuộc đất nước họ. Khi hai người đến nơi, họ bị sốc trước điều kiện sống tại đó. Những đứa trẻ nghèo đói đến trước cửa nhà họ, van xin đồ ăn và họ đã san sẻ bất cứ thứ gì họ có. Nhưng họ cũng đang gặp khó khăn để nuôi ba đứa con của mình, gia đình họ gồm năm người chỉ nhận được số tiền tương đương với 20 đô-la cấp dưỡng hàng tháng.

Người Áchentina rất thích ăn thức ăn nướng vào Chúa nhật. Vào một ngày Chúa nhật tháng tư, khi gia đình Listes đang từ nhà thờ trở về nhà, họ nghe thấy có mùi thịt nấu nướng trong sân của ai đó.

"Bố!", một trong mấy đứa con của họ kêu lên "Con thích ăn thịt nướng! Con muốn ăn thịt!". Mẹ em, bà Rosana bật khóc, còn Jose thì cảm thấy hoàn toàn bất lực. Họ đã cạn hết tiền và hầu như không còn gì trong nhà để ăn.

Sau khi đã bước vào nhà, chợt có tiếng gõ cửa. Một cậu bé chín tuổi thường đến xin thức ăn. Bây giờ nó lại đứng đó với hai đứa em trai, cầu xin sự cứu giúp của họ.

Họ làm gì bây giờ?

Thế rồi Rosana nghĩ đến câu chuyện Chúa nuôi 5.000 người bằng phần ăn trưa của một cậu bé. Bà và ông Jose lục tìm trong tủ thức ăn. Tất cả những gì họ tìm được là bốn gói đậu lăng, mỗi gói nửa ký lô. Họ cho tất cả vào nồi, sau đó mời một người hàng xóm chuẩn bị một danh sách các cháu nghèo nhất. Có được 36 cháu. Ông Jose và bà Rosana mời tất cả các cháu đến ăn, và bằng cách nào đó Đức Chúa Trời đã làm cho nhiều lên, từng vá này sang vá khác.

Từ đó trở đi, họ bắt đầu nuôi những đứa bé này hàng ngày. Mỗi ngày có một phép lạ, và trong suốt nhiều tháng cho đến bây giờ, không bao giờ họ bỏ sót, dù chỉ một ngày. Số các em thêm lên, hàng ngày họ nuôi 100 đứa trẻ cộng với một số các bà mẹ và số cấp dưỡng cố định của họ đã tăng thêm phần nào. Bấy giờ họ nhận 60 đô-la một tháng. Số ấy còn kém xa quá so với nhu cầu của công việc hiện tại.

Khi người ta hỏi ông Jose đã thực hiện điều này bằng cách nào, ông chỉ nhún vai và mỉm cười "Tôi cũng không biết bằng cách nào . . . chúng tôi chỉ thực hiện!". Họ xin các nông gia sản phẩm, đến gặp các nhà buôn để xin lương thực thừa. Một lần nọ có người thợ săn đã đem đến cho họ một số chim bồ câu . . . ông Jose bắt chước các đứa trẻ liếm các ngón tay sau bữa tiệc. Mỗi ngày một khác, nhưng Đức Chúa Trời không hề thất tín trong việc chu cấp cho họ.

Đừng bao giờ nghĩ rằng bởi vì bạn đang trong chức vụ, bạn được miễn khỏi việc dâng hiến. Mọi Cơ Đốc nhân đều phải dâng. Dâng hiến có thể là điều mấu chốt đối với việc thông thoát trong lãnh vực tài chính của bạn.

Cũng vậy, khi bạn đang tin cậy Chúa cung ứng hàng ngày, hãy tránh cái bẫy của cách suy nghĩ nghèo thiếu. Hãy rộng rãi, hãy đi ăn nhà hàng bất cứ khi nào có thể được. Điều đó không tạo ra sự khác biệt nếu người nhận ra sự rộng rãi của bạn có một thu nhập với sáu con số (tức là 100.000 hoặc hơn). Bạn là người đại diện cho Đức Vua của thiên đàng.

6. Tôi có biết ơn Chúa về sự chu cấp của Ngài không

Đức Chúa Trời xem việc hình thành bổn tánh của Ngài trong chúng ta là quan trọng nhất. Chúng ta chăm vào các nhu cầu của mình mặc dù Ngài luôn luôn có khả năng để cung ứng dồi dào. Ngài có thể làm cho chúng ta như Ngài đã làm cho Ê-li, nghĩa là sai chim quạ mang bánh nướng cho chúng ta giữa đồng vắng, với các thiên sứ đứng bên cạnh phục vụ và hỏi "Có cần thêm sốt không, thưa ngài?" Tuy nhiên, Đức Chúa Trời quan tâm đến việc thay đổi để chúng ta mang lấy bổn tánh Ngài hơn việc cung cấp thức ăn. Lòng biết ơn đối với những gì Ngài ban cho là một phần lớn trong việc học biết các đường lối và bổn tánh Ngài.

Trong thời Cựu ước, người Lêvi đã ăn các của lễ dân chúng mang đến đền thờ, song các của lễ vẫn được xem là thánh. Trong Lê-vi-ký 22:2, các thầy tế lễ được truyền "Đối với các lễ vật thánh, người Y-sơ-ra-ên đem dâng cho ta, các ngươi phải rất thận trọng. (sự nhấn mạnh được thêm vào)

Khi dân sự ngày nay dâng hiến cho công việc Chúa, chúng ta cũng phải xem các của dâng đó là thánh và biệt riêng ra. Khi rõ ràng có người đã không dâng điều tốt nhất của họ cho công việc Chúa, thì thật khó xem đó là thánh.

Câu chuyện kia kể về một nhà Truyền đạo nhận được một thùng táo từ một trong những tín hữu của ông. Về sau, khi có người hỏi gia đình ông đã thưởng thức những trái táo đó như thế nào, ông truyền đạo trả lời: "Chúng thật vừa đúng! Nếu chúng tốt hơn một chút, anh đã không cho chúng tôi, và nếu nó tệ hơn một chút, chúng tôi lại không thể ăn được!"

Dù vậy, nói nghiêm túc có những lúc lòng biết ơn của chúng ta được chính Chúa thử thách. Trong bước đầu mở mang Trường Đại Học cho các dân tộc tại Kona, Hawaii, có những lúc thật eo hẹp về tài chính. Một trong những lần đó, chúng tôi đã ăn cá Máclin hàng ngày trong suốt ba tháng. Chúa dùng món quà của một số ngư dân để tiếp trợ cho chúng tôi. Bạn không thể tưởng tượng cách phục vụ món cá Máclin mà các đầu bếp của chúng tôi đã nghĩ ra! Cá Máclin nướng, cá Máclin chiên, các Máclin xay với gạo, món bún cá Máclin thậm chí chả cá Máclin và món cá Máclin của người Mexico nấu với ớt, rất được ưa thích. Chúng tôi đã có thể hoàn toàn thông cảm với người dân Y-sơ-ra-ên, là những người đã chán chê mana.

Sau đó chúng tôi không còn ăn như vậy nữa. Nhưng chắc hẳn phải có điều gì trục trặc nếu như mười lăm năm sau chúng tôi vẫn còn ăn cá Máclin . . . trừ phi Đức Chúa Trời kêu gọi chúng tôi phải sống như vậy vì một lý do đặc biệt nào đó. Những ngày ăn cá Máclin là những ngày đi tiên phong, và các ơn phước thuộc linh của những ngày đó là những bữa tiệc thật sự. Niềm vui mừng của chúng tôi đã trở thành điều Chúa Jêsus đang thực hiện giữa vòng chúng tôi, vấn đề là Ngài đang phán và đang dẫn dắt như thế nào, chứ không phải những gì thấy trên các đĩa thức ăn khi ngồi vào bàn.

7. Tôi có trung tín trong những điều nhỏ không?

Câu chuyện về các ta lâng của Chúa Jêsus trong Mathiơ 25 là một trong những đoạn Kinh Thánh quan trọng nhất có liên quan đến vấn đề tài chính. Hai người đầy tớ đầu tư vốn của mình cách khôn ngoan đã được cho thêm. Còn người đầy tớ không chịu đầu tư, đã bị cất mất ngay cả số vốn nhỏ bé của ông. Người chủ phán cùng hai người đầy tớ biết làm lợi rằng "Được lắm . . . ngươi đã trung tín trong việc nhỏ, ta sẽ đặt ngươi coi sóc nhiều" (câu 23)

Nguyên tắc trung tín trong những việc nhỏ trước khi chúng ta được giao trách nhiệm coi sóc nhiều hơn đó, được lập đi lập lại trong nhiều lãnh vực của đời sống chúng ta. Đức Chúa Trời bởi sự thành tín của Ngài sẽ không đưa chúng ta đến sự thử nghiệm tiền bạc dư dật cho đến khi nào chúng ta trung tín với những đồng tiền nhỏ. Chúa đã hỏi trong Kinh Thánh *Vì ai là kẻ khinh dể ngày của những điều nhỏ mọn?* (Xa-cha-ri 4:10). Chúng ta không coi thường những bắt đầu nhỏ nhoi. Chúng ta phải trung tín trong những việc đó. Bất cứ những dự án hoặc mục tiêu lớn lao nào Ngài đặt vào lòng chúng ta để thực hiện, Ngài sẽ không đưa ra cho đến khi nào chúng ta vượt qua được những thử nghiệm trong ngày của những việc nhỏ.

Tôi đã học được nguyên tắc trung tín ngay thật trong những việc nhỏ, khi chúng tôi đang tin cậy Chúa cung ứng tài chính để mua khu đất đầu tiên tại Thụy sĩ.

Chúng tôi đã hoạch định một buổi nhóm cầu nguyện đặc biệt và một kỳ dâng hiến giữa chúng tôi với nhau để có tiền đặt cọc cho khách sạn. Buổi chiều trước kỳ dâng hiến, tôi đang ở khu phố Lausanne, xem qua các Gian Hàng Mới. Mắt tôi bắt gặp các bộ đồ thể thao đẹp, có ghi giá tiền hạ đến mức chỉ tương đương với giá 20 đô-la một bộ! Mỗi buổi sáng tôi đều tập chạy trong những chiếc quần đã sờn cũ, trong khi những người Thụy sĩ chạy ngang tôi thật đẹp đẽ trong bộ đồ của họ, tôi đã ao ước có một bộ đồ chạy phù hợp hơn.

Một ý tưởng dấy lên trong tâm trí tôi khi đang đứng tại cửa hàng: Tốt hơn hãy mua một bộ hôm nay khi mình đang có 20$. Ngày mai, trong buổi cầu nguyện biết đâu Chúa sẽ bảo mình dâng tất cả số tiền mình có.

Đấy mình đã mua rồi, tôi nghĩ trong lúc bước ra khỏi cửa hàng, với chiếc túi kẹp dưới nách. Thậm chí buổi chiều hôm ấy tôi còn tập chạy để xác định quyền sở hữu của mình trong bộ đồ thể thao.

Hôm sau khi đang ngồi phía trước hội trường. Tôi hướng dẫn buổi cầu nguyện, như thường lệ, sau đó bảo mọi người hãy chờ đợi Chúa và làm bất cứ điều gì Ngài phán bảo họ làm. Trong không khí yên lặng của căn phòng. Chúa đã phán vào tâm trí tôi:

"Ta không thể cho con 60.000 $ để mua khách sạn đó, Loren à"

"Nhưng lạy Chúa, vì sao vậy?"

"Bởi vì ta không thể tin cậy ngươi, thậm chí với 20$"

Lòng tôi tan vỡ ngay lúc ấy khi nhìn thấy sự cứng cỏi của mình. Đó đúng là 20$ của tôi, nhưng tôi đã vội vàng tiêu đi e rằng Chúa hẳn sẽ bảo tôi dâng trong buổi dâng hiến. Tôi liền đứng dậy và xưng ra trước các nhân sự và học viên điều tôi đã làm, sau đó cầu nguyện xin Chúa tha thứ.

Nếu như lúc đó, tôi cầu xin Chúa mua bộ đồ thể thao, thì liệu Chúa có cho tôi không? Có thể có. Nhưng tôi đã không trung tín đủ để cầu hỏi Ngài. Dù vậy, bởi lòng thương xót, Ngài đã tha thứ cho tôi. Y như tôi đã đoán trước, Ngài yêu cầu Darlene và tôi dâng mọi điều chúng tôi có trong kỳ dâng hiến đó, kể cả số tài khoản ngân hàng, và đất đai cho thuê chúng tôi có tại California, đó là tiền dự trữ của chúng tôi. Tôi đã đề cập ở phần trước về các bước vâng lời khác mà chúng tôi đã bước và thế nào số còn lại trong tổng số 60.000$ đã đến qua đường bưu điện vào hạn chót của chúng tôi.

8. Có phải tôi chưa vâng theo bất cứ điều gì Ngài phán bảo tôi?

Trước kia, khi một chiếc tàu lửa bị trật đường ray, các kỹ sư phải kéo chiếc tàu lui trở lại điểm nó trật đường ray trước khi có thể chạy lại được. Họ không thể nào tự nhấc nó bằng một chiếc cần cẩu và đặt nó trở lại chỗ nó nằm. Đôi khi việc thiếu hụt tài chính có thể là một dấu hiệu của Chúa cho biết chúng ta đang trật đường ray ở chỗ nào đó. Thật sửng sốt biết bao khi chúng ta lưu tâm đến những điều bỏ túi mà lại bỏ lơ những tiếng kèn lanh lảnh của lương tâm. Đức Chúa Trời biết rõ điều đó, và vì tình yêu và lòng thương xót đối với chúng ta, nhiều khi Ngài đã chận nguồn tiếp trợ lại cho đến khi nào chúng ta biết tìm kiếm Ngài và ăn năn.

Trong Kinh Thánh, sự không vâng lời có liên kết với sự vô tín. Trong Hê-bơ-rơ 3:18 chép rằng con cái Y-sơ-ra-ên đã không được phép vào Đất Hứa vì cớ sự không vâng lời của họ. Trong câu tiếp theo 3:19 chép rằng: *"Vả, chúng ta thấy những người ấy không thể vào đó được vì họ không tin"*. Sự không vâng lời tự nhiên dẫn đến lòng vô tín. Một người vô thần là một người vô thần bởi vì người ấy không vâng theo lẽ thật đã được mặc khải trong quá khứ. Nếu người ấy không chịu ăn năn và bắt đầu vâng lời Chúa, người ấy không thể có đức tin được.

Có lẽ việc nhận biết lòng vô tín còn khó khăn hơn nữa đối với Cơ Đốc Nhân chúng ta. Có lẽ chúng ta tự nhủ:"Ôi, nhưng tôi tin Chúa mà. Tôi tin Lời Ngài". Nhưng khó để bạn có đức tin nơi Chúa trong những việc cụ thể, điều đang xảy ra ngay ngày hôm nay? Đối với bạn ư? Có thể lòng vô tín xuất phát từ chỗ không vâng lời là nan đề của bạn.

9. Tôi có cầu xin Chúa chu cấp nhu cầu của mình chưa?

Điều đó có lẽ quá hiển nhiên, phải không? Nhưng bạn có xin Chúa đáp ứng các nhu cầu của bạn chưa? Trong Gia-cơ 4:2 chép rằng *"Anh em chưa nhận lãnh được, vì chưa cầu xin Đức Chúa Trời"*. Nhiều lúc chúng ta coi như Chúa biết rõ tất cả các nhu cầu của mình, và cứ đợi Ngài chu cấp. Có thể ngài đang chờ đợi một điều gì đó thật đơn giản như lời cầu xin của chúng ta. Bạn cũng không bị bắt buộc phải dành ra mười ngày cầu nguyện kiêng ăn để xin Ngài. Chỉ hãy xin Ngài.

10. Tôi đang quan tâm nhiều hơn đến sự dạy dỗ của Chúa hay nhu cầu của mình được đáp ứng.

Đó là điều quan trọng. Sau hơn ba mươi năm sống bằng những phương tiện cấp dưỡng mà mắt không thấy được, tôi có thể cho bạn biết rằng câu hỏi ấy không dễ trả lời. Tôi còn nhớ cảm giác của mình vào một thời điểm đặc biệt. Chúng tôi đang ở trong một tập thể YWAM, cầu nguyện xin Chúa mấy ngàn đô-la để tiếp tục thuê các phương tiện trường học. Chúng tôi đang thiếu hụt nghiêm trọng. Một số các học viên đóng học phí trễ, chúng tôi đã đi đến tình trạng phải mua các bữa ăn cho trường từng ngày một. Và cũng không còn các nguồn dự trữ có thể nhờ cậy vào.

Đang khi chúng tôi cầu nguyện, Joy Dawson là người cùng dạy học với chúng tôi, đứng lên và tuyên bố "Lạy Chúa, con xin Ngài đừng tiếp trợ tiền bạc chúng con cần đến cho đến khi nào mọi người trong chúng con đều học biết được điều Ngài đang muốn dạy dỗ chúng con!". Tôi phải thừa nhận rằng vào giờ phút đó, tôi đành phải chấp nhận để cho một số các học viên chờ đợi để sau này học biết nhiều hơn về Chúa trong đời sống họ!

Lúc đó khoảng 9 giờ sáng khi chúng tôi bắt đầu cầu nguyện. Chúng tôi cứ ở trước mặt Chúa, cầu hỏi Ngài điều phải làm. Đức Thánh Linh bắt đầu cảm động, cáo trách một số lãnh vực chưa vâng lời, tỏ cho những người khác những bước vâng lời triệt để hơn phải làm. Buổi cầu nguyện tiếp tục cho đến 1g30 chiều.

Sau đó, Đức Chúa Trời hướng dẫn chúng tôi thực hiện một buổi dâng hiến ngay giữa chúng tôi, mặc dù lúc ấy chỉ có 60 học viên và một nhóm nhân sự. Giữa tập thể ấy, đã có 3.000 đồng Franc Thụy sĩ được dâng lên (tương đương với 700 đô-la). Con số đó cộng với số

Đức Chúa Trời mang đến từ bên ngoài hội truyền giáo đã đáp ứng đủ nhu cầu.

Điều đó xảy ra cách đây hai mươi mốt năm mà cho đến giờ này tôi vẫn phải neo chặt mình vào Chúa khi có những khủng hoảng về mặt tài chính và nói với Ngài rằng "Con quan tâm đến việc học biết điều Ngài đang muốn dạy dỗ con hơn là để được đáp ứng các nhu cầu!". Điều Chúa dạy dỗ chúng ta được ghi khắc vào trong tâm tánh chúng ta và sự hiểu biết của chúng ta về Ngài và đường lối của Ngài. Đó là những của cải trên trời trong Ma-thi-ơ 6:20 mà chúng ta phải chất chứa. Những của cải ấy không bao giờ bị cất lấy khỏi chúng ta. Hàng triệu triệu năm từ bây giờ cho đến đời đời, chúng ta sẽ vẫn phải sử dụng những nguyên tắc mà Chúa đang cố gắng dạy dỗ chúng ta ngày nay.

11. Có tội lỗi nào trong trại không?

Đây là câu mà bạn phải hỏi nếu bạn đang dẫn dắt một tập thể hoặc một tổ chức đang đối diện với nhu cầu chưa được giải quyết. Cụm từ "tội lỗi trong trại" đến từ câu chuyện được chép trong Giôsuê 7 về sự bại trận trước thành Ahi vì cớ tội lỗi của một người: Acan. Ahi được xem là một trận chiến dễ dàng, nhưng họ đã mất hết 36 người. Sau đó, Giôsuê sấp mặt xuống đất hỏi Chúa Vì sao Ngài lìa bỏ họ! Tấm lòng của vị đại tướng đã biến ra sờn não khi ông tưởng tượng và thưa lớn với Chúa mỗi một tai họa có thể thấy trước được "Ôi, chớ chi chúng tôi đã chọn phần ở lại bên kia sông Giôđanh". Ông than khóc "Mọi người sẽ hay điều đó, sẽ vây chúng tôi và diệt chúng tôi!"

Đức Giê-hô-va bảo Giôsuê hãy đứng lên khỏi chỗ bụi bẩn và rằng đã có tội lỗi ở trong trại. Ngài sẽ tỏ rõ cho Giôsuê biết, không còn nghi ngờ gì cả, bằng một tiến trình vòng loại siêu nhiên, giới hạn đã thu hẹp dần vào đúng chi phái đó, rồi đúng gia đình đó, đúng chiếc trại và cuối cùng đúng ngay nhân vật đó: Acan.

Nếu bạn là một người lãnh đạo, bạn không phải thuê một thám tử hay mở một chiến dịch tình nghi, khi Chúa tỏ cho bạn rằng tội lỗi ở giữa các bạn đang làm cho Ngài phải giữ lại các ân phước, Ngài sẽ làm rõ điều đó bằng cách của Ngài.

Thường thì Ngài khiến chúng ta lưu ý bằng một tình huống "ơn phước pha trộn", tương tự với điều A-mốt mô tả trong đoạn 4 câu 7, nơi mưa rơi xuống trên thành này mà không rơi xuống trên thành kia.

Ở tại một trong các trung tâm YWAM rộng lớn của chúng tôi, nơi mỗi khu chung cư đều có ngân khoản riêng của mình, có một chung cư nọ cứ thiếu hụt từ tháng này qua tháng kia. Các nhà lãnh đạo đã cố gắng dự trữ các nhu cầu tốt hơn, và hoạch định cho các nhu cầu đó. Tuy nhiên, khu chung cư này không những liên tục bị mắc nợ tiền bạc mà còn phải chịu đựng những chuyện "không may" nữa. Có những sự đình trệ về máy móc và đủ thứ các nan đề.

Cuối cùng, những người lãnh đạo ngồi lại cầu nguyện và tìm kiếm Đức Chúa Trời. Sau đó vấn đề đã được rõ: một nhân sự đã thú nhận anh đã có dính líu vào một mối quan hệ vô luân với một phụ nữ trẻ. Khi tội lỗi của anh đã được giải quyết, khu chung cư đó chẳng bao lâu đã hoạt động thông suốt và lại có dư dật tài chính.

Thật quan trọng để biết rằng vấn đề này chỉ thích đáng nếu bạn đang giữ chức vụ lãnh đạo và tập thể đang chịu đựng những trở lực về tài chính mà không thể giải thích khác được. Nhưng sẽ nguy hiểm vô cùng nếu mỗi khi tập thể gặp khó khăn về tài chính, người ta lại nghi ngờ lẫn nhau.

Cũng vậy, hãy nhớ rằng sự cung ứng của Chúa dành cho bạn không phụ thuộc vào sự vâng lời của người khác mà là của bạn. Thậm chí nếu những người khác không vâng lời, song nếu bạn cứ trung tín và cứ vâng lời Ngài, Ngài sẽ tìm được cách đáp ứng cho nhu cầu của bạn.

12. Có phải tôi đang gặt lấy hậu quả của tội lỗi và quyết định sai lầm trong quá khứ?

Một lý do của những khó khăn tài chính có thể bạn đang phải gặt hái những tội lỗi trong quá khứ. Mặc dù Chúa tha thứ cho chúng ta khi chúng ta xưng nhận tội lỗi, nhiều lúc vẫn có những hậu quả tất nhiên mà chúng ta phải tiếp tục gặt lấy, đôi khi đến hàng năm. Trong 54 câu của Phục truyền đoạn 28, Kinh Thánh liệt kê những sự "rủa sả" hoặc những cách mà bạn phải gặt lấy do tội lỗi. Nhiều sự rủa sả được nhắc đến trong chương này là vấn đề tài chính: "Cái giỏ của ngươi . . . mùa màng của đồng ruộng ngươi, lứa đẻ của bầy súc vật ngươi . . . đều sẽ bị rủa sả . . ."

Những sự rủa sả ấy được xây dựng nên. Đức Chúa Trời không góp phần đem những sự rủa sả đến trên bạn, nhưng chúng tự động xuất hiện, như hậu quả tất yếu của những hành vi cụ thể.

Tại sao Đức Chúa Trời lại dùng những sự rủa sả như vậy? Không phải Ngài là Đức Chúa Trời của tình yêu thương sao? Phải, Ngài là Đức Chúa Trời yêu thương. Chính vì lòng yêu thương sâu nhiệm dành cho chúng ta mà Ngài đã gắn liền hậu quả với tội lỗi. Ngài biết rõ không gì làm chúng ta và người khác đau đớn nhiều bằng tội lỗi của chúng ta. Khi chúng ta phải sống với những hậu quả của tội lỗi mình, gặt hái những bông trái của chúng, thậm chí sau khi chúng ta đã tiếp nhận sự tha thứ của Đức Chúa Trời, điều đó sẽ ghi khắc một nỗi oán ghét tội lỗi trong chúng ta.

Như có người đã từng nói, luật lệ mà không có hậu quả thì chỉ là lời khuyên. Khi chúng ta chịu đựng những hậu quả, chúng ta sẽ không có khả năng phạm tội theo cách ấy nữa.

Một khả năng khác nữa ấy là bạn đang đối diện với những hậu quả của các quyết định dại dột chứ không phải những quyết định tội lỗi. Bạn làm gì đây? Trong cả hai trường hợp, hãy xin mọi người cầu nguyện với bạn. Những sự rủa sả hoặc những hậu quả như vậy có thể được cất đi, được giảm nhẹ hoặc được rút ngắn bởi sự cầu thay của những người khác.

13. Tôi có đang làm việc chăm chỉ không?

Một vị mục sư trẻ tuổi đến gặp một vị mục sư lớn tuổi hơn, để xin lời khuyên về những nhu cầu tài chính của chính mình và Hội thánh nhỏ bé của mình. Vị mục sư lớn tuổi bảo anh hãy thuật cho ông nghe về sinh hoạt trong một tuần lễ điển hình "Vâng, tôi có một hội chúng nhỏ, chỉ có năm hoặc sáu người lớn. Trước hết tôi chuẩn bị sứ điệp cho ngày Chúa nhật. Công việc ấy mất hết vài tiếng đồng hồ. Sau đó tôi thăm viếng chút đỉnh. Còn thường hầu hết là tôi chơi gôn và làm một số công việc khác vào những ngày còn lại trong tuần lễ".

Vị mục sư lớn tuổi trả lời: "Anh thật sự được trả lương rất cao, nhưng Đức Chúa Trời đang trả cho anh theo giờ!"

Nói cách khác, hãy bận rộn. Làm việc cho Chúa hàm ý rằng bạn đang thật sự làm việc, và làm việc khó nhọc. Sống bằng những phương tiện cấp dưỡng không thấy được có nghĩa bạn phải là người có trách nhiệm nhất, phải làm việc siêng năng nhất trong mọi người.

Tính lười biếng cùng những tội lỗi có liên quan của sự tham lam và say sưa, bị Kinh Thánh lên án gay gắt. Dưới đây là một vài câu Kinh Thánh cần ghi nhớ:

Kẻ nào cày ruộng mình sẽ ăn bánh no nê; còn ai theo kẻ biếng nhác sẽ được đầy sự nghèo khổ.

— CHÂM NGÔN 28:19

Vì bợm rượu và kẻ láu ăn sẽ trở nên nghèo; còn kẻ ham ngủ sẽ mặc rách rưới

— CHÂM NGÔN 23:21

Nếu ai không khứng làm việc, thì cũng không nên ăn nữa.

— 2 TÊ-SA-LÔ-NI-CA 3:10

Đức Chúa Trời đặt để trong mỗi người một sự khao khát muốn được hữu ích. Dĩ nhiên có những người không thể làm việc được, chúng ta nên bày tỏ lòng thương xót và giúp đỡ họ. Nhưng chúng ta không bao giờ được khuyến khích tính vô trách nhiệm. Hầu hết mọi người đều có thể được ban cho những công việc hữu ích để làm.

14. Tôi đã đụng đến sự vinh hiển của Chúa chăng?

Đây là một cụm từ trong Kinh Thánh có nghĩa giành lấy sự khen ngợi của Chúa và dâng tặng nó cho chính mình.

Đây là vấn đề trong 1 Sử ký 29:11-12.

Hỡi Đức Giê-hô-va! Sự cao cả, quyền năng, vinh quang toàn thắng và oai nghi đáng qui về Ngài; vì muôn vật trên các từng trời và dưới đất đều thuộc về Ngài. Đức Giê-hô-va ôi ! Nước thuộc về Ngài, Ngài được tôn cao làm Chúa tể của muôn vật. Hoặc sự giàu có,hoặc sự vinh quang đều do Chúa mà đến, và Chúa quản trị trên muôn vật; quyền năng và thế lực ở nơi tay Chúa, khiến cho được tôn trọng và ban sức mạnh cho mọi người.

Thường có một mối nguy hiểm trong sự thành công trên mọi nẻo đường đời, kể cả trong chức vụ. Thay vì mọi sự chú tâm hướng về Chúa Jêsus, chúng ta lại dời đổi tinh vi vào chính mình là những người lãnh đạo. Những nan đề về tài chính là một trong những cách Đức Chúa Trời dùng để báo hiệu rằng có điều gì đó đang sai trật.

15. Có phải tôi thường tự tin và kiêu hãnh chăng?

Một câu chuyện được kể về một tín đồ tận tụy bị kẹt trong một cơn lụt mà nước mỗi lúc một dâng cao. Anh từ chối việc được sơ tán.

Anh ta nhất định phải chứng minh rằng Đức Chúa Trời sẽ giải cứu anh. Nước lũ mỗi lúc lại càng dâng cao hơn, và người ấy đến lúc đã bị kẹt trên mái nhà mình, đang cầu nguyện xin Chúa một phép lạ. Ba lần những người cứu hộ dùng thuyền đến cứu, nhưng anh ta bảo họ hãy đi đi. Cuối cùng anh ta bị nước cuốn đi và chết chìm. Khi ra trình diện tại cửa thiên đàng, anh ta phẫn nộ.

"Lạy Chúa, vì sao Ngài không tôn trọng đức tin của con?", anh đòi hỏi.Chúa trả lời "Ta đã ba lần đưa thuyền đến cứu con, nhưng con đã không chịu bước vào".

Thông thường chúng ta đòi Chúa tiếp trợ một nhu cầu, nhưng lại từ chối sự trợ giúp khi Ngài gởi đến. Có lẽ chúng ta có một định kiến về cách thức Ngài phải đáp ứng nhu cầu đó. Có lẽ chúng ta không sẵn lòng hạ mình và xin người khác giúp đỡ trong chức vụ của mình. Có thể nói chúng ta muốn mình được gia thêm đức tin, nhưng thật ra chúng ta đang nói "Tôi không muốn nhờ cậy những người khác. Tôi muốn tự túc".

Độc lập là một cá tánh đáng tôn trọng. Nhưng ưu điểm ấy cũng có thể trở thành một thứ tội. Sa-tan đã cám dỗ Êva bằng cách khơi dậy ý muốn độc lập của bà. Con rắn hứa hẹn rằng "Ngươi sẽ nên giống như Đức Chúa Trời"

Đức Chúa Trời muốn chúng ta lệ thuộc vào Ngài và phụ thuộc vào nhau, chứ không đứng độc lập. Nếu bạn đang gặp rắc rối với thái độ muốn độc lập, Ngài có thể sử dụng những ngăn trở về tài chính để cố gắng gây cho bạn sự lưu ý ấy.

16. Tôi có đang trông đợi sự trợ giúp nhu cầu nơi con người nhiều hơn là từ nơi Chúa không?

Kinh Thánh gọi đó là nhờ cậy vào *"cánh tay xác thịt"* (2 Sử ký 32:8 hoặc Giê-rê-mi 17:5). Đây có thể là một sự thay đổi từ từ theo năm tháng. Chúng ta bắt đầu với đức tin hoàn toàn đơn sơ, không một ý nghĩ tiền bạc sẽ từ đâu đến để cấp dưỡng trong chức vụ. Đức Chúa

Trời bởi sự thành tín của Ngài đã dùng ai đó ban cho chúng ta. Khi khuôn mẫu này được lặp lại chúng ta dần dần chuyển dời sự lệ thuộc của mình từ Đức Chúa Trời sang một con người thường dâng giúp chúng ta. Một cách vô ý thức, thậm chí chúng ta trượt chân vào tình trạng truyền thông mang tính cách vận động, lôi kéo, "công tác gợi ý" hoặc sự nài xin không phải lẽ.

Có thể chúng ta không ngờ rằng mình đã dời chuyển lòng tin cậy đặt nơi Chúa vào con người, cho đến khi gặp nan đề về sự tiếp trợ . . . một vị ân nhân trung tín vẫn thường hậu thuẫn cho chúng ta bị mất việc làm, viết thư báo rằng ông không thể dâng giúp gì cho chúng ta được nữa. Hoặc một Hội thánh lâu nay vẫn thường trợ giúp, nay đã mất đi những mạnh thường quân của họ, họ chuyển đi xa, hoặc xóm giềng của họ đã thay đổi. Thế là chúng ta đối diện với sự thật lâu nay chúng ta đang nương cậy nơi con người chứ không phải nơi Chúa. Thật ra, ý tưởng tin cậy Chúa một lần nữa nghe có vẻ đáng sợ.

Đây là điểm tuyệt diệu của việc sống bằng đức tin. Chúng ta không bao giờ có thể quá xa rời khỏi sự lệ thuộc vào Chúa. Ngài có thể dùng nhu cầu tài chính để khiến chúng ta phải lưu ý, đưa chúng ta đến chỗ lại nương cậy nơi Ngài.

17. Tôi có đang sợ hãi cho tương lai không?

Nhiều người bị cột trói bởi nỗi sợ hãi về tương lai đến nỗi họ không thể bước ra và vâng lời Đức Chúa Trời. Họ từ chối sự kêu gọi của Ngài và cứ ở trong chỗ không vâng lời.

Lo sợ về tương lai là một điều thật khủng khiếp, vì nó cứ gia tăng. Làm thế nào bạn biết được mình có đủ bảo hiểm, đủ tiền tiết kiệm? Bạn có đầu tư vào những điều hợp lý không? Bạn có bao giờ nghĩ đến mọi bất ngờ không? Kiểu bất ổn ấy cứ gia tăng lên mãi cho đến khi nó trở thành một sự trói buộc làm tê liệt.

Tình yêu thương trọn vẹn cất bỏ sự sợ hãi, theo 1 Giăng 4:18, chúng ta có thể đến với Chúa Jêsus để được buông tha hoàn toàn khỏi sự sợ hãi. Chúng ta có thể tin cậy Ngài về tương lai của mình. Mọi chỗ nương dựa khác không hề an toàn. Bạn có đang đặt lòng tin nơi số tiền tiết kiệm không? Điều gì sẽ xảy ra nếu như các chương trình liên bang hỗ trợ quỹ tiết kiệm của bạn bị phá sản? Điều gì sẽ xảy ra nếu như nền kinh tế thế giới bị suy sụp?

Dẫu sao điều đó không phải là những tư tưởng bị cường điệu hóa. Trong những năm gần đây, chúng ta đã và đang chứng kiến những sự kiện kinh tế thay đổi rất nhanh, hoặc phất lên đột ngột, hoặc suy giảm nhanh chóng. Điều đó phần lớn do các hệ thống viễn thông đã được đưa vào máy tính làm việc nhanh chớp nhoáng, các hệ thống này liên kết với các trung tâm tài chính và thương mại trên từng lục địa. Một sự trục trặc về tài chính có thể gây hoang mang trên phạm vi cả thế giới trong vòng vài phút. Nếu bạn đặt sự tin cậy vào các hệ thống của thế giới này, chúng sẽ làm bạn thất vọng. Nhưng Chúa Jêsus là Đấng vĩ đại hơn cả thế giới mà Ngài đã dựng nên, vĩ đại hơn cả cõi vũ trụ mà Ngài đang nâng đỡ từng giây bởi *"Lời có quyền phép"* (Hê-bơ-rơ 3:1-17).

Nếu bạn đang bị trói buộc vào nỗi lo sợ về tương lai thì đó là một lý do của sự thiếu hụt về tài chính. Lời Chúa phán rằng "Vậy chớ lo lắng chi về ngày mai . . . sự khó nhọc ngày nào đủ cho ngày ấy" (Ma-thi-ơ 6:34). Chúa không có ý nói rằng để dành tiền tiết kiệm hoặc đầu tư cho tương lai là sai. Giôsép đã được kêu gọi để đưa đất nước Aicập vào một chương trình thâu trữ 20% cho tương lai. Hãy nghe tiếng Chúa và làm điều gì Ngài phán bảo bạn ngay cả nếu Ngài bảo bạn lấy tất cả số dự trữ của mình để thực hiện một công việc và hưởng thụ điều đó ngay hiện tại, hoặc bỏ nó vào ống tiền để dành của một người khác!

15

NẾU BẠN RỜI KHỎI BỜ VỰC

Nếu bạn đang sống một đời sống đức tin, thì đời sống của bạn đặt nền tảng trên việc biết rõ Đức Chúa Trời là Đấng nào. Việc có đức tin nơi một người nào đó đặt cơ sở trên sự hiểu biết về tâm tánh người ấy, tức là biết rõ người ấy sẽ làm điều đã hứa. Đức Chúa Trời mà bạn đang hầu việc là Đấng ra sao? Đấng mà bạn đang nhờ cậy vì cớ các nhu cầu hàng ngày là ai? Một trong những điều mô tả đẹp đẽ nhất là Ngài như một người Cha, Ngài là Cha của bạn, một người Cha nhân từ, một người Cha tốt nhất trong vũ trụ này.

Những người cha tốt thường chu cấp cho con cái họ. Những người cha tốt cũng thường trả lời những câu hỏi của con cái. Khi có điều gì đó trục trặc, khi tiền bạc của bạn ngừng không đến nữa, hãy cứ đến gặp Cha Thiên Thượng qua lời cầu nguyện và hỏi Ngài lý do nào đem đến sự tắc nghẽn?

Trong chương trước, chúng tôi đã đưa ra mười bảy lý do vì sao có sự tắc nghẽn ấy. Nếu bạn thấy mình không có tiền, thì có thể vì một trong những lý do đó. Hoặc vì điều gì khác. Bước đầu tiên là hãy xin Chúa cho bạn biết. Trong Châm ngôn 4:7 chép rằng: *"Hãy dùng hết của con đã được mà mua sự thông sáng"*. Có quá nhiều người thất bại trong lãnh vực này. Họ tìm được sự chỉ dẫn từ nơi

Đức Chúa Trời để làm một điều gì đó, nhưng công việc ấy không kết quả, họ bèn lảng đi xa xa mà không dừng lại để tìm xem vì sao. Lần kế tiếp họ cảm thấy một sự thách thức để làm một điều gì đó, họ cố gắng tin cậy Chúa và nhận trách nhiệm, nhưng họ không làm được. Những vấn đề không được giải đáp đã cướp mất đức tin của họ.

Sống bởi đức tin có nghĩa là bạn phải biết rõ lý do vì sao công việc không hiệu quả. Việc học tập để có đức tin từ nơi Chúa có nghĩa là phải đặt những câu hỏi. Đức Chúa Trời không bị hăm dọa bởi những thắc mắc hoặc những thất bại của chúng ta đâu. Chúng ta không làm Ngài ngạc nhiên vì sự kém hiểu biết của mình. Ngài hiểu chúng ta rõ hơn chính chúng ta hiểu mình. Ngài sẽ trả lời bất cứ câu hỏi thành thật nào và sẽ không tức giận vì chúng ta thắc mắc. Dâng những thắc mắc lên cho Chúa không có gì là sai trật cả.

Gióp chắc chắn đã không sợ khi chất vấn Đức Chúa Trời. Ông đã từng trải những nan đề lớn lao về tài chính, thêm vào đó là thảm cảnh mất tất cả con cái cùng với nỗi đau khổ của chứng bệnh làm suy nhược. Kinh Thánh chép rằng dù trong tất cả mọi điều đó, Gióp không hề phạm tội bởi môi miệng mình. Và tuy nhiên, ông đã đặt những câu hỏi với Chúa, rất nhiều câu hỏi . . . những câu hỏi lớn tiếng.

Nếu bạn đã xem qua hết mười bảy mục trong chương trước mà vẫn không hiểu vì sao bạn đã "rơi khỏi bờ" về mặt tài chính, hãy hỏi Chúa có phải bạn đang bị Sa-tan cám dỗ hay không. Nếu như đó là điều Sa-tan đang làm cho bạn, chứ không phải là điều chính bạn phải chịu trách nhiệm do mình, thì bạn có thể chống lại nó dễ dàng bằng uy quyền mà Chúa Jêsus ban cho bạn là kẻ tin Ngài.

Hãy truyền cho ma quỷ lui khỏi bạn, theo Gia-cơ 4:7. Sau đó hãy hỏi Chúa chỉ cho bạn cách đương đầu với những tấn công của Sa-tan bằng cách phản ứng theo tinh thần ngược lại. Nếu Sa-tan xúi giục bạn tham lam, hãy hỏi Chúa ai là người bạn có thể cho và cho những gì. Nếu Sa-tan sử dụng sự sợ hãi, hãy cứ đứng vững trong đức tin và lòng yêu thương. Nếu hắn tấn công bạn bằng sự từ khước, hãy giữ lấy lòng tha thứ và chấp nhận người khác.

Bạn làm gì cho đến khi tiền bạc đến

Có một khả năng khác nếu bạn đang đối diện với một sự thao túng về mặt tài chính. Có thể bạn đã làm mọi việc cách phải lẽ. Có thể Đức Chúa Trời thật sự đang phán với bạn, có thể bạn đã vâng theo đúng như lời Ngài, song tiền bạc vẫn không thấy đến. Có thể do Chính Chúa đang thử thách xem bạn có sẵn lòng trung tín với Ngài trong hoàn cảnh khó khăn không (Phục truyền 8:2)

Việc thử nghiệm luôn luôn đòi hỏi yếu tố thời gian. Sự cung ứng tài chính của bạn có thể dường như bị trễ, nhưng Đức Chúa Trời có một thời khóa biểu khác. Hãy chờ đợi ngài, với sự nhận biết rằng sự thử thách đức tin sanh ra sự nhịn nhục (Gia-cơ 1:3). Hãy nhất định không từ bỏ và rằng bạn sẽ chiến thắng bởi đức tin và nhờ cậy Chúa.

Trong khi đang chờ đợi Đức Chúa Trời cung ứng, hãy đếm lại những sự thành tín của Ngài đối với bạn từ những ngày quá khứ. Đó là một trong những lý do tốt nhất để ghi nhật ký đều đặn. Nếu bạn vẫn thường làm điều đó, hãy đọc lại nhật ký, đọc tất cả những lần bạn thấy Chúa đã can thiệp cho bạn. Nếu bạn không thường xuyên viết nhật ký, hãy tìm đến một người bạn hoặc người bạn đời của bạn và hỏi họ giúp bạn đếm lại tất cả những gì Chúa đã làm trong quá khứ. Hãy nhớ lại thời điểm ấy, lúc chúng ta hoàn toàn phá sản, cần phải có tiền để thanh toán các hóa đơn, và rồi số thu nhập bất ngờ đã đến, có đúng lúc không? Còn nhớ khi đứa con gái bé bỏng của chúng ta cần giải phẫu mà chúng ta không có bảo hiểm y tế, và những người lân cận đã quyết định trả tiền cho cuộc giải phẫu đó không?

Họ đã làm điều đó trong thời Cựu Ước. Khi đối diện với một trận chiến hoặc một khủng hoảng khác, người lãnh đạo nhắc dân sự nhớ những lần ra tay của Đức Chúa Trời. Nhiều chỗ trong Kinh Thánh dành ra để kể lại những sự kiện đó. Bạn có bao giờ thắc mắc vì sao

Chúa cho phép sự lập lại chiếm nhiều chỗ như vậy? Tại sao chúng ta phải có những biến cố tương tự được lập lại trong Nêhêmi đoạn 9 là những điều đã được Kinh Thánh kể trong Xuất êdíptôký chương 14? Đức Chúa Trời muốn chỉ cho chúng ta cách để đắc thắng, cách để đương đầu với các trận chiến của mình và xây dựng đức tin trong lúc chờ đợi ngài can thiệp vào vì lợi ích của chúng ta.

Hãy cảm tạ Chúa vì đã chu cấp các nhu cầu của bạn trong quá khứ. Thường chúng ta chỉ chú ý đến sự cung ứng hàng ngày của Chúa khi điều đó dừng lại.

Trong lúc chờ đợi Đức Chúa Trời chu cấp, đừng đổ lỗi cho người khác vì sự thiếu thốn của bạn. Những người trách móc người khác không bao giờ có được câu trả lời thực sự. Họ cũng đánh mất niềm vui sống cho Chúa.

Cũng hãy tránh việc rơi vào bẫy so sánh số phận của mình với những người khác. Một người lãnh đạo YWAM kể lại một thời gian khi ông và gia đình ông phải trải qua một sự thử thách gay go về mặt tài chính. Lúc ấy họ đang trong một chương trình huấn luyện của YWAM. Họ để ý các học viên bạn của mình thì có tiền bạc dư dật, không những đủ để trả tiền học, mà còn có thể đi ăn ngoài và vui hưởng những bữa tiệc mà ông cùng gia đình mình không thể có được.

Người bạn của tôi kêu cầu cùng Chúa "Lạy Chúa vì sao vậy? Vì sao họ có quá nhiều tiền mà con thì thậm chí tiền để mua kem đánh răng cũng không có?"

Đức Chúa Trời trả lời ông thật dịu dàng "Con có thể dùng muối để đánh răng"

Nếu bạn mắc thói quen so sánh mình với người khác, bạn có thể quên mất điều Chúa đang muốn làm cho đời sống bạn vào một thời điểm đặc biệt. Người bạn của tôi đã học biết rằng Chúa đang đáp ứng những nhu cầu thật sự của anh. Anh ta đang trải qua một giai đoạn nhất định của đời sống mình, một giai đoạn học tập, nương cậy nơi Chúa bằng một đường lối mới mẻ. Ngày nay, người bạn của tôi đang ở trong một giai đoạn chức vụ khác. Anh ta là một trong số những người lãnh đạo đếm trên đầu ngón tay giữ những trách nhiệm quan trọng nhất trong tổ chức Thanh Niên Sứ Mạng toàn cầu. Anh và gia đình đã đi khắp thế giới, chứng kiến sự chu cấp rộng rãi của Đức Chúa Trời.

Điều chúng ta thất bại khi so sánh chính mình với người khác đó là ai biết được mỗi người đang ở trong giai đoạn nào với Đức Chúa Trời. Có thể tôi đang bị thử thách trong một thời điểm, nhưng tôi không nên mong cho mọi người quanh tôi đều phải chịu thử thách vào cùng một thời điểm đó hoặc trong cùng lãnh vực đó. Nếu ai nấy đều sống y như nhau, thì không còn thử thách. Thử thách đến khi chúng ta thấy người khác lái xe hơi, còn mình thì chỉ có một chiếc xe đạp hoặc phải đi bộ.

Nhiều ơn phước trong những giai đoạn thiếu thốn về tài chính không thể đến bằng bất cứ phương cách hoặc thời điểm nào khác. Bạn có thể học tập để được mạnh mẽ qua những thời điểm thiếu thốn. Bạn cũng học được cách để cảm thông với những người nghèo mà trước kia không bao giờ bạn có cơ hội để học.

Jean-Jacques Rousseau kể câu chuyện về một cô công chúa ngay trước cuộc Cách Mạng Pháp, Khi cô nghe hàng trăm ngàn người đang tham gia nổi loạn tại Paris, cô hỏi lý do vì sao.

Người ta cho cô biết "Thưa cô, vì họ không có bánh mì".

"Được rồi" cô trả lời "Vậy hãy cho họ ăn bánh Ga-tô".

Nhiều người giống như cô công chúa này, sống quá xa cách với mọi người bị cảnh thiếu thốn đến nỗi khó cảm thông với người ta được. Tôi không tin rằng cô công chúa này ngạo mạn. Nhưng cô không có ý niệm gì về việc những người nghèo đói chẳng có bánh ngọt lẫn bất cứ thứ gì để ăn.

Đức Chúa Trời có thể dùng những giai đoạn thiếu thốn tạm thời để làm sắc bén lòng quan tâm, lòng thương xót và sự cảm thông của chúng ta đối với những người thật sự nghèo đói trên thế gian này . . . vì hàng triệu người ngày nay đang chịu sự thiếu thốn gay gắt trong cuộc sống khốn khổ hàng ngày.

Một phước hạnh khác nữa trong những giai đoạn thiếu thốn đó

là nhận ra sự khác biệt giữa những nhu cầu thật sự và những nhu cầu do cảm nhận. Cũng giống như bạn tôi than phiền về việc không có kem đánh răng, ông đã học được rằng có thể dùng muối để đánh răng. Khi chúng ta có ít, chúng ta có thể học tập cảm tạ Chúa vì mọi nhu cầu thực sự của chúng ta đã được đáp ứng.

Bạn cũng học được lẽ thật của Lời Chúa trong Luca 12:15; suốt thời gian thiếu hụt tài chính, ở đây chép rằng đời sống người ta không phải cốt tại những gì mình có. Bạn học được rằng niềm vui của Ngài lớn lao hơn và không lệ thuộc vào tiền bạc. Ha-ba-cúc đã học được bài học này cách đây nhiều thế kỷ:

> Vì dầu cây vả sẽ không nứt lộc nữa, và sẽ không có trái trên những cây nho, cây ôlive không sanh sản, và chẳng có ruộng nào sanh ra đồ ăn; Bầy chiên sẽ bị dứt khỏi ràn, và không có bầy bò trong chuồng nữa. Dầu vậy tôi sẽ vui mừng trong Đức Giê-hô-va, tôi sẽ hớn hở trong Đức Chúa Trời của sự cứu rỗi tôi.

> — HA-BA-CÚC 3:17-18

Khi không có tiền bạc, bạn có thể có được niềm vui sướng nhìn thấy Đức Chúa Trời cung ứng nhu cầu của bạn bằng những cách khác . . .

Shirley Alman cho tôi biết một thí dụ lạ lùng về sự Đức Chúa Trời nhân từ như thế nào trong một giai đoạn khó khăn. Bà và chồng, ông Wedge sống ở tại miền Nam nước Mỹ nơi ông đang giữ chức vụ Giám đốc YWAM của những người nói tiếng Tây ban nha trên phạm vi quốc tế. Sự việc Shirley chia sẻ đã cách đây vài năm khi họ vừa mới ra khỏi trường Kinh Thánh, đi mở mang một Hội thánh của người Hispanic thuộc Alamogordo, New Mexico.

Bà Shirley kể "Một ngày nọ các ngăn tủ thức ăn đều trống trơn, sạch bách, chẳng còn thứ gì ngoại trừ vài món gia vị mà những thứ ấy thì không thể biến chế được món gì cả!" Đã từng có những lúc còn sót vài thứ ăn được, nhưng ngày hôm ấy thì thật sự là không còn gì cả. Họ phải làm gì bây giờ? Các con đều đang đi học và ông Wedge đang ở chỗ làm việc. Ông Wedge sẽ trở về và rất đói sau công việc xây dựng ngôi nhà thờ của họ. Ông cần phải ăn cái gì đó trước khi lại đào móng tiếp tục vào buổi chiều. Bà sẽ lấy gì cho ông và các con ăn đây?

Thế rồi bà nhớ lại . . . Đức Chúa Trời thật là ông chủ khi họ vật lộn để xây cất ngôi nhà thờ này cho những người nghèo khó của thị trấn. Điều gì xảy ra nếu như bà viết một bản liệt kê các thứ thực phẩm để Ngài cung ứng?

Bà Shirley viết bảng liệt kê, đó là một bảng thật dài. Bà gộp luôn cả những thứ cần dùng cho bữa cơm tối hôm đó, dự trù bữa ăn mà gia đình ưa thích. Một buổi tối với món ăn Mễ tây cơ.

Chiều hôm đó, bà Shirley đi đến dự buổi nhóm phụ nữ với các bà trong Hội thánh. Sau buổi nhóm, bà đưa một số bà về nhà. Một phụ nữ mời bà ghé vào nhà trong chốc lát.

Khi bà Shirley bước vào bếp của bà ấy, tim bà đập mạnh. Ở trên dãy bàn bếp có nhiều túi thức ăn phình to mua từ chợ . . . dành cho bà! Nhìn qua thôi cũng biết rằng mọi thứ trong bảng danh sách của bà đã có đủ . . . chỉ trừ bột.

Tấm lòng bà Shirley òa vỡ niềm vui khi bà trở lại xe tiếp tục đưa các phụ nữ khác về nhà. Thật khó mà giữ im lặng, nhưng bà biết bà phải im lặng, vì bà không muốn tín đồ của bà biết bà đã gặp sự thiếu thốn như thế nào. Bà tiếp tục lái xe đi, nhưng trong lòng bà đang hỏi Chúa "Chúa ôi, nhưng còn bột thì sao? Con không thể làm loại bánh Mễ tây cơ có nhồi thịt nếu không có bột!"

Vừa khi một phụ nữ ra khỏi xe, cô nói "Thưa bà Shirley Alman. Mẹ tôi bảo thưa với bà, mẹ tôi có mười cân bột dành cho bà. Bà có muốn lấy bây giờ không ạ!"

"Có" Bà Shirley đáp "Tôi muốn lấy bây giờ!"

Cuối cùng khi còn lại một mình trong xe bà Shirley bắt đầu hát ngợi khen Đức Chúa Trời bằng giọng cao nhất. Đột nhiên, bà nhớ ra điều gì đó.

"Đậu nữa, Chúa ôi, con đã quên ghi món đậu vào tờ danh sách rồi!" Bà Shirley cố gắng nhớ lại các thứ có trong túi đồ ăn, bà không nghĩ là có đậu trong các gói ấy.

Về đến nhà, bà bắt đầu cẩn thận lấy ra các thứ thực phẩm quý báu của mình. Bà thò tay đến đáy bao và ở đấy đã có sẵn một gói đậu đốm. Chúa đã nhớ đến chúng, dẫu cho bà quên.

Những kiểu cung ứng như vậy từ nơi Đức Chúa Trời thật quá riêng tư, thậm chí còn có ý nghĩa hơn cả việc Ngài cho bạn tiền để dùng cho nhu cầu của bạn. Ngài biết gia đình bạn có thích thức ăn Mexico hay không. Ngài biết phải nhớ thứ đậu nữa.

Đức Chúa Trời không bị hạn chế trong cách Ngài cung ứng. Ngài đã chu cấp cho các con cái Y-sơ-ra-ên bằng cách làm cho giày dép và áo quần họ không hư mòn trong suốt bốn mươi năm. Hãy thử tưởng tượng nếu như Ngài đã làm điều đó cho chúng ta rồi. Lẽ ra chúng ta phải mặc những chiếc quần ống rộng và những bộ đồ thoải mái suốt trong bốn mươi năm.

Giai đoạn khó khăn về tài chính làm sống lại ý thức tin cậy Chúa của chúng ta. Đức Chúa Trời luôn muốn rằng kinh nghiệm theo Chúa của chúng ta không đặt nền tảng trên những gì Ngài đã làm cho chúng ta nhiều năm về trước, mà là ngay lúc này, mới mẻ.

Cuối cùng, trong khi chờ đợi Chúa tiếp trợ tài chính, hãy suy gẫm Thi thiên 37. Thi thiên này dường như được viết đặc biệt dành cho người nào đang thiếu thốn tiền bạc. Thi thiên này ba lần bảo chúng ta "Đừng lo lắng" nhưng hãy tin cậy Đức Giê-hô-va, nghỉ yên trong Ngài và bền lòng chờ đợi Ngài. Nó cũng nhắc chúng ta đừng ganh tỵ với kẻ khác, và nói rằng sự thạnh vượng của kẻ ác chỉ là tạm thời.

Theo Thi thiên 37, nếu bạn thực hiện phần của mình, hãy ở trong xứ và làm điều lành, nuôi dưỡng sự thành tín, vui mừng trong Chúa, phó thác đường lối mình cho Chúa và giữ điều răn Ngài trong lòng bạn. Đức Chúa Trời hứa:

- Ngài sẽ ban cho bạn điều lòng bạn ao ước

- Ngài sẽ làm điều có cần cho đời sống bạn ngay bây giờ
- Ngài sẽ làm lộ ra sự công bình của bạn
- Ngài sẽ lập một sự đoán xét cho bạn
- Bạn sẽ được kế thừa đất đai
- Bạn sẽ vui mừng trong sự thạnh vượng dư dật
- Ngài sẽ xét đoán kẻ ác vì bạn
- Ngài sẽ nâng đỡ bạn
- Cơ nghiệp của bạn sẽ còn mãi mãi
- Bạn sẽ không bị xấu hổ trong thì xấu xa
- Ngay cả trong cơn đói kém, bạn vẫn được dư dật
- Bạn sẽ có lòng thương xót, ban cho, bạn sẽ có năng lực để thỏa đáp nhu cầu của người khác.
- Các bước của bạn sẽ được Chúa định liệu
- Khi bạn ngã, sẽ không nằm ngã dài, vì Đức Chúa Trời sẽ nắm giữ tay bạn
- Bạn sẽ có đủ tài chính trong tuổi già
- Con cháu bạn sẽ được chăm sóc và sẽ trở thành một nguồn phước cho người khác.
- Bạn sẽ được Đức Chúa Trời giữ gìn đến đời đời.
- Bạn sẽ có sự khôn ngoan hoàn toàn và nói ra sự công bình (Bạn sẽ học hỏi từ nơi Chúa và có thể dạy điều đó cho người khác và giúp đỡ họ)
- Bạn sẽ được bảo vệ khỏi nguy hiểm và sự đoán phạt.
- Đức Chúa Trời sẽ tôn cao bạn.
- Bạn sẽ chứng kiến sự diệt vong của kẻ ác
- Đức Chúa Trời sẽ giải cứu bạn, Ngài sẽ nên sức mạnh của bạn, sự cứu rỗi bạn và sự trợ giúp của bạn.

Đúng là một bảng danh sách phải không? Tuy nhiên đó chính là những lời hứa cụ thể của Đức Chúa Trời dành cho bạn, trong khi bạn trông đợi Ngài cung ứng.

Đời sống đức tin có đáng quý không? Nếu bạn đã từng kinh nghiệm điều đời sống ấy, thì đời sống này thật sự làm hỏng cuộc sống tầm thường của bạn. Sống đời sống đức tin giống như việc bước đi trên một sợi dây căng. Đó là một cảm giác sung sướng không thể tưởng tượng được.

Trong những năm 1800, một nhà làm xiếc tên là Blondin (Jean – Francois Gravlet) đã nổi tiếng vì băng qua thác nước Niagara trên dây nhiều lần, mà thường không dùng lưới an toàn.

Ngày nọ, có một đám đông tụ tập nơi thác nước để theo dõi một cuộc thử nghiệm nguy hiểm nhất của anh ta lúc ấy. Anh ta dự định sẽ đẩy một chiếc xe cút kít chở một bao xi măng nặng trên sợi dây để đi từ bờ vực này sang bờ vực kia. Với trọng lượng thêm vào đó, một tính toán sai lầm nhỏ cũng đủ làm nghiêng chiếc xe cút kít và khiến anh lộn nhào khỏi sợi dây, đưa anh vào cái chết với những thác nước hung tợn bên dưới.

Hàng ngàn người nín thở theo dõi khi anh băng qua trên dây, thận trọng đặt chân này lên chân kia, yên lặng đẩy chiếc xe cút kít đi giữa vực thẳm đầy bụi nước, quên cả tiếng gầm thét của thác nước dưới chân anh.

Khi anh sang đến đầu bên kia, đám đông mới thở phào và reo hò. Thật là một kỳ công! Bấy giờ ông Blondin hỏi một phóng viên đứng gần đó: "Anh có tin rằng tôi có thể làm bất cứ điều gì trên sợi dây căng đó không?"

"Ồ vâng, ông Blondin à", phóng viên nói "sau những gì tôi đã thấy hôm nay, tôi tin, tôi tin ông có thể làm bất cứ điều gì"

"Vậy thì anh có tin rằng" ông Blondin nói "Thay vì một bao xi măng, tôi có thể mời một quý ông ngồi vào xe cút kít, người mà từ trước đến giờ chưa hề đi dây, và đẩy ông ta qua bờ bên kia an toàn mà không cần giăng lưới không?"

"Ồ, tin chứ ông Blondin, Tôi tin" phóng viên nói

"Tốt, vậy thì mời ông ngồi vào" Blondin nói

Phóng viên xanh mặt và vội vàng biến mất trong đám đông. Tin là một chuyện nhưng sống bằng loại đức tin ấy lại là chuyện khác hẳn.

Tuy nhiên ngày hôm đó đã có một người có loại đức tin ấy nơi

Blondin. Con người tình nguyện can đảm ấy bằng lòng ngồi vào trong chiếc xe cút kít và được đẩy qua những thác nước cùng với người chủ xiếc.

Khi ông Blondin nhấc bao xi măng ra và mời vị khách của ông ngồi vào xe đẩy, những người đàn ông ở hai bên thác nhanh chóng đánh cuộc vào kết quả. Và rồi đang khi đám đông cổ vũ, Blondin bắt đầu đi dây qua thác nước, lần này ông đẩy một hành khách đang căng thẳng ở phía trước xe.

Trông có vẻ như một cuộc chinh phục dễ dàng đối với con người liều mạng này. Nhưng đang khi họ còn nửa đường đến đích trên sợi dây căng ở độ cao 500 m, thì một người đàn ông với số tiền cá cược lớn biết mình sắp thua to đã lén đến và cắt một trong những sợi dây căng.

Thình lình sợi dây rung chuyển dữ dội, sức nhún càng gia tăng khủng khiếp. Trong khi ông Blondin phải vật lộn để giữ được thăng bằng, ông biết rằng họ vừa cách sự chết trong từng đường tơ kẻ tóc mà thôi. Nếu vành bánh xe trật khỏi dây cả hai người sẽ bị hất văng ra và đâm đầu xuống thác nước đang sôi ầm ầm.

Ông Blondin nói, cắt đứt sự hãi hùng của người hành khách đang trong xe đẩy "Đứng dậy", ông ra lệnh "Hãy đứng dậy và bám vào hai vai tôi!"

Người đàn ông nằm bất động.

"Hãy đứng lên nào! rời khỏi xe đi! Hãy làm ngay hoặc sẽ chết!"

Bằng cách nào đó, người đàn ông đã đứng lên được và bước ra khỏi xe cút kít.

"Hai tay anh . . . choàng quanh cổ tôi! Nào, bây giờ kẹp hai chân vào hông tôi!" Blondin nói.

Một lần nữa người đàn ông vâng theo, bám chặt vào Blondin. Chiếc xe rơi xuống biến mất trong lớp bọt trắng hỗn độn sâu bên dưới. Diễn viên nhào lộn, sử dụng tất cả những năm kinh nghiệm của mình và từng bắp thịt đã được tập luyện để đứng vững trên dây cho đến khi sự dao động giảm bớt một chút. Đoạn từng phân một, anh tiến từ từ trên dây, mang theo người đàn ông như mang một đứa trẻ. Cuối cùng, ông ta đã đặt chân được lên bờ bên kia.

Sống bằng đức tin là như vậy đó. Bạn phải có lòng tin cậy thật sự nơi Đấng đang bồng ẵm bạn để băng qua bờ bên kia. Nói rằng bạn tin Chúa thì cũng dễ. Nhưng liệu bạn có sẵn sàng để Ngài ẵm bồng bạn đi ngang qua một sợi dây, trên một thác nước cao đang gào thét không? Bạn có thể có được kinh nghiệm đó, bạn biết đấy. Bạn có thể có được niềm vui sướng không tả nổi vì đã tin cậy Chúa và nhìn thấy Ngài đáp ứng các nhu cầu của bạn.

Nói tóm lại, sống bởi đức tin là như vậy. Đó là đức tin đặt nơi chính mình Đức Chúa Trời, không có một hệ thống hoặc nghi lễ nào đối với điều đó. Là đức tin trong một con người sống, đức tin để Ngài giúp bạn hoàn thành công việc Ngài đã giao cho bạn.

Ngài hoạch định cho chính bạn những thách thức lớn lao. Ngài muốn bạn nhận phần chính trong cuộc đua hào hứng nhất trong lịch sử, cuộc đua mang Tin lành đến cho mọi người. Ngài muốn thấy bạn dốc toàn tâm lực mình cho Ngài, và cho thế giới chung quanh bạn. Hãy nhận lời thách thức ấy và bước ra vì cớ Ngài. Hãy tin cậy Ngài. Hãy dám sống trên bờ vực.

TẠO RA CỦA CẢI VÀ GIẢM BỚT NGHÈO ĐÓI

DON JOHNSON

Vừa sáng sớm có hai người đứng trên một góc phố. Người đàn ông cao ráo thì mặc áo quần đẹp đẽ, chải chuốt và tươm tất không chê vào đâu được với chiếc cặp da kẹp dưới tay. Còn người đàn ông kia ăn mặc tả tơi, đôi chân không có vớ được thấy rõ vì chiếc quần quá ngắn. Người đàn ông nghèo nàn này trông ốm yếu và buồn bã với những đường nhăn vì chán nản và tuyệt vọng làm u buồn đi gương mặt lẽ ra trông còn rất trẻ của anh ta. Anh ta rùng mình trong bầu không khí mát mẻ của buổi sáng sớm, dáng người của anh bị che phủ lạ lùng khi con người cao ráo tự tin kia, là người đang vội vã vượt qua mặt anh.

Điều này thường bị những người bình thường bỏ qua không lưu ý đến. Tuy nhiên, vào những lúc khác, một cảnh tượng như vậy sẽ đọng lại trong ký ức của và chúng ta buộc phải suy nghĩ đến. Những sự tương phản đó thật hiển hiện ở khắp mọi nơi trên thế giới. Nó tồn tại ở những quốc gia đang phát triển cũng như đã phát triển, trong tất cả các hệ thống kinh tế thế giới khắp trái đất. Nó là hố ngăn cách giữa người giàu và người nghèo, là sự bất bình đẳng rõ ràng giữa các giai cấp.

Chúng ta hãy đối diện với điều đó, những cá nhân và những gia đình thuộc đủ thành phần hưởng thụ những ích lợi của những sở hữu vật chất, thành công về tài chính, những cơ hội tốt về giáo dục, và uy tín. Trong khi những người khác phải chịu thiếu thốn, đói kém, bệnh tật và sự ngu dốt vì tình trạng kinh tế của họ. Nghèo thiếu là một điều đáng buồn trên thế gian này, một thứ bệnh dịch kéo dài!

Nhưng các nguyên nhân của sự nghèo thiếu là gì? Và điều gì đã đem đến sự thành công? Những câu hỏi đó đã sinh ra những học thuyết chính trị mới mẻ, những cuốn sách suy luận, và thậm chí những phong trào cách mạng khắp thế giới.

Nhiều người tin rằng sự giàu có bị hạn chế. Nó được phân phối một cách không đồng đều. Để san bằng hố ngăn cách giữa người giàu và người nghèo, chúng ta phải phân phối lại những của cải trên thế giới cho đồng đều. Một số các nhà hoạt động chính trị cũng tin rằng điều ác do một cơ chế bất công bên ngoài gây ra. Đối với họ, ngoại cảnh tức là xã hội, chính quyền . . . là nguyên nhân gây ra những nan đề về mặt đạo đức. Con người xấu xa là vì chế độ của họ.

Nhiều điều trong số những tư tưởng ấy chứa đựng sự hợp lý hoàn hảo. Nhưng có thể chính những giả thuyết này lại đặt nền tảng trên những ý tưởng sai lầm. Sự giàu có bị giới hạn không? Có phải việc một người giàu lên thì làm cho một người khác bị nghèo đi không? Có phải một nền kinh tế đứng đầu thế giới đang dựa vào một hệ thống bóc lột và gian giảo không? Có phải những người giàu gian ác đã tích trữ một phần của cải của thế giới này một cách không công bằng và để cho người nghèo phải bị thiếu hụt không? Có phải những người giàu đã gây ra sự nghèo thiếu không?

Có phải sự giàu có không bị giới hạn không? Có thể nó được tạo ra. Điều đó không phải là tin mừng cho những người nghèo sao? Có thể nào sự giàu có mới mẽ đó không bị giới hạn trong các ý nghĩ, các sự phát minh và trong công việc chân thật để phục vụ người khác không? Cứ coi như một người thạnh vượng không phải là kẻ ác. Nhưng làm thế nào để người ấy có được điều đó?

Sự giàu sang có thể tạo ra được

Bạn cần có ý tưởng, phẩm chất và một chính quyền bảo vệ cho những cơ hội của bạn.

Ý Tưởng

Tư tưởng là nguồn phương tiện chủ yếu cho việc tạo ra sự giàu có. Mỗi một con người đều được tạo dựng theo hình ảnh của Đức Chúa Trời và sở hữu một nguồn khả năng sáng tạo độc đáo, một nguồn ý tưởng không hề cạn. Sự giàu có chỉ bị giới hạn theo ý nghĩ hoặc không bị giới hạn tùy theo đặc tính sáng tạo của người ấy.

Những nguồn phương tiện thiên nhiên không tạo ra sự giàu có được. Dù lửa không được coi là một nguồn phương tiện cho đến khi có ai đó phát minh ra năng lượng đốt cháy trong bản chất của nó. Nền Công nghiệp vi tính hiện nay được mở rộng ở khắp nơi do có được những vi mạch gồm những linh kiện phức tạp. Vi mạch này được tạo từ chất Silicon chỉ là một nguyên tố lấy từ cát.

Nếu như các nguồn tài nguyên thiên nhiên là nguyên nhân của sự giàu có thì Nhật bản và các quốc gia khác nằm ven vùng Á đông hẳn sẽ rất nghèo. Vì họ hầu như không có nguồn tài nguyên thiên nhiên nào cả.

Tinh thần con người là nguồn phương tiện quan trọng để tạo ra của cải. Người ta không phải thụ động khi gặp phải những thử thách của sự áp bức và nghèo thiếu. Sự thạnh vượng, trù phú phun lên từ dưới đáy sâu: Từ các ý tưởng, sự phát minh và các hoạt động của hàng triệu những nghệ thuật kinh doanh nhỏ. Tạo ra được một công việc kinh doanh nhỏ là một nghệ thuật thật sự.

Ý tưởng kinh doanh tốt là điều phải phục vụ được những nhu cầu thực tế của người khác để trở nên thành công. Việc tạo ra của cải không phải chỉ là một hoạt động ích kỷ, mà còn là một cơ hội độc đáo để phục vụ người khác một cách sáng tạo.

Phẩm chất

Tâm tánh là một phẩm chất đạo đức. Là toàn bộ đời sống, suy nghĩ, hành động và tình cảm của một con người. Đây là một kiểu mẫu suy nghĩ và hành xử do chính người ấy tạo ra. Tâm tánh của bạn ảnh hưởng đến phẩm chất của các ý tưởng và cách sáng tạo của bạn. Những suy nghĩ và những hành động trong sạch là những hạt giống cần thiết trong khu vườn sai trái của các công việc làm ăn thành công. Loài người đã được Chúa tạo dựng với ý định trở thành những người quản lý tốt trong công trình sáng tạo của Ngài. Con người phải là một uỷ viên quản trị trung tín, biến chế các vật liệu thô sơ để chúng có một giá trị lớn hơn hầu phục vụ cho những người khác.

Con người phải sử dụng sự chuyên cần, kỷ luật và những hoạch định khôn ngoan để sản sinh ra của cải chứ không phải chỉ tiêu thụ nó. Một người phải biết liều mình, chịu hy sinh và làm việc khó nhọc. Những kẻ gian ác có thể phạm tội tham lam và giữ lại một ít số tiền lương chính đáng của người làm thuê để tích lũy của cải cho mình, nhưng một người đức hạnh phải làm ra và tạo dựng của cải phục vụ xã hội. Lòng thương xót đối với người nghèo là một phẩm hạnh đạo đức của tâm tánh nhằm tìm cách giảm bớt tình trạng nghèo đói. Một con người có lòng thương xót sẽ tìm cách thiết lập những phương cách nhằm khuyến khích sự phát triển kinh tế giữa vòng các tầng lớp đông đảo những người nghèo.

Chính Quyền

Mục tiêu của chính quyền nhân dân là phải bảo vệ và phục vụ các công dân của mình. Một chính quyền ngay thẳng sẽ không tịch thu hoặc chiếm đoạt những phương tiện tạo ra của cải của người dân. Nhà nước tồn tại vì nhân dân chứ không phải dân vì nhà nước.

Đức Chúa Trời đã ban cho con người những ta lâng bất luận hoàn cảnh xã hội của họ. Ngài đã ban cho người nghèo những ân tứ bên trong đang nằm đó chờ đợi cơ hội để được thể hiện ra. Xã hội phải thu xếp tạo cơ hội cho người nghèo thể hiện những tài năng còn đang ẩn giấu của họ. Chính quyền phải cam kết để bảo đảm rằng người nghèo khó và thiếu thốn cũng có mọi cơ hội và sự bảo vệ để theo đuổi những hoạt động kinh doanh hoặc công trình hữu ích theo những khả năng và suy nghĩ của họ. Chúng ta không được nghĩ về người nghèo như là những người tìm kiếm một lát bánh trong ổ bánh có giới hạn của người giàu. Xã hội thật sự sẽ tốt đẹp hơn lên bởi sự thành công của họ.

Chính quyền phải tự kỷ luật mình để phục vụ và hỗ trợ cho sự phát triển về mặt đạo đức và kinh tế. Tính sáng tạo có thể bị thui chột vì các thứ thuế quá đáng. Tuy nhiên, hệ thống thuế hữu trách sẽ đem lại cho vai trò hữu hạn của nhà nước trong chức năng thích đáng cho việc phát triển kinh tế. Một chính quyền ngay thẳng là cần thiết để cắt giảm mức lợi nhuận bất chính của những kẻ xấu và sự bóc lột tính sáng tạo của những người khác. Không được để cho tội phạm phát triển!

Nhà nước cũng phải tôn trọng các quyền làm chủ của các cá nhân. Một chính quyền khôn ngoan sẽ hiểu rằng mặc dù không thể xây dựng luật đạo đức bên trong của tấm lòng, nhưng có thể ngăn ngừa sự vô đạo đức qua các điều luật và những hậu quả thích đáng. Những thể chế hoặc tổ chức chính quyền về đạo đức và về kinh tế không nên cạnh tranh nhau mà nên bắt tay nhau, chịu khó làm việc để tạo dựng một xã hội công bằng và quan tâm đến nhau.

Nguyên nhân của sự nghèo đói là gì?

Sự áp bức bất công đối với người nghèo chỉ là một trong nhiều lý do của sự tồn tại tình trạng nghèo đói nghiêm trọng. Nghèo đói thường là hậu quả của những thói quen hoặc cá tánh tồi tệ của chính con người. Có thể do sự gian ác, sự say sưa, tính ưa phù phiếm hoang phí, tính vô luân, sự bốc đồng hấp tấp, sự keo kiệt và hoàn toàn biếng nhác. Một số người là nạn nhân vô tội của tình trạng nghèo đói. Có những bà mẹ và trẻ con bị các ông cha vô trách nhiệm ruồng bỏ. Những con người tham lam nhiều khi phạm những sự bất công khủng khiếp nghịch lại những con người chân thật. Song điều đáng buồn là có quá nhiều người dự phần một cách có chủ ý và có trách nhiệm trong sự nghèo khổ, và hủy hoại chính họ. Vì vậy, đi ra cứu giúp được nhiều người nghèo thiếu là một hành động thương xót và khoan dung. Những người khác đã bị những kẻ phạm tội tấn công thì phải được bênh vực, bảo vệ một cách công bằng. Chính phủ phải khuyến khích và khen thưởng những người đi ra với lòng thương xót và khoan dung lẫn những người bảo vệ công lý!

Tự do cho người nghèo

Vậy, nếu giàu có đúng là điều có thể tạo ra được. Thì đây là tin mừng cho những người nghèo bởi vì khi họ đến với Chúa để được cứu giúp, Ngài hứa cung ứng cho họ những điều họ có cần theo như sự giàu có vinh hiển không giới hạn của Ngài. Ngài sẽ ban cho họ có những ý tưởng và giúp họ phát huy tâm tánh cùng với một chiến lược quản trị khôn ngoan. Việc giải phóng người nghèo khỏi những tình trạng nô lệ cho tội lỗi, hủy hoại đạo đức và bảo vệ họ khỏi những tội lỗi chống nghịch họ là điều chủ chốt quan trọng để giảm bớt tình trạng nghèo đói. Họ không cần phải đưa hai tay lên để giành lấy "miếng bánh chả" bằng vũ lực. Mà họ thật sự cần một cơ hội để tạo ra của cải hầu đáp ứng nhu cầu.

Chính quyền phải do người dân tạo nên để phục vụ người dân.

Giá trị của người dân lớn hơn nhà nước. Công việc của nhà nước là phải bảo vệ người dân thoát khỏi bạo ngược và đem lại những cơ hội tự do cho những người nghèo để họ phát lộ tài năng sáng tạo của mình. Họ cần phải được khuyến khích để tham gia vào việc giải phóng chính họ ra khỏi tình trạng nghèo đói.

Những người giàu phải được cả những tổ chức, hiệp hội đạo đức lẫn chính trị khuyến khích để cứu giúp cho những người nghèo, giúp việc đào luyện, giáo dục và đem lại những cơ hội để bắt đầu những công việc làm ăn nhỏ. Khi những người nghèo khá giả lên từ hoàn cảnh nghèo khó, họ phải được khuyến khích để giúp đỡ những người khác. Sự giàu có là một phương tiện có mục đích, không phải mục đích trong chính nó. Việc tạo ra của cải là phương tiện có sức mạnh nhất sẵn sàng cho việc giải phóng người nghèo khỏi sự bạo ngược và của sự hủy hoại của tình trạng nghèo đói đau khổ cùng cực! Khi việc tạo ra của cải tồn tại trong các phương tiện, kết thúc sẽ luôn luôn là sự tự do!

Don là một nhà truyền giáo làm việc với YWAM trong một quốc gia đang phát triển. Chúng ta biết đây là một vấn đề phức tạp, nhưng những hạn chế về không gian không cho phép Don liên hệ đến các yếu tố đồng liên quan khác, như là sự thi hành đúng đắn các ý tưởng và tính sẵn sàng của những nguồn phương tiện cùng việc huấn luyện để dẫn đến sự thành công.

— LOREN CUNNINGHAM

GHI CHÚ

5. VUA CHỨNG KHOÁN WALL STREET

1. Chủ yếu lấy từ một cuộc phỏng vấn vào tháng 6 năm 1988 với Betty Hall thuộc Alta, tiểu bang California, một người trong số khoảng 1.200 con cháu của người Da đỏ Shasta.
2. *Đường lối đắc thắng của Đức Chúa Trời* là một tác phẩm của Loren Cunningham, nhà xuất bản YWAM năm 1988, trang 103.

6. LÀM SAO KHỎI THẤT BẠI

1. Tên thật đã được đổi
2. Tác phẩm Touched by the Fire: Eyewitness Accounts of the Early Twentieth Century Pentecostal Revival của Wayne E. Warnen, Logos International, 1978 trang 25-27
3. "Nguyên nhân của việc tìm kiếm linh hồn" Tường Trình Viên của Hội The United Methodist ngày 16 tháng 11 năm 1990

7. ĐƯỜNG LỐI KINH TẾ CỦA ĐỨC CHÚA TRỜI

1. Quyển Thế Kỷ Cơ Đốc. The Christian Century, ngày 14 tháng 12 năm 1988, trang 1140-1141.
2. Ibid.
3. Mục điểm lại, phê bình các sự kiện trong nước, 10/3/1989, trang 44.
4. Tôi mang ơn người bạn của tôi, Rod Gerhart, vì đã nêu ra bốn lớp người này, còn tôi đã áp dụng trong sách.

8. TIẾP TRỢ CHO CÔNG TÁC TRUYỀN GIÁO, ĐƯỜNG LỐI CỦA CHÚA JÊSUS

1. Xem 1 Cô-rinh-tô 9 và 2 Cô-rinh-tô 8-9.
2. Quyển "Our Globe and How To Reach It" (Địa Cầu Của Chúng Ta và Cách Đạt Đến Nó) của David Barrett và Todd M.Johnson, 1990, New Hope,

Birmingham, Al, trang 25.

9. SỐNG BẰNG ĐỨC TIN TỪ 9 ĐẾN 5

1. Xem quyển *"Tạo ra Của cải và Giảm bớt Nghèo đói"*.

10. BAN CHO THẾ NÀO

1. Đồng Ran, đơn vị tiền tệ ở Cộng hòa Nam Phi.

12. PHẢI XIN TIẾP TRỢ THẾ NÀO

1. Do Adrian Plan, người chuyên giữ một mục báo thường xuyên trên tạp chí Christian Family (Gia Đình Cơ Đốc). Bài mẫu được gửi đến số 37, phố Elm New Malden Surrey KT3 3HB. Anh Quốc.

VỀ TÁC GIẢ

 **Loren Cunningham** là người đồng sáng lập tổ chức Thanh Niên Với Sứ Mạng (gọi tắt là YWAM), một gia đình liên mục vụ ở khắp toàn cầu được ra đời vào năm 1960, đến nay đã lan rộng đến từng quốc gia trên đất. Loren vừa là người đồng sáng lập và cũng là hiệu trưởng danh dự của Trường Đại học Các dân tộc. Ông đã cùng vợ là Darlene, người cộng sự trong chức vụ của mình kể từ ngày thành lập YWAM, hiện đang hướng dẫn Trường Đại học Các dân tộc ở Kona, Hawaii. Loren đã đặt chân đến từng quốc gia có chủ quyền trên đất, tất cả các nước thuộc địa và hơn 100 địa phận và hải đảo vì cớ Đấng Christ và Đại Mạng Lệnh. Ông thường làm mục vụ ở sáu lục địa mỗi năm. Ông là tác giả của các sách như: *Phải chăng đó là Ngài, thưa Chúa?*, *Tôn Jêsus là Chúa*, *Chấm dứt nạn đói Kinh Thánh ngày hôm nay* và *Quyển sách biến đổi các dân tộc*.

MỤC VỤ TIÊN PHONG

Mục vụ Tiên Phong ra đời với khải tượng "chuyển ngữ và xuất bản tài liệu Cơ Đốc để rao truyền sự vinh hiển của Đức Chúa Trời vì sự vui mừng của người Việt, đặc biệt là qua sự chịu khổ, trong Đức Chúa Jêsus Christ".

Tài liệu Cơ Đốc này không thể thay thế Lời Chúa và những tài liệu của Hội thánh mà quý con cái Chúa đang nhóm lại hàng tuần. Chúng tôi chỉ mong con cái Chúa sử dụng các tài liệu này để bày tỏ Phúc Âm của Đức Chúa Jêsus Christ cho gia đình, người thân, bạn bè và cộng đồng xung quanh.

Nếu bạn muốn biết làm thế nào để dâng hiến, hỗ trợ và nhận tin tức về các tựa sách khác mà Mục vụ Tiên Phong đang chuyển ngữ, xin hãy liên hệ chúng tôi bằng thư điện tử info@tienphong.org hoặc bạn có thể tìm đến trang điện tử www.tienphong.org để tải về và đọc các tài liệu miễn phí.

Chúng tôi chân thành biết ơn các anh chị em con cái Chúa đã tin tưởng hỗ trợ dự án tài liệu Cơ Đốc cho người Việt của Mục vụ Tiên Phong.

Xin Chúa dẫn dắt,
Mục vụ Tiên Phong